D1680187

கடக்க முடியாத இரவு

கடக்க முடியாத இரவு

காலபைரவன்

எதிர் வெளியீடு

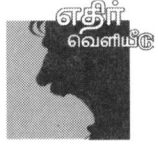

கடக்க முடியாத இரவு
காலபைரவன்

எதிர் வெளியீடு முதல் பதிப்பு: ஜனவரி 2020
எதிர் வெளியீடு,
96, நியூ ஸ்கீம் ரோடு, பொள்ளாச்சி – 642 002
தொலைபேசி: 04259 226012, 99425 11302

விலை: ரூ.200

kadakka Mudiyatha Iravu
Kaalabairavan
Copyright© Kaalabairavan

Ethir Veliyeedu First Edition: January 2020
Published by
Ethir Veliyeedu, 96, New Scheme Road, Pollachi- 642 002.
email: ethirveliyedu@gmail.com
www.ethirveliyedu.in

Price: ₹ 200

ISBN: 978-93-87333-84-0
Cover Design: Jeevamani
Printed at Jothy Enterprises, Chennai.

All rights reserved. No part of this book may be reprinted or reproduced or utilised in any form or by any electronic, mechanical or other means, now known or hereafter invented, including photocopying and recording, or in any information storage or retrieval system, without permission in writing from the Publisher.

அன்பு மகள்கள் வி. நித்ய சைதன்யா, ரா. நிதர்ஷா, வீ. அதிதி சம்ரிஷ்தா
மற்றும்
அன்பு மகன் ரா.பிரணவ் பேகன் ஆகியோருக்கு.

சும்மா இரு சொல்லற

- அருணகிரி நாதர்

சற்றேறக்குறைய பத்தாண்டுகள் கழித்து ‘கடக்க முடியாத இரவு’ தொகுப்பின் இரண்டாம் பதிப்பு வெளிவருகிறது. முதல் பதிப்பிற்கு ஒருசில மதிப்புரைகளைத் தவிர வேறெதுவும் வெளிவந்ததாக தெரியவில்லை. இத்தொகுப்பில் உள்ள சில கதைகளை பற்றி தனிப்பட்ட முறையில் சிலர் என்னிடம் பேசியதோடு சரி. பொதுவாக தமிழ் வாசகப் பரப்பில் விமர்சன முறைமை முழுக்க முழுக்க குழு அரசியல் சார்ந்ததாக இயங்க தொடங்கி வெகுகாலம் கடந்துவிட்டது. அதனாலேயே ஒரு தொகுப்பை ஒட்டுமொத்தமாக கண்டும் காணாமலும் கடந்து செல்ல முடிகிறது. இந்நிலையில் ஒரு தொகுப்பை வெளிச்சத்திலேயே வைத்துக்கொள்ள எழுத்தாளன் எவ்வளவோ சல்லித்தனங்களில் ஈடுபட வேண்டியிருக்கிறது. இன்றைய தமிழ் நவீன எழுத்தாளர்கள் சிலருக்கு இது மிகவும் கைகூடி வந்திருக்கிறது. மேலும் தன்னுடைய நூல் குறித்து பேச இசைவான ஆட்களை ஏற்பாடு செய்வது, தோதான இடங்களை தெரிவு செய்வது, நூல் விமர்சன கூட்டங்களை ஒரே நேரத்தில் ஐந்தாறு இடங்களில் நடத்துவது என அனேக காரியங்களையும் ஒரு சிலர் கனகச்சிதமாக செய்து முடிக்கிறார்கள். அது சார்ந்த அவர்களின் உழைப்பை குறைத்து மதிப்பிடுவதற்கில்லை.

இத்தனை ஆண்டுகள் கடந்த பிறகும் எழுத்தில் ஓர் இயந்திரத்தைப் போல இயங்க மனம் ஒப்பவில்லை. எப்போது தோன்றுகிறதோ அப்பொழுது எழுதுகிறேன். அதுதான் என் இயல்பாகவும் இருக்கிறது. சில எழுத்தாள நண்பர்கள் என்னை, அவர் பின் தங்கிவிட்டார் என்று கூறுவதையும் கேட்க முடிகிறது. அவர்களுக்கு என் புன்னகையை மட்டுமே பரிசளித்துக் கடக்கிறேன். என்னை பொறுத்த அளவில் ஒரு தொகுப்பில் ஒரே ஒரு கதை வீரியமாக இருந்தால்கூட அத்தொகுப்பு தப்பிப் பிழைத்துக் கொள்ளும் என்று எண்ணத் தோன்றுகிறது. பார்ப்பதையும் கேட்பதையும் எல்லாம் எழுத்தாக்கி எழுத்தை மலினப்படுத்தும் வித்தை கைவர

பெறாதவனாகவே இன்றளவும் நான் இருக்கிறேன். ஆகவேதான் இத்தனை ஆண்டுகளில் நான்கு சிறுகதைத் தொகுப்புடன் நின்று கொண்டிருக்கிறேன். எனக்குப் பிறகு எழுத வந்த ஒரு சிலரின் எழுத்துப் பட்டியலே பிரமிக்க வைக்கிறது.

இந்தத் தொகுப்பில் குறைந்தபட்சம் ஏழெட்டு கதைகள் சிறந்த கதைகளாகத் தேறும். அவ்வாறான கதைகளை மனதை ஒருமுகப்படுத்தி எழுதிமுடிக்க மிகுந்த பிரயத்தனம் செய்ய வேண்டியிருந்தது. ஒரு கொதி நிலையான காலகட்டத்தில்தான் இந்தக் கதைகளை எழுதி இருக்கிறேன். பேரன்புகளோடு மல்லுக்கட்டும் அன்றாடத்தைத்தான் வாழ்க்கை எனக்கு பரிசளித்திருக்கிறது. மேலும் ஓர் எழுத்தாளன் அதிகாரத்திற்கு எதிராகத்தான் காலம் முழுக்க இயங்க வேண்டி இருக்கிறது என்பதை தெளிவாக புரிந்து வைத்திருக்கிறேன்.

இத்தொகுப்பின் முதல் பதிப்பு வெளிவர பெரிதும் உதவிய நண்பர்கள் தளவாய் சுந்தரத்திற்கும் ராஜகோபாலுக்கும் எப்போதும்போல நன்றிக்கடன் பட்டவனாக இருக்கிறேன். முதல் பதிப்பை வெளியிட்ட சந்தியா பதிப்பகத்திற்கும் எப்போதும் என் அன்பும் நன்றியும்.

என் மனோநிலையைப் புரிந்துகொண்டு இயங்கக்கூடிய மனைவி சரஸ்வதிக்கும் பிள்ளைகள் சைதன்யா மற்றும் அதிதிக்கும் பேரன்பு. என்னுடைய இளைய மகள் அதிதி, கதைத் தொகுப்பை என்னிடம் கேட்டு வாங்கி அதில் ஒரு சில கதைகளை வாசித்து என்னிடம் உரையாடவும் செய்திருக்கிறாள். ஒரு தந்தையாக அவளின் வளர்ச்சியைப் பார்க்க மிகவும் சந்தோஷமாக இருக்கிறது. அந்த வகையில் இந்தப் பதிப்பை என் குழந்தைகளான நித்ய சைதன்யா, அதிதி சம்ரிஷ்தா, நிதர்ஷா மற்றும் பிரணவ் பேகன் ஆகியோருக்கு சமர்ப்பணம் செய்வதில் அக மகிழ்வு கொள்கிறேன்

அவரவர்களுக்கான அரசியலோடு அனுதினமும் கவிஞர் கண்டராதித்தனை சந்தித்துக் கொண்டுதான் இருக்கிறேன். என் அனைத்து செயல்பாடுகளிலும் ஒரு கோவிலின் கொடிமரம் போல அவர் ஊடுறுவி நின்றுகொண்டிருப்பதை அனைவரும் அறிவர்.

மூர்க்கமாக சண்டை இடவும் அதேநேரம் ஆழ்ந்த அன்பை பகிர்ந்து கொள்ளவும் கூடிய ஒருத்தியாக சூடிக்கொடுத்த சுடர் ஒளியை மட்டுமே என்ன வேண்டியிருக்கிறது. ஒருவிதத்தில் அவள் குலதெய்வத்தைப் போன்றவள். வேண்டுதல் பலிக்காத பக்தன் தன்

குலதெய்வத்தை சகட்டுமேனிக்கு திட்டித் தீர்ப்பது இல்லையா; அதைப்போலத்தான் அவளுக்கும் எனக்குமான சண்டையை நினைத்துக்கொள்ள வேண்டியிருக்கிறது.

பள்ளிச் சூழல் முன்னைப்போல் இல்லை. எட்டுத் திக்கும் மதயானைக் கூட்டமாகவே தென்படுகின்றன. அவ்வாறான சூழலில் ஒரு தாயின் கருணையுடன் என்னைப் பாதுகாப்பாக அடைகாத்துக் கொண்டிருக்கும் தம்பி எஸ்.குருவிற்கு எப்போதும்போல என் அன்பு.

இந்தப் பதிப்பை செம்மையாக வெளிக்கொண்டுவரும் எதிர் பதிப்பகத்திற்கும் அதன் உரிமையாளர் அனுஷ் அவர்களுக்கும் என் நெஞ்சார்ந்த நன்றிகள். பதிப்பு சார்ந்த முன்னெடுப்புகளில் ஒரு சகோதரனைப்போல நடந்துகொண்ட எழுத்தாளர் கார்த்திகை பாண்டியனுக்கு என் அன்பு.

தோழமையுடன்,
காலபைரவன்

25, பட்டித்தெரு,
கண்டாச்சிபுரம்,
விழுப்புரம் மாவட்டம்- 605 701
kalabairavan@gmail.com
99444 13444

பொருளடக்கம்

1. விலகிச் செல்லும் நதி ... 13
2. மயானக் கொள்ளை ... 27
3. சாலமிகுத்துப் பெயின் ... 37
4. பட்டித் தெரு ... 50
5. சாரிபோகும் கன்னிமார்கள் ... 67
6. இருவழிப்பாதை ... 75
7. ஆற்றைக் கடத்தல் ... 88
8. வேட்டை ... 104
9. சூலப்பிடாரி ... 118
10. உயிர்த்தெழல் ... 133
11. கடக்க முடியாத இரவு ... 152
12. ஒருநாளும் நாம் திரும்பப்போவதில்லை ... 162
13. பச்சப்புள்ளா குளம் ... 178

விலகிச் செல்லும் நதி

பகல் முழுக்கப் பயணித்து அவன் கீழ்வாலையில் இறங்கியபோது மெல்ல இருள் கவியத் தொடங்கியிருந்தது. பறவைகள் கூடு நோக்கித் திரும்பிக்கொண்டிருந்தன. ஊர் உள்ளொடுங்கி இருந்தது. சாலை ஓரத்தில் ஒரு சில வீடுகளும் ஒரு சிறிய தேனீர் கடையும் இருந்தது. பயணச் சோர்வைப் போக்கிக் கொள்ள, அருகிலிருந்த தேனீர் கடைக்குச் சென்றவன், சிறிது தண்ணீர் அருந்திவிட்டு அங்கு போடப்பட்டிருந்த பெஞ்சின் மீது அமர்ந்தான். கோடை அந்திக் காற்று இளஞ்சூட்டோடு வருடிச் செல்வதை உணர்ந்தவன் கடைக்காரரிடம் கேட்டான்.

“அண்ணே, ஒரு டீ கொடுங்க.”

அவன் கடைக்காரரிடம் பேசிக்கொண்டிருக்கும் போதே இரு நாய்கள் சண்டையிட்டபடி கடையினுள் புகுந்து, கீற்றை விலக்கியபடி வெளியில் ஓடி மறைந்தன. தன்னுடன் பேசிக்கொண்டே கடைக்காரர் தேனீர் தயாரிக்கும் லாவகத்தை வெகுவாக ரசித்துக் கொண்டிருந்தான். தேனீர் குவளையின் விளிம்பை துடைத்தபடி, “இந்தாங்க சார்” என அவனிடம் குவளையை நீட்டினார். தேனீர் மிகுந்த அடர் வண்ணத்தில் இருந்தது. தன் சினேகிதி பிரத்தியேகமாக தயாரித்தளிக்கும் தேனீர் கூட இவ்வாறாகத்தான் இருக்குமென்ற யோசனையோடே தேனீரைப் பருகத் தொடங்கினான்.

கடைக்காரர் ஒரு பழைய பாடலை அதிக சப்தத்தோடு ஒலிக்கச் செய்தது சூழலை மாற்றிக் காட்டியது. தேனீருக்கான பணத்தை கொடுத்தபடியே, கடைக்காரரிடம் கேட்டான் “சார், ஆத்திலியம்மன் கோயிலுக்கு எப்படி போவணும்?”

அவன் கேட்ட மாத்திரம் கடைக்காரரின் விழிகளில் ஆச்சரியத்தின் கற்றைகள் மின்னி மறைவதைக் கண்டான்.

“அதோ வடக்க போற ரோட்டுல போனா ரெண்டு மைல்ல உடையாநத்தம்னு ஒரு ஊர் வரும். அங்கிருந்து மேக்கால காட்டுக்குள்ள போனா ஆத்திலியம்மன் கோயில் வரும்” கடைக்காரர் அவனிடம் கூறினார்.

கடைக்காரர் சொல்லச் சொல்ல, கோயில் குறித்தும், வனம் குறித்தும் தான் திரட்டியிருந்த தகவல்களை மனதிற்குள் மீண்டும் மீண்டும் ஓடவிட்டு சரிபார்த்துக் கொண்டான். கடைக்காரரிடமிருந்து விடைபெற்று சாலையில் நடந்து வடக்கு நோக்கிப் பிரிந்த ஒரு மண் பாதையில் நடக்கத் தொடங்கியபோது, கண்ணுக்குப் புலப்படாத எண்ணற்ற கரங்கள் மூலம் ஆத்திலியம்மன் தன்னை முன்னிழுத்து செல்வதாக உணர்ந்தான். காடும் மலையும் இருளில் கரிய பந்துபோல திரண்டிருந்தன. வெகுதூரத்தில் வீதி விளக்குகள் ஏற்றப்பட்டிருந்தன. சாலையின் இரு பக்கங்களிலும் சிறு பூச்சிகளின் சப்தங்களைத் தொடர்ந்து கேட்க முடிந்தது.

ஊரை அடையும்போது நன்கு இருட்டிவிட்டிருந்தது. இதற்குமேல் நடப்பது கஷ்டம் என்பதை உணர்ந்தவன் இரவைக் கழிக்க தோதான இடமாகப் பார்த்தான். மங்கலான ஒளி கவிந்திருந்த ஒரு மெத்தை வீட்டின் திண்ணையில் அமர்ந்தான். வீதியில் நிறைய பேர் படுத்திருந்தனர். தெரு விளக்கின் கீழ் சிலர் அமர்ந்து பேசிக்கொண்டிருப்பதைப் பார்த்தபடியே கொண்டுவந்திருந்த உணவுப் பொட்டலத்தை எடுத்துப் பிரித்தபோது, வீட்டுக்குள்ளிருந்து ஒரு வயதானவர் வெளியில் வருவதை அறிந்து எழுந்து நின்றான். அருகில் வந்து அவனை உற்றுப் பார்த்தவர், “கண்ணு புரியல, நீங்க யாரு?” எனக்கேட்டு அருகில் அமர்ந்தபடியே திண்ணையில் கை வைத்து பார்த்தார். “இவ்ளோ நாழி ஆயும் இன்னும் கொதிப்படங்கல தம்பி” என்று அவனிடம் கூறினார். அவன் திண்ணையைத் தொட்டு, கொதிப்பை உணர்ந்தவனாக சாப்பிட ஆரம்பித்தான்.

ஒரு பத்திரிகையாளன் என தன்னை அறிமுகம் செய்து கொண்டபடி, குடிக்கத் தண்ணீர் தருமாறு கேட்டான். தன்னை நொந்தபடி வயதானவர் உள்ளே சென்று, சிறிய பாத்திரத்தில் தண்ணீரோடு

வந்தார். தாகமடங்கத் தண்ணீர் அருந்தி, கால்களை நீட்டி ஆசுவாசப்படுத்திக் கொண்டு அவரிடம் பேச்சுக் கொடுத்தான்.

“பெரியவரே, ஆத்திலியம்மன் கோயிலப் பத்தி உங்களுக்குத் தெரிஞ்சதச் சொல்லுங்க.”

அவரிடம் கேட்டுக் கொண்டே குறிப்பெடுக்க நோட்டையும் பேனாவையும் எடுத்தபடி நிமிர்ந்தபோது. தற்செயலாக அவரின் கண்களைக் கவனித்தான். அவரது விழிகளில் வனம் உருக்கொண்டிருந்ததை உணர்ந்தவனாக அவரின் வார்த்தைகளுக்காகக் காத்துக்கிடந்தான். நீண்ட மூச்சை இழுத்துவிட்டபடி மெல்ல அவர் பேச ஆரம்பித்தார்.

“ஆத்திலியம்மன்னு சொல்றது தாய்தெய்வம் தம்பி. தொட்டதுக்கெல்லாம் காவு கேட்கும் துடியானவ தம்பி.”

இந்த தகவல் சுவாரசியமற்று இருந்தது அவனுக்கு. எல்லா கடவுள்களுமே ஏறக்குறைய துடியாகத்தான் இருக்கின்றன. அதீத செய்திகளை வேண்டி அவன் பேச்சு கொடுத்தான். “பெரியவரே, இந்த காட்டுக்குள்ள நொழஞ்சி கோயிலுக்குப் போறதுக்கே ஒரு சாமர்த்தியம் வேணும்னு கேள்விபட்டிருக்கேனே, உண்மையா?”

“தம்பி கன்னத்துல போட்டுக்குங்க. இது வெறும் காடு மாத்திரம் கெடையாது. ஆத்தாவோட வூடு. நம்மள மாதிரி ஆத்தாவ ஒரு கட்டடத்துல போட்டு அடச்சிட முடியுமா?”

இந்த கேள்வியை அவன் வெகுவாக ரசித்தான். அகிலத்தையே ஆளும் தெய்வங்களை நான்கு சுவர்களுக்குள் அடைப்பது எவ்வளவு பெரிய வன்முறை. அப்புறம் இயற்கை பொங்கி எழத்தான் செய்யும். தெய்வகுத்தம் பொல்லாதது என்ற விதத்தில் அவனுக்குள் நினைவலைகள் சுழன்று கொண்டிருந்தபோது அவர் மீண்டும் பேசினார்.

“சாதாரணமா அதுக்குள்ள நுழைஞ்சி கோயில பாத்துற முடியாது தம்பி. நீ கிட்டக்க போனா தெரிஞ்சிக்குவ” என பொடி வைத்துப் பேசினார். அரைகுறையாக உணர்ந்தவன் விரிவாக அறிந்து கொள்ளும் பொருட்டு அவரிடம் கேட்டான்.

“பெரியவரே, கொஞ்சம் விளக்கமா சொல்லுங்க?”

தனது இடது பாதத்தைத் தடவிக்கொண்டே அவர் கூறினார்.

“தம்பி ஆத்தாவோட இருப்பிடம் பல வட்டப்பாதைகளைக் கொண்டது. ஒரு பாதையை விட்டு இன்னொரு பாதைக்கு தாவுற இடத்தை யூகிக்கிறதுதான் கஷ்டம். வழி எங்க வேணா, எப்ப வேணா தெறக்குன்றது ஐதீகம். சரியான வழிய அடையலனா புறப்பட்ட எடத்துக்கே திரும்ப வந்துட வேண்டியதுதான்.

அவன் கண்கள் ஆச்சரியத்தில் மினுங்கின. ஆத்திலியம்மன் குறித்த படிமம் மெல்ல அவனது மனதில் வேறு விதமாக மாறத் தொடங்கியிருந்தது. அவன் நினைவில், அதுவரை தன் வாழ்வில் கடந்துவந்த ஒட்டுமொத்த வழிகள் குறித்த எண்ணங்கள் ஒன்றன்பின் ஒன்றாக குமிழியிட்டன. எப்போதும் தனக்கு சவால் விடாத பாதைகளையே பயன்படுத்திய அவனுக்கு வனத்தின் இந்த வட்டப்பாதையின் மீது ஈர்ப்பும், ஒரு வித பயமும் தோன்றி மறைந்தன. வனம் குறித்த அதுநாள் வரையிலான அவன் சித்திரம் வேறுவிதமாக உருக்கொள்ளத் தொடங்கியிருந்தது.

“என்ன தம்பி பேச்சையே காணோம்?” என்று பெரியவரே அவனிடம் கேட்டார். அவன் “ஒண்ணுமில்லை” என்று கூறியவாறு தனது பைக்குள்ளிருந்த கேமிராவை எடுத்து ஒழுங்கு செய்து பெரியவரை புகைப்படமெடுத்தான். அவர் பதற்றத்துடன் கேட்டார்.

“இன்னா தம்பி போட்டாவா எடுத்தீங்க? செத்த சொல்லியிருந்தா நல்லா போஸ் கொடுத்திருப்பேன்” என்று அலுத்துக்கொண்டார். பிளாஷ் வெளிச்சத்தினால் தெரு விளக்கின் கீழ் அமர்ந்து பேசிக் கொண்டிருந்தவர்கள் அவர்களைத் திரும்பிப் பார்த்தனர். தெருக்கோடியில் நாய்கள் குரைத்துக் கொண்டிருந்தன. சிறு இடைஞ்சலுமின்றி ஒருவர் நன்றாக குறட்டைவிட்டபடி தூங்கிக் கொண்டிருந்தார். சிறிது நேர மௌனத்துக்குப் பின் அவரிடம்,

“பெரியவரே கோயிலுக்கு அருகில ஒரு நதி ஓடறதாவும், அது ஓடுற பாதைய அடிக்கடி மாத்திக்கிறதாவும் கேள்வி பட்டிருக்கேன். அது மாதிரி சாமி செலைக்குப் பின்னாடி இருக்கற பாறை பிளவிலிருந்து கை தட்டினால் தண்ணீர் வருமாமே அத பத்தியும் சொல்லுங்க” என்று கேட்டான்.

பெரிய பாரத்தை இறக்கி வைத்த திருப்தி அவனது முகத்தில். தெருவில் இருந்த மரங்கள் காற்றில் சலசலத்தன. அவர் சிறிது நேரம் கண்களை மூடி அமர்ந்திருந்தார். தன் கேள்விக்கான பதிலை உருத்திரட்டிக் கொண்டிருக்கக்கூடும் என்று அவன் நினைத்தான். விரல்களில் நெட்டை முறித்தபடி அவர் பேசினார்.

“தம்பி எது முடிவு எது தொடக்கம்னு கண்டுணர முடியாத நதி அது.”

“அது எப்படி ஆரம்பமும் முடிவுமில்லாம ஒரு நதி இருக்க முடியும்?” இடைமறித்துக் கேட்டான்.

அவர் கண்களில் கோபம் தீப்பந்தென உருள்வதை அவன் உணர்ந்தான். தான் அவ்வாறு கேட்டிருக்க கூடாதென்று எண்ணிக் கொண்டிருக்கும்போது அவர் உக்கிரத்தோடு பேசினார்.

“இது மாதிரிலாம் எடையில பேசக்கூடாது. ஆத்தாவுக்கு எதுவும் சாத்தியம்தான். இப்படி சராசரியா கேள்வி கேக்கறத மொதல்ல நிறுத்துங்க.”

அவர் கோபத்தின் அர்த்தத்தை உணர்ந்தவன் அமைதியாக இருந்தான். தன் சினேகிதி கூட தன்னை சராசரி என்றுதானே அர்த்தப்படுத்துகிறாள் என நினைத்தபடி அவரையே பார்த்துக் கொண்டிருந்தான். மீண்டும் அவர் பேச ஆரம்பித்தார். அவன் சிறிது தண்ணீர் அருந்தியவாறு அவரைக் கவனித்தான். வாசலில் ஒருவர் கொட்டாவி விட்டபடி புரண்டு படுத்தார்.

“தம்பி அந்த நதியில் இதுவரைக்கும் யாரும் கால் நனச்சது கிடையாது தெரியுமா?”

“அப்படியா” என ஆச்சரியத்தோடு கேட்டான்.

“ஆமா தம்பி தன்னை கட்டுப்படுத்துற ஒருத்தன், நதியில் கால் நனைப்பான்றது ஐதீகம்.”

அவனுக்கு ஆச்சரியமாக இருந்தது. நிறைய பேச நினைத்தான். வார்த்தைகள் உலர்ந்து காற்றில் மிதந்தன. உடல் முழுக்க நடுக்கம் மெல்ல பரவியதை உணர்ந்தவன் அவரை வெறித்துப் பார்த்தபடி தரையில் படிய அமர்ந்து கொண்டான். இருந்தும் பூமிக்கு மேல் மிதப்பதாகத் தோன்றியது அவனுக்கு உரையாடலின் ருசி கண்டவராக அவர் பேச ஆரம்பித்தார்.

“எனக்கு உலகம் புரிஞ்ச நாள்ல இருந்து இதுவரை யாரும் நதியில கால் நனைச்சது கெடையாது.”

நதி பற்றிய புதிரின் முடிச்சு மெல்ல இறுகிக் கொண்டே வருவதை உணர்ந்தபடி அவன் கேட்டான்.

“உலகம் முழுக்க மனிதன் தன்னைக் கட்டுப்பாட்டுக்குள் கொண்டு வர தொடர்ந்து முயற்சி செய்து கொண்டுதானே இருக்கிறான்?”

“அது சும்மா தம்பி, எவனாலையும் மனசக் கட்டுப்படுத்த முடியாது.”

“அப்ப கட்டுப்படுத்தி வாழ்ந்து காட்டிய ஞானிகளும் முனிவர்களும்...” என வார்த்தைகள் அவனிலிருந்து சிதறி விழுந்தன.

அவர் புன்னகைத்தபடியே அவனிடம் கூறினார்.

“அவுங்க யாருமே வாழ்ந்து காட்ல தம்பி. ஒரு வைராக்கியத்துக்காக அவங்க தொடர்ந்து நடிக்க வேண்டியிருந்துச்சி, அவ்ளோ தான். நெருப்பு சுடுதுன்னு சொல்றியே, எப்ப வாச்சும் தொட்டுப் பாத்திருக்கிறயா?” எனக் கேட்டு, அவனைப் பார்த்து கண் சிமிட்டினார்.

அவனுக்கு குழப்பமாக இருந்தது. சிறிது நேரம் இருளில் பார்வையை அலையவிட்டான். இருட்டு பழக்கமான பின், இருள் குறித்த பிரக்ஞை மெல்ல அழிவதை உணர்ந்தவன் அவரிடம் கேட்டான்.

“அப்ப வாழ்க்கைன்னா என்ன?”

அவர் மெல்ல சிரித்தபடி இரு கைகளையும் தூக்கி சோம்பல் களைந்து கொண்டே அவனிடம் கூறினார்.

“மனசுக்கேத்தபடி வாழறதுதான் வாழ்க்கை. ஒரு செடி வளர்றது மாதிரின்னும் வச்சுக்கலாம். நாம அதிலிருந்து விலகி நடக்க ஆரம்பிச்சு ரொம்ப நாட்கள் ஆயாச்சு. ஆனா அடிப்படைகள் பத்தி நமக்கு ஒண்ணுமே தெரியாது.”

“கேக்க நல்லாதான் இருக்கு. மனசக் கட்டுப்படுத்தி அடக்கிட முடியும்னு சொல்றாங்களே.”

“அதுலாம் ஒரு நம்பிக்கைதான் தம்பி. மனக் கட்டுப்பாட்டோடு தான் வாழறோம்னு நாமே கற்பனை செஞ்சிக்கிறோம். அவ்ளோதான்.”

“அப்ப கட்டுப்படுத்தவே முடியாதா?” அவன் ஆதங்கத்தோடு கேட்டான்.

“எரியறதப் புடுங்கி கொதிக்கிறத நிறுத்தற விஷயமில்ல மனசக் கட்டுப்படுத்தறது. வெதை வெடிச்சி விருட்சம் ரூபங்கொள்ற வித்த அது. புரிஞ்சிக்கறது ரொம்ப கஷ்டம்.”

அவனுக்கு ஆச்சரியமாக இருந்தது. பார்ப்பதற்கு சாதாரணமாக இருக்குமிவரிடம், சொற்கள் அடிபணிந்து கிடப்பதன் ரகசியம் விளங்காமல் அவன் விழித்தான். பெரிய தத்துவார்த்தமான கேள்விகளை சுலபத்தில் கடக்க எப்படி முடிகிறது இவரால். மொழியின் ஜால வித்தையை எங்கு கற்றுக் கொண்டார் என்று யோசித்தபடியே அவன் கேட்டான்.

“பெரியவரே நீங்க நதியில் கால் வச்சிருக்கீங்களா?”

“வாழ்க்கைய அதன் போக்குல போயி வாழற ஒருத்தனுக்கு நதியில கால் வைக்கணும்னு அவசியம் கெடையாதுன்னு தோணுது.”

தன்னை யாரோ மிக அந்தரங்கமாக தாக்குவதைப்போல உணர்ந்தவன், அவரது வார்த்தைகளின் வெம்மையைத் தாங்க முடியாதவனாக அமர்ந்திருந்தான். தொடர்ச்சியான பேச்சு சப்தம் தூங்கிக் கொண்டிருந்தவர்களைத் தொந்தரவு செய்திருக்க வேண்டும். ஒரு சிலர் எழுந்து அவர்களை ஒரு மாதிரி பார்த்துவிட்டு படுத்தனர். யார் வீட்டு தோட்டத்திலோ கட்டப்பட்டிருந்த மாடு தொடர்ந்து கத்திக் கொண்டிருந்தபோது நிலவு மெல்ல உச்சிக்கு வந்திருந்தது.

பெரியவர் சிறுநீர் கழிக்க எழுந்தபோது அவன் கடிகாரத்தைப் பார்த்தபடி கண்களைக் கசக்கிக் கொண்டான். சிறிது நேரம் கழித்து திரும்பிய பெரியவர் அமர்ந்தபடியே அவனிடம் கேட்டார்.

“தூக்கம் வர்லயா தம்பி?”

அவன் இல்லை எனும் விதமாகத் தலையாட்டினான். காற்றில் குளுமை ஏறியிருந்தது. நான்கைந்து நாய்கள் குரைத்தபடி வடக்கு நோக்கி ஓடியபோது அவன் அவரிடம் கேட்டான்.

“கை தட்டனா தண்ணி வர்ற பாறையைப் பத்திச் சொல்லுங்க.”

அவர் ஆழ்ந்து யோசித்தார். மூச்சை நன்றாக இழுத்து விட்டபடி பேசினார்.

"நெஜந்தான். கை தட்டினா தண்ணி வர்ற பாறை ஆத்தா செலைக்குப் பின்புறமா இருக்கு."

"யார் போய் தட்டினாலும் தண்ணி வருமா?"

நதியின் விசித்திரமே அவனை விட்டு இன்னும் மறைந்திருக்கவில்லை. அதற்குள் இது வேறு. நம்புவதா வேண்டாமா என்று குழம்பிய நிலையில் இருந்தபோது அவர் சிரித்தபடியே கூறினார்.

"யார் தட்டினாலும் உடனே வந்துடாது தம்பி. அது வெறும் தண்ணி மட்டும் இல்லை. ஆத்தாவோட அருள் சம்பந்தப்பட்டது. செலருக்கு மொத தடவையே கெடச்சிடும். செலபேர் தொடர்ந்து கை தட்றதையும் பாத்திருக்கேன்."

அவன் அர்த்தம் விளங்காமல் அவரிடம் கேட்டான்.

"பாறை வெடிப்புல இருந்து தண்ணி வர்றதுக்கும் ஆத்தா அருளுக்கும் என்ன சம்பந்தம்?"

"ஒரு ஐதீகம்தான்" என சுருக்கமாக அவர் பதில் கூறினார். வெடிப்பிலிருந்து வெளிவரும் தண்ணீர் தெய்வத்தின் குறியீடாக உருமாற்றம் அடைந்திருப்பதை அவரது பேச்சிலிருந்து உணரமுடிந்தது. அவரது கண்கள் தீவிரத்துடன் அலைந்தபடியிருந்தன. வார்த்தைகள் நம்பிக்கையும் நம்பிக்கையின்மையும் நிரம்பியதாக இருந்தன. கரவொலி மூலம் தண்ணீரின் பாதையைத் திறக்க முடியும் என்பதை அவனால் சுலபத்தில் அர்த்தப்படுத்திக்கொள்ள முடியவில்லை. பதற்றமாகவும் இருந்தது. அவரின் வார்த்தைகளையும் நம்ப வேண்டிய நெருக்கடி. உடனே சென்று பார்த்துவிட வேண்டுமென்ற துடிப்பு. தன்னை சமநிலையில் வைத்துக்கொள்ள முடியாமல் திணறினான்.

அவன் அசைவுகளை உன்னிப்பாக கவனித்தபடியிருந்த அவர், சிறிது நேரங்கழித்து அவனிடம் கூறினார்.

"ரொம்ப நேரமாச்சு. படுக்கலாமே."

அவன் "ம்" என தலையாட்டினான். தெரு வாசலில் போடப்பட்டிருந்த மரக்கட்டிலில் அவர் படுத்துக்கொண்டார். கேமிரா பத்திரமாக இருக்கிறதா என்று சோதித்தபடி கொண்டுவந்திருந்த பையை தலைக்கு வைத்து திண்ணையிலேயே

படுத்துக் கொண்டான். சிறிது நேரத்திற்குள்ளாகவே இருவரும் தூங்கிப்போயிருந்தனர். தூரத்தில் நாய் ஒன்று ஊளையிட்டுக் கொண்டிருந்தது.

தன்னை யாரோ தட்டி எழுப்புவதை உணர்ந்தவனாக அரண்டு எழுந்தான். கைகளால் கண்ணைக் கசக்கியபடியே திறந்து பார்த்தான். மங்கலாகப் பெரியவரின் முகம் தெரிந்த போதுதான், தான் எங்கிருக்கிறோம் என்பதை அவனால் உணரமுடிந்தது. முகத்தை கழுவிக் கொள்ள தண்ணீர் கொடுத்தபடி அவனிடம் கூறினார்.

"தம்பி இப்ப கிளம்புனா தோதா இருக்கும். மொகத்தை கழுவிக்கினு புறப்படுங்க."

அவன் கண்களில் தூக்கம் இன்னும் படிந்து கிடந்தது. முற்றாக விடிந்திருக்கவில்லை. எதையும் ஊடுருவிப் பார்க்க வேண்டிய அளவிற்கு இருள் எங்கும் பரவிக்கிடந்தது. சொம்பிலிருந்த தண்ணீரால் முகம் கழுவி, வாய் கொப்பளித்தான். உடமைகளை சரிசெய்தபடி, அவரிடம் விடைபெற்று கோயிலின் அடிவாரம் நோக்கி நடந்தான். தெரு ஓரத்திலிருந்த தேனீர் கடையில் அடுப்பு பற்றவைத்துக் கொண்டிருந்த ஒருவர் அவனைக் கூர்ந்து பார்த்தார். யார் வீட்டு கொட்டகையிலோ அடைபட்டிருந்த மாடுகள் தொடர்ந்து கத்திக்கொண்டிருந்தன. பெரியவரின் வார்த்தைகள், அவன் மனதில் புதிய புதிய சித்திரங்களை உருவாக்கி அழித்தபடியிருந்தன.

நன்றாக விடிந்திருந்தபோது அவன் கோயில் அடிவாரத்தை அடைந்தான். துருவேறிய ஒரு தகர விளம்பரப் பலகை நடப்பட்டிருந்தது. ஆத்திலியம்மன் ஆலயம் செல்லும் வழி என்று அம்புக்குறி இடப்பட்டிருந்த திசைநோக்கி நடந்தான். கரடுமுரடாக நீண்டிருந்த பாதை செம்மண் தடமாக இருந்தது. கள்ளியும் முட்டியும் தமதமவென வளர்ந்திருந்தன. வெப்பாலை பச்சை கட்டியிருந்தது. சூரிய ஒளி உள் நுழைய முடியாதபடிக்கு மரங்கள் வளர்ந்தும் அடர்ந்துமிருந்தன. ஒருசில மரங்களைத்தவிர மற்றவற்றை அவன் கேள்விப்பட்டதுகூட கிடையாது. அவ்வளவு வகைகள் அடர்ந்த வனம் என்பதை இப்போதுதான் அவன் காட்சிரூபமாக உணர்கிறான். அங்குமிங்கும் பறந்து திரியும் பறவைகளைப் பார்த்தபடியே நடந்துகொண்டிருக்கும் அவன் விழிகள் எதிர்பார்ப்புகளால் நிரம்பியிருந்தன. வனத்தின் பாதை

புதிர் நிரம்பியதென பெரியவர் கூறியதை நினைத்த வினாடி அவனுள் பயமும் பதற்றமும் பரவியது. எந்த நொடியில் இந்த வனம் தன்னைப் புறந்தள்ளப் போகிறதோ என்ற பதற்றம் அவனில் நடுக்கத்தை ஏற்படுத்தியது. எங்கு வழி திறக்குமோ என்ற ஆர்வம் அவனைத் தொற்றிக் கொண்டபோது சருகுகளுக்கிடையே ஏதோ ஊர்ந்து செல்லும் சப்தத்தை தொடர்ந்து கேட்க முடிந்தது.

வெகுநேரம் நடந்ததன் சோர்வை உணர்ந்தபோது சிறிது நின்று மூச்சை நன்கு இழுத்துவிட்டுக் கொண்டான். திரும்பத் திரும்ப புறப்பட்ட இடத்திற்கே வந்து சேர்வதைப்போன்று உணர்ந்தவன் பாதையைப் பார்த்தான். அது ஏற்கனவே நடந்துவந்ததாகத் தோன்றியது. அதீத குழப்பத்தோடு தலையுயர்த்தி வானத்தைப் பார்த்தான். மரங்களின் ஊடாக வானம் சிறுசிறு துண்டுகளாக சிதறிக்கிடந்தது. சோர்வோடு தலையைத் தாழ்த்தி, பார்வையைச் சுழலவிட்டான். இப்போது எல்லாம் மாறிவிட்டிருந்தது. சிறிது நேரத்திற்கு முன்பு பார்த்த எதுவுமே அங்கு இல்லை. கணந்தோறும் தன்னை உருமாற்றிக் கொள்ளும் புதிர்பாதையை எண்ணி அவன் ஆச்சர்யத்தாலும் பயத்தாலும் வெளிறிப்போனான். அப்போது காற்றில் கசிந்த ஒருவித வாசனை போதை ஊட்டக்கூடியதாக இருந்தது.

அவனுக்கே தெரியாமல் அவன் வட்டப்பாதையின் புதிருக்குள் நுழைந்து விட்டிருந்தான். காற்று சில்லென வீசியது. குறுகிய கால இடைவெளிக்குள் வழி திறக்கும் அப்பாதையின் அதிசயத்தைக் காண வேண்டுமென்ற ஆவல் அவனைத் தொற்றிக்கொண்டது. வனத்தின் உள்ளுக்குள் செல்லச் செல்ல வனம் பற்றிய அவனது அறிதல் மாறத் தொடங்கியது. கலைந்து கிடப்பதே தன்னுடைய ஒழுங்கென வனம் தன்னிடம் தொடர்ந்து உணர்த்த முயற்சிப்பதாக உணர்ந்தான். கண்ணுக்குத் தெரியாத பூச்சிகளின் ஓசைகள் தேர்ந்த செறிவுமிக்க இசையை ஒத்திருந்தன. புதிரின் வழியை எந்த நொடியில் வனம் திறக்கிறதென கடைசிவரை அவனால் அறிந்துகொள்ளவே முடியவில்லை. யோசிப்பை முற்றாகத் துடைத்துவிட்டுச் செல்லும் ஒருவித வாசனையைக் கசியவிட்டு மயக்கத்தை ஏற்படுத்தி, வட்டப்பாதையின் வழியை வனம் திறந்து கொள்கிறது என்பதை மட்டும் அவனால் உணர முடிந்தது. எவ்வளவு விழிப்போடு இருந்தும் அவனால் வட்டப்பாதையின் புதிர் முடிச்சை அவிழ்க்கவே முடியவில்லை. வனம் தன்னை தோற்கடித்து விட்டதாக அவன் உணர்ந்தபோது ஆத்திலியம்மன் கோயிலை அடைந்து விட்டிருந்தான். பகல் தேய்ந்து இரவின்

ரேகைகள் வனத்தின் ஊடாக மெல்ல கீழிறங்கிக் கொண்டிருந்தன. பறவைகளின் கீச்சொலிகள் எங்கும் வியாபித்திருந்தன.

அவனுக்கு நடப்பதில் சிரமம் ஏற்பட்டது. பாதங்கள் தரையில் புதைவதை உணர்ந்தவன் கீழே குனிந்து பார்த்தான். மணற்பரப்பு தொலைவு வரை விரிந்திருந்தது. அவ்வெண்ணிற மணற்பரப்புகளுக்கிடையில் சலனமேயற்று ஒரு நதி ஓடிக்கொண்டிருந்தது. வெளிர் பளிங்கு கல்லென நீண்டிருந்தது நதி. அவ்வளவு தெளிவு. நீரின் நகர்வு உணரமுடியாதபடிக்கு இருந்தது. அவன் குனிந்து கைகளால் ஒருபிடி மணலை அள்ளிப் பார்த்தான். அதுவரை அவன் கண்டுணராததாக இருந்தது மணலின் தன்மை. அவ்வளவு வெண்மை. அவ்வளவு சன்னம். திரும்பும்போது கண்டிப்பாக பை நிறைய அள்ளிச்சென்றுவிட வேண்டுமென்று மனதிற்குள் நினைத்துக்கொண்டான். நிலவு மெல்ல நதியோட்டத்தில் தெரிய ஆரம்பித்தபோது அவன் தனது முதல் முயற்சியைத் துவக்கினான்.

நதிக்குள் தனது வலது காலை முதலில் எடுத்து வைத்தான். நீருக்குள் கால் நுழையும்போது ஏற்படும் ஜில்லிப்பு எதையும் அவனால் உணர முடியவில்லை. கால் மணலில் புதைவதை உணர்ந்தவன் கீழே குனிந்து பார்த்தான். சுவடே இல்லாமல் நதி சற்று நகர்ந்து ஓடிக் கொண்டிருந்தது. அவன் வெற்று மணலில் நின்று கொண்டிருந்தான். சிறிது நேரத்திற்கு முன் அங்கு நதி ஓடியதற்கான எந்தத் தடயமுமில்லாமல் மணல் மூடிக் கிடந்தது. அவனுக்கு ஆச்சரியமாக இருந்தது. தன் போக்கை தானே மாற்றிக் கொள்ளும் அதிசய நதியையே பார்த்துக் கொண்டிருந்தான். கீழே குனிந்து சிறிய கல்லெடுத்து நீருக்குள்ளாக எறிந்தான். தொடர்ந்து வந்த சப்தத்தைக்கொண்டு நீரின் இருப்பு உண்மைதான் என்று உணர்ந்தவன் மீண்டும் தனது அடுத்த முயற்சியில் ஈடுபட்டான்.

மனதை ஒருமுகப்படுத்தி கண்களை மூடிக்கொண்டு, நதிக்குள் தனது வலது காலை மீண்டும் வைத்தான். இம்முறை பதற்றத்தால் அவன் உடல் மெல்ல நடுங்கத் தொடங்கியிருந்தது. கால்களை நன்கு நதிக்குள் முக்கினான். பாதங்கள் மணலின் குளிர்ச்சியை உணர்ந்தன. தன் கால்களை குனிந்து பார்த்தான். நதி ஒரு பாம்பைப்போல அவனது பாதங்களை விலக்கியபடி அமைதியாக ஓடிக்கொண்டிருந்தது. அவனுக்கு ஒன்றும் புரியவில்லை. அடி மனதில் பயம் கவ்வத் தொடங்கியிருந்தபோது, மீளமுடியாத ஒரு விளையாட்டில் சிக்கிக் கொண்டதைப் போல உணர்ந்தான்.

ஆனால், தொடர்ந்து விளையாடிப் பார்க்க வேண்டுமென்ற தீவிரமும் தொற்றிக்கொண்டது. சிறு சலனத்தைக்கூட வெளிக்காட்டாத ஒரு பெண்ணின் முகத்தை போன்று நிலவு அசைவற்று நதியில் மிதந்து கொண்டிருந்தது. தன் முயற்சியை விடாது தொடர்ந்து பரீட்சித்துப் பார்த்துக் கொண்டிருந்தான். ஒவ்வொரு முறையும் அவன் மணலின் குளுமையைத்தான் ஸ்பரிசிக்க வேண்டியிருந்தது. எந்தச் சலனமுமற்று நதி தன் போக்கைத் தொடர்ந்து மாற்றிக்கொண்டே இருந்தது. அப்படி மாறியதற்கான எந்தத் தடயமும் அவனால் கண்டுணர முடியாதபடியிருந்தது.

ஒரு கட்டத்திற்கு மேல் அவன் வெறி கொண்டவனாக தூரத்திலிருந்து ஓடிவந்து நதிக்குள் குதித்தான். அவனது மொத்த உடம்பும் மணலுக்குள் புதைந்தது. அப்படியே படுத்துக் கிடந்தான். பக்கத்தில் ஓடிக்கொண்டிருந்த நதியை கைகளால் தொட்டுணர விரும்பினான். எவ்வளவு முயன்றும் அவனால் நீரை தீண்ட முடியவில்லை. சக்தியற்றவனாக அப்படியே கிடந்தான். எழுந்திருக்க முயற்சிக்கவுமில்லை. எப்படியாவது நதியை ஜெயித்தே ஆகவேண்டுமென்ற வெறியும் அடிமனதில் ஓடிக்கொண்டே இருந்தது. அவனது விழிகள் ரத்தச் சிவப்பாக மாறிவிட்டிருந்தன. வெகுநாட்களாக பசித்துக்கிடக்கும் சிங்கத்தை ஒத்திருந்தான். உறக்கம் அவனிலிருந்து விலகியிருந்தது. தொடர்ந்து மேற்கொண்ட முயற்சிகளிலும் அவன் தோல்வியை சந்திக்க வேண்டி இருந்தது. நதி தன்னை வெற்றி கொண்டுவிட்டதாக உணர்ந்தவன் மணலில் மண்டியிட்டு கதறி அழுதான். கட்டுப்படுத்த முடியாதவனாக நெடுநேரம் உடைந்தழுதான். மெல்ல எழுந்தவன் சுயநினைவற்றவனாக சுற்றித்திரிந்தான். திடீரென வேகத்தோடு ஓடிவந்து நதியைத் தாண்டிக்குதிப்பதும் தன்போக்கை மாற்றிக்கொண்டு ஓடும் நதியை வெறுமையாகப் பார்த்தபடியும் இருந்தான். மீண்டும் அழுகை மடைதிறந்த வெள்ளமென பீறிட்டெழுந்தது. மணலில் முகம் புதைத்து அழுதபடி கீழே சரிந்தான்.

இரவு கடந்து சூரியனின் கதிர்கள் திட்டுத் திட்டாக பரவியபோது அவன் மணற்பரப்பில் ஒரு பைத்தியக்காரனைப்போல படுத்துக்கிடந்தான். வெப்பத்தின் காரணமாக மணல் சூடேறத் தொடங்கியதும் அவனில் அசைவு தென்பட்டது. ஒரு கட்டத்திற்கு மேல் மணலின் தகிப்பை அவனால் தாங்கிக்கொள்ள முடியவில்லை. நதியின் சலனமேயற்ற ஓட்டம் அவனுள் கசப்பை ஏற்படுத்தி விட்டிருந்தது. ஒரு விரோதியைப்போல நதியை

பார்த்தபடியே தள்ளாட்டத்தோடு நடந்து ஆத்திலியம்மன் சிலை நோக்கிச் சென்றான். அடர்ந்த மரங்களுக்கிடையில் இருந்தது சிலை. சிலையை உற்றுப் பார்த்தபடி தரையில் அமர்ந்தான். தெளிவாக எதையும் அவனால் உணரமுடியவில்லை. சிலைக்கு பின்புறமிருந்த பாறை வெடிப்பையே வெறித்து பார்த்தபடி இருந்தான். அதிலிருந்து நீர் கசிந்ததற்கான சுவடே தென்படவில்லை. பாசி படிந்து காய்ந்துபோய் இருந்தது. அதை வைத்துதான் தண்ணீர் கசிந்ததை ஓரளவு யூகிக்க முடிந்தது.

நன்றாக வெளிச்சம் பரவியபோது அவன் ஓரளவு தெளிவடைந்திருந்தான். கூச்சமின்றி அவன் கண்கள் ஒளியை பார்க்கப் பழகிவிட்டிருந்தன. பாறை வெடிப்பில் கவனத்தை குவித்தபடி, கைகளை வேகமாகத் தட்டி ஒலியெழுப்பினான். கைதட்டும் ஒலி பாறையில் மோதி எதிரொலித்தது. பாறை வெடிப்பு திறந்து தண்ணீர் வெளியேறப்போகும் அந்நொடிக்காக காத்துக்கிடந்தான். எந்த மாற்றமுமின்றி இருந்தது பாறை வெடிப்பு. சிறு மாற்றத்தைகூட அவனால் உணர முடியவில்லை. அதைச் சுலபமாக எடுத்துக் கொள்ள முடியாதவன், வேதனையின் விளிம்பில் நின்றபடி வேகத்தோடு கைகளை தட்டினான். கரவொலி பாறையில் மோதிச் சிதறின. அவனுக்கு ஆத்திரமாக இருந்தது. வெறி கொண்டவனாக தொடர்ந்து முயற்சித்தான். உடல் நடுங்கத் தொடங்கியது. பேய்த்தனமாக கரவொலியை எழுப்பிக் கொண்டிருந்தான். கரவொலி பாறையில் மோதி வனமெங்கும் எதிரொலித்தது. அவன் தட்டுவதை விடுவதாக இல்லை. மெல்ல பாறையை நெருங்கினான். நெருங்க நெருங்க வேகம் கூடியது. உடல் அதிர்ந்தது. உக்கிரம் தாங்காமல் பிய்த்துக் கொண்டு வெளிவந்து விடுவதைபோல் இருந்தன அவன் விழிகள். எந்தச் சலனமுமின்றி பாறை வெடிப்பு அவனது கரவொலியை உள்வாங்கியபடியே இருந்தது. நதி மீதிருந்த அவன் ஆத்திரம் பாறை மீது மொத்தமாக குவிந்தது. கடுங்கோபம் அடைந்தான். உடலின் நடுக்கத்தை அவனால் கட்டுப்படுத்த இயலவில்லை. அலைக்கழிப்பிலிருந்து தப்பிக்க எண்ணி பெரும் சீற்றத்தோடு பாறையில் மோதினான். மிகுந்த சப்தத்தோடு தலை பாறையில் மோதியது. உள்ளுக்குள் ஏதோ ஒன்று படீரென அறுந்து நினைவுகள் தெறித்தன. மயங்கிக் கீழே சரிந்தான். தலையிலிருந்து ரத்தம் பொங்கி உடலெங்கும் பரவியது. எந்த அசைவுமற்று அவன் வீழ்ந்து கிடந்தான். சுவாசம் இருப்பதை அவனது உடல் அசைவு மூலம் உணரமுடிந்தது. சூரியனின் கதிர்கள் அவன்மீது எறும்பென ஊர்ந்து கொண்டிருந்தன.

அவன் முனங்கிக்கொண்டே புரண்டு படுத்தபோது நன்றாக இருட்டிவிட்டிருந்தது. பறவைகள் அங்குமிங்கும் பறந்து கொண்டிருந்தன. வௌவால்கள் தலைகீழாக மரத்தில் தொங்கிக் கொண்டிருந்ததை நிலவொளியில் நன்கு காண முடிந்தது. வேகத்தோடு வீசிய காற்று. மரங்களுக்கிடையில் புகுந்து பெருஞ்சப்தமென வனமெங்கும் அதிர்ந்த போது எதையுமே உணராதவனாக அவன் எழுந்து நடந்தான். அவன் கொண்டு வந்திருந்த பொருட்கள் கீழே சிதறிக் கிடந்தன. ஞாபகத்தின் சரடு அறுபட்டவனாக. திட்டமில்லாது இருளில் நடந்தான். இரவின் தனிமை அவனைத் தீண்டவேயில்லை. பாதையை விலக்கி அலைந்து திரிந்தான். அவன் பார்வை எங்கோ நிலைத்திருந்தது.

இரவு முழுக்க அவன் வனத்தின் ஊடே அலைந்து திரிந்தபடியே நதியின் கரைக்கு வந்தபோது விடிந்துவிட்டிருந்தது. அவன் அனைத்தையும் ஒருவித ஆச்சரியத்தோடும், இதுவரை பார்த்தேயிராததைப் போன்றும் பார்த்தான். மணலின் தன்மை இப்போது அவனால் உணரமுடியாததாக இருந்தது. அமைதியாக ஓடிக்கொண்டிருக்கும், நதி அவனது பிரக்ஞைக்கு வெகு தூரத்திலிருந்தது. வெற்றி தோல்விகள் குறித்து இனி எப்போதும் அவன் கவலைப்பட வேண்டியிருக்காது. அவனது இலக்குகள் முற்றாக துடைத்தெறியப்பட்டிருந்தன. காலம் வெளி குறித்த எந்த ஐயப்பாடும் அவனுக்கு இனி கிடையாது. தனக்குள்ளேயே ஒடுங்கிப் போன அவன் இனி எல்லைகள் பற்றி யோசிக்க முடியாதவனாக இருந்தான். காலத்தின் உறைந்துபோன ஏதோ ஒரு பக்கத்தின் சாட்சியாக மட்டுமே இனி அவன் நடமாட வேண்டியிருக்கும்.

மணலில் பாதம் புதைய நடந்தவன், தொடர்ந்து நடந்து நதிக்குள் இறங்கினான். நதி இப்போது தனது பாதையை மாற்றிக்கொள்ளாமல் அவன் கால்களை நனைத்தபடி ஓடிக் கொண்டிருந்தது. அவனது கால்கள் நீருக்குள்ளாக அமிழ்ந்திருந்தன. நீரின் நகர்ச்சியால் அவன் பாதங்களுக்குக் கீழே மணல் அடித்துச் செல்லப்பட்டு பள்ளம் ஏற்பட்டது. சமனிலையற்று அவன் தள்ளாடினான். நதி அவனது பாதங்களை வருடியபடி மெதுவாக ஓடிக்கொண்டிருந்தது. சூரியக்கதிர்கள் நீருக்குள்ளாக ஊடுருவிச் சென்றன. அக்கணம் நதியை வெற்றிகொண்டு விட்டிருந்த அவனுக்கு, இனி ஒருபோதும் உணரப்பட முடியாததாக இருந்தது நதியின் குளுமை.

❋ ❋ ❋

மயானக் கொள்ளை

"எப்படியும் இன்னும் அர மணி நேரத்துல கரவம் கிளம்பிடும்டா" என்று வேலாயுதம் நாராயணனிடம் சொன்னபோது இருவருக்கும் போதை தலைக்கேறி இருந்தது. பேச முடியாதபடி நாக்கு குழறியது. கண்கள் மேல்நோக்கி செருக ஆரம்பித்தன. மரம் இழைக்கும் எந்திரத்தின் தொடர் இரைச்சல் அவர்களின் பேச்சுக்கு இடையூறு செய்தபோது அவர்கள் மரப்பட்டறை வைத்து நடத்தும் முத்தை நொந்து கொண்டனர்.

"குடிக்க உங்களுக்கு எடம் கொடுக்கறதே தப்பு. ஒழுங்கா குடிச்சிட்டு போவீங்களா?" என்று முத்து முனகலுடன் கூறியதை நாராயணன் கேட்டு விட்டு சொன்னான்.

"ஒன்ன யார்ரா டாஸ்மாக் பக்கத்துல பட்றயை வைக்க சொன்னது?"

போதை தலைக்கேறிய அவர்களை என்ன செய்வதென்று முத்துவுக்குப் புரியவில்லை. நாராயணன் தன் கால்சட்டை பையில் வைத்திருந்த பீடிக் கட்டில் இருந்து ஒன்றை எடுத்துப் பற்றவைத்தான். பீடி புகை பிடிக்காமல் வேலாயுதம் லுங்கியை உதறிக் கொண்டே எழுந்தான்.

"டேய் எத்தன தடவ சொல்றது. எங்கூட இருக்கிறப்ப பீடி புடிக்காதேன்னு" எனக் கேட்டபடியே வேலாயுதம் தலையில் அடித்துக் கொண்டே தள்ளாடிக் கொண்டு நடந்தான். அவனைப் பின்தொடர்ந்து நாராயணன் சென்றான். இருவரும் செல்வதைப் பார்த்துக் கொண்டிருந்த முத்து அவர்களைப் பார்த்துக் கூறினான்.

"டேய் போய் அய்யா வூட்டு மோட்டார் கொட்டகையில் படுங்க. அப்புறமா கோவிலுக்கு போகலாம்." அவன் பேச்சு அவர்களை

எட்டவே இல்லை. ஏதோ யோசித்தபடி நாராயணனைப் பார்த்துச் சொன்னான் வேலாயுதம்.

“மச்சி பன்னண்டு மணிக்குள்ள ஒரு பொணம் விழும் பாரு” அதற்கு சிரித்துக் கொண்டே பீடியை இழுத்து விட்டபடி கேட்டான்.

“ஏன்டா குடிச்சிட்டு ஒளர்ற?”

“ஆமாண்டா. இவரு காந்திக்கு பக்கத்தூட்டு காரு” என்று நாராயணனைப் பார்த்து நக்கலடித்துக்கொண்டே மீண்டும் வேலாயுதம் பேசினான்.

“நா சொல்றது ஒனக்கு வேடிக்கையாதான் இருக்கும். நடக்கும் போது பாக்கதான போற.”

“போன வருஷம் மயான கொள்ளைக்கு தண்ணி டேங்க் இடிஞ்சி உழுந்து செத்தாங்களே அதனால சொல்றயா?”

“அது மட்டுமில்ல. அதுக்கு முந்தன வருஷ மயான கொள்ளையன்னிக்கு நம்ம செட்டியார் வூட்டு நரசிம்மத்துக்கு என்ன ஆச்சு?” என்று வேலாயுதம் கேட்கும் போதே நாராயணனின் மனத்திரையில் சம்பவங்கள் கோர்வையாக சுழலத் தொடங்கின.

மயானத்திலிருந்து கரகம் திரும்பிக் கொண்டிருந்தது. ஒரு சில்வர் உண்டியை குலுக்கியபடி வந்து கொண்டிருந்தார் செட்டியார் வீட்டு நரசிம்மன். ஆஜானுபாகுவான தோற்றம். நல்ல வளர்த்தி சாலையில் இருபுறமும் ஓடியோடி உண்டியல் வசூல் செய்து கொண்டிருந்தவர் ஷபி கடை அருகில் வந்ததும் குடித்துவிட்டு ஆடிக்கொண்டு வந்த வேலாயுதத்தையும் நாராயணனையும் அழைத்தார். தனக்கு வயித்தை வலிக்கிறதெனக் கூறி உண்டியலை வேலாயுதத்திடம் கொடுத்துவிட்டு வடக்கு திரும்பி ஓடையை நோக்கி சென்றார். ஆடிக்கொண்டே வேலாயுதம் உண்டியல் குலுக்கத் தொடங்கினான். கபாலமேந்தியவர்கள் கோவில் அடிக்கு வந்து சேர்ந்தனர். “பத்து வச்சா... இருபது... ஐம்பது வச்சா... நூறு...” என சூதாட்டம் களைகட்டியிருந்தது.

சீக்கிரமே வந்து விடுவதாகச் சொன்ன நரசிம்மனை காணாது அலுத்துக் கொண்டான் வேலாயுதம். உண்டியலை எடுத்துக் கொண்டு கோனார் வீட்டு ரங்கசாமியிடம் சென்று நீட்டினான்.

“எத்தினி வேலைய தாண்டா நா செய்யமுடியும்? நரசிம்மன் எங்க? அதுக்குள்ள ஊத்திகிட போய்ட்டானா?” என அவனை பொரிந்து தள்ளினார். அவனுக்கும் கோபம் மூக்கு நுனிவரை வந்தது. அடக்கிக் கொண்டு கூனமுட்டு சோமுவிடம் ஒப்படைத்து விட்டு வந்துவிட்டான்.

மாலை ஐந்து மணியிருக்கும். சேகர் ஓட்டலில் தேனீர் அருந்திக் கொண்டிருந்தவன், பெட்ரோல் பங்க் நோக்கி மக்கள் கூட்டம் ஓடுவதை கண்டு, தேனீரை சீக்கிரம் குடித்து முடித்து அவர்களை தொடர்ந்து ஓடி கூட்டத்தில் ஒருவரை கேட்டான்.

“என்ன அங்க?”

“செட்டியார்வூட்டு நரசிம்மன் செத்து கெடக்கராறாம்” எனக் கூறிக்கொண்டே அவர் ஓடினார். அவனுக்கு தூக்கி வாரிப்போட்டது. உடலில் நடுக்கம் பரவியது. நாக்கு வரண்டு போனது. இருந்தும் பயத்தினூடே அவன் அவரிடம் கேட்டான்.

“எங்க?”

“மணிகாரமூட்டு சண்முகம் கிணத்துல” என்று அவர் கூறியதும் மணிகாரமூட்டு கிணத்துக்கு ஏன் போக வேண்டும் என்று மனதுக்குள் நினைத்துக் கொண்டான்.

பெட்ரோல் பங்கிலிருந்து கீழே இறங்கி வரப்பு வழியாக ஓடிய கூட்டம் கிணற்றை சுற்றி நின்று கொண்டிருந்தது. கூட்டத்தை விலக்கி அவன் கிணற்றின் உள்ளே பார்த்தான். சலனமேயில்லாமல் நரசிம்மன் உடல் நீரில் மிதந்து கொண்டிருந்தது. பலரும் பலவிதமாகப் பேசிக் கொண்டனர். மாடு மேய்க்கிற அம்மாக்கண்ணு மட்டும் சொன்னாள்.

“மயான கொள்ளை இல்ல அதான் ஆள இங்கு இட்டாந்து ஜோலிய முடிச்சிருச்சி.”

அவளது வார்த்தைகள் அவன் மனதில் பயத்தைக் கசியவிட்டிருந்தது. மயானக் கொள்ளைக்கும் ஒருவன் இறப்பதற்கும் என்ன சம்பந்தம் என்று அவனுக்கு விளங்கவில்லை. ஆனால் அன்று இரவு அவனது பாட்டி அவனிடம் சொன்னாள்.

“கரவம் எறங்கறதுக்குள்ள எப்படியாவது காவு வாங்கிடும்டா.” பயத்துடனேயே அவன் அவளிடம் கேட்டான்.

“எல்லா மயான கொள்ளையிலுமா பொணம் விழும்?”

அவள் “ஆமாம்” என்று உறுதியாக தலையாட்டிய விதம் அவனுக்குள் மீண்டும் நடுக்கத்தை ஏற்படுத்தியது.

“ஏம்பா எங்க போயிட்டீங்க? அங்க ரங்கசாமி அண்ணன் உங்களை தேடிட்டிருக்கார்.” என செட்டுக்காரர் அவர்களைப் பார்த்து உரக்கக் கேட்டதும்தான் அவர்கள் பழைய நிலைக்கு திரும்பினர். இருவரது கண்களும் பயத்தால் நிரம்பியிருந்ததைக் காண முடிந்தது. தள்ளாட்டத்துடன் நடந்து அவர்கள் கோயிலை வந்தடைந்தபோது கோனார் வீட்டு ரங்கசாமி அவர்களைப் பார்த்து சத்தமாகச் சொன்னார்.

“நல்ல நாளும் அதுவுமா இப்படியா குடிச்சிட்டு வரது. போங்கடா... போயி வெள்ள குளத்தாரூட்ல கரவம் ஜோடிக்க பூ வாங்கிட்டு வாங்க.”

அவர் பேச்சுக்கு மறுப்பு ஏதும் சொல்லாமல் அவர்கள் ஆஞ்சநேயர் கோயில் சந்து வழியாக பூ வாங்க நடந்தனர். கோயிலில் உடுக்கையும் பம்பையும் சப்தமெழுப்பிக் கொண்டிருந்தன. ஒலிபெருக்கியில் எல்.ஆர்.ஈஸ்வரியின் மாரியம்மன் பாடல் ஒலித்துக் கொண்டிருந்தது. அவர்கள் வெள்ளக்குளத்தை அடைந்தபோது வேலாயுதம் சொன்னான்.

“டேய் நாம இன்னைக்கி குடிச்சிருக்க கூடாதுடா?” அவன் முடிப்பதற்கு முன்பாக நாராயணன் கூறினான்.

“டேய் அந்த கோனாமுட்டு ஆளு சொல்றார்னா கவல படுற. அவுரும்தாண்டா ஊத்தினு இருக்காரு.”

“போடா, பொய் சொல்லாத” என்றான் வேலாயுதம்.

“நான் ஏன் பொய் சொல்லனும். நீ வேணா அவர ஊதச் சொல்லேன் பார்ப்போம்.” அவர்கள் மாறி மாறி பேசிக் கொண்டே வெள்ள குளத்தார் வீட்டை அடைந்தனர். அங்கு பூக்காரர் மனைவி தான் இருந்தாள். இவர்களைப் பார்த்து முகஞ்சுளித்தவள் “பூ வாங்க வந்திருக்கிற மொகரைங்களை பாரு” என முனகிக் கொண்டே உள்ளே சென்று பூப் பந்துகளைக் கொண்டு வந்து வேண்டா வெறுப்பாக மண் திண்ணையில் வைத்து விட்டு உள்ளே சென்று விட்டாள். வேலாயுதத்திற்கு கோபம் கொப்பளித்துக் கொண்டு வந்தது. நாராயணன் அவனை சாந்தப்படுத்தி, அழைத்துக் கொண்டு

வந்தான். ஆனாலும் வேலாயுதம் பூக்காரர் வீட்டைத் திரும்பத் திரும்பப் பார்த்துக் கொண்டே வந்தான். கால்கள் போதையில் பின்னிக் கொள்ளத் தொடங்கின. அவன் ஆத்திரம் தீராமல் காறித் துப்பிக்கொண்டே நாராயணனிடம், "பெரிய உத்தமியாட்டம் காட்டிக்கிறா, வண்டிக்கார சுப்ரமணி கூட ஓடனவதானே அவ?" எனக் கூறி மீண்டும் காரித்துப்பினான்.

"டேய் விடுறா. இதுலாம் சாதாரணம்" என நாராயணன் நாக்கு குழறியபடியே அவனை அடக்கினான்.

அவர்கள் ஆடிக்கொண்டே வருவதை கோயில் பந்தலடியில் இருந்தவர்கள் பார்த்து தங்களுக்குள் ஏதோ பேசிக் கொண்டனர். சிலர் அவர்களைச் சுட்டிக் காட்டி கிண்டலாக ஏதோ கூறிச் சிரித்தனர். அவர்கள் பூப்பந்தை பூசாரியிடம் கொடுத்து விட்டு பந்தலடிக்கு வந்தனர். அவர்கள் அங்கிருப்பதை விரும்பாத கோனார் வீட்டு ரங்கசாமி அவர்களிடம் சொன்னார்.

"டேய் போய் அரசமரத்தடியில் படுங்க. கரவம் கௌம்பறப்ப கூப்பிடுறோம்," அதற்கு வேலாயுதம் கூறினான்.

"இப்படிதான் மாமா போன தடவையும் சொன்னீங்க. ஆனா நாங்களாம் எந்திரிச்சு பாக்கறப்ப புளிய மரத்தடியில் டிராமா இல்ல நடந்துகினு இருந்தது" என்று அவன் சொன்னதும் அனைவரும் விழுந்து விழுந்து சிரித்தனர். வெயில் உக்கிரமாக காய்ந்து கொண்டிருந்தது.

"கபாலம் ஏந்தும் பக்தர்கள் எங்கிருந்தாலும் உடனடியாக பந்தலடிக்கு வருமாறு கேட்டுக் கொள்கிறோம்" என ஒலிபெருக்கியில் அறிவிக்கப்பட்டவுடன் பந்தலடியில் கும்பல் சேரத் தொடங்கியது. வெடிச்சத்தம் கேட்டு வேலாயுதமும் நாராயணனும் எழுந்து கோயில் நோக்கி வந்து கொண்டிருந்தனர். இன்னும் போதை குறைந்திருக்கவில்லை அவர்களுக்கு. நாராயணனை பார்த்து வேலாயுதம் கேட்டான்.

"யார்டா மூத்திரம் விடுற மாதிரி வாணம் உடறது? மேலவே போக மாட்டுது?" அதை கேட்ட நாராயணனுக்கு குபுக்கென சிரிப்பு வந்துவிட்டது. இருந்தும் சிரிப்பை அடக்கிக் கொண்டு வேலாயுதத்திடம் கூறினான்.

"டேய் சத்தமா பேசாத. நவுட்டுகாரமுட்டு சுந்தரம்தான் விடுறார்."

“ஆமா அவுரு பெரிய மயில்சாமி அண்ணாதொரை. அவரு காதுல கேட்டுட்டா. ராக்கெட்ட இந்த பக்கம் திருப்பிடுவாரு போடா போக்கத்தவனே” என்று வேலாயுதம் நாராயணனை பரிகாசம் செய்து கொண்டே கோவிலுக்கு வந்து சேர்ந்தான். கரகம் வேப்பிலையாலும் பூவாலும் ஜோடிக்கப் பட்டிருந்தது. உச்சி வெயில் மண்டையைப் பிளந்தது. பம்பை உடுக்கைக்காரர்கள் உச்ச ஸ்தாயியில் பாடிக் கொண்டிருந்தனர். சிலர் அருள் வந்து அவர்களின் வாசிப்புக்கேற்றபடி ஆடிக் கொண்டிருந்தனர். கபால மேந்தியவர்கள் மத்தியில் ஓர் இறுக்கம் மெல்ல பரவத் தொடங்கியபோது வேலாயுதத்தை நாராயணன் கேட்டான்.

“ஏன்டா, இன்னாவோ பன்னன்டு மணிக்குள்ள ஒரு பொணம் விழும்னு சொன்னே.” அவன் கேள்விக்கு வேலாயுதம் மிகவும் இறுக்கமான முகபாவத்துடன் பதில் சொன்னான்.

“பொணம் விழாம மேல ஏறுன கரவம் கீழ எறங்காது பாத்துகுனே இரு.” இம்முறை வேலாயுதத்தின் பதில் நாராயணனுக்கு உள்ளூர பயத்தை ஏற்படுத்தியது. பயம் மெல்ல உடலெங்கும் பரவத் தொடங்கியபோது கரகம் புறப்படத் தொடங்கியது. தெரு அகலத்துக்கும் பரவியிருந்தது கபாலமேந்தியவர்கள் கூட்டம். சாமி வந்து சிலர் ஆடிக்கொண்டு முன்னால் சென்றனர். நரம்புகள் புடைக்க வாத்தியக்காரர்கள் பம்பை உடுக்கையை வாசிக்கத் தொடங்கினர். அவர்களின் வாசிப்பு சாமி வந்து ஆடிக் கொண்டிருப்பவர்களை முறுக்கேற்றியது.

நாராயணனும் வேலாயுதமும் கூட்டத்திற்கு முன்னால் நடந்து சென்றனர். அவர்களைப் பார்த்து ரங்கசாமி சத்தமாக சொன்னார்.

“டேய் அந்த வாணத்த வாங்கி வுடுங்கடா. பாவம் அவுரு எம்மா நேரம் தான் வுடுவாரு?” அதற்கு அவர்கள் இருவரும், “நாங்களா அவர வுடச்சொன்னோம்?” என்றனர்.

“சரிடா, போங்க போயி வாங்கி வுடுங்கடா” எனும் அவரின் கட்டளைக்கு அவர்கள் அமைதியாகி நவுட்டுகாரர் வீட்டு சுந்தரத்திடமிருந்து வாணங்களை வாங்கி விட ஆரம்பித்தனர்.

கரகம் திருவண்ணாமலை சாலையிலிருந்து முருகன் கோயில் தெருவுக்குள் நுழைந்தது. வழி நெடுக தரையில் தண்ணீர் ஊற்றியிருந்தும் பாதை வெயிலால் தகித்தது. எங்கும் அனல் பரவிக்கிடந்தது. கால் வைக்க முடியவில்லை. கூட்டம்

தேங்கிவிடாதபடி மெல்ல ஓடிக்கொண்டே இருந்தபோது நாராயணன், வேலாயுதத்திடம் கேட்டான்.

"இன்னாடா இவ்ளோ வெயில்லயும், வெடி புஸ் புஸ்னு போவுது. மருந்த சரியா காய வைக்கலயோ?"

"நானும் அதாண்டா நெனைக்கிறேன்" என அவன் பதில் அளித்தான்,

"அப்ப மருந்த காயவச்சா தான் கரகம் எறங்கறப்ப வேட்டு வைக்க முடியும்" என்று நாராயணன் சொல்ல அதற்கு வேலாயுதம் அவனிடம் சொன்னான்.

"சரி நாவேணா போயி மருந்த காய வைக்கிறேன். கரவத்து கூடவே நீ போயிட்டு வா."

"சரிடா," என்று வாணங்களை வாங்கிக் கொண்டான் நாராயணன். கூட்டத்திலிருந்து மெல்ல விலகி நல்லாப்பாளையம் சாலை வழியாக கோயில் நோக்கி நடந்தான் வேலாயுதம்.

கோயிலிலும் கூட்டம் இருக்கத்தான் செய்தது. ஊஞ்சல் ராட்டினங்களில் பிள்ளைகள் ஆடிக் கொண்டிருந்தனர். தண்ணீர் பந்தலில் நீர்மோர் வினியோகம் நடந்து கொண்டிருந்தது. ஒலிபெருக்கி நிறுத்தி வைக்கப்பட்டிருந்தது. பந்தலடியும் வெயிலால் தகித்தது. பம்பை உடுக்கைச் சத்தம் இப்போது ஓடைப் பாலத்தை தாண்டி கேட்டது.

சகடை நிறுத்தமிடத்திற்கு சென்று வேலாயுதம் வேட்டு வைக்கப்பயன்படும் இரண்டு இரும்பு குழல்களையும் காகிதத்தில் மடித்து வைக்கப்பட்டிருந்த வெடிமருந்தையும் எடுத்துக் கொண்டு கோயிலுக்கு எதிரே வியாபித்திருந்த புளிய மரத்தடிக்கு வந்து, குழல்களில் மருந்தை கிடித்துப்பார்த்தான். மருந்து சொதசொதவென இருந்தது. சற்று நேரம் யோசித்தவன், மருந்தைச் சுற்றி எடுத்துக் கொண்டு கோயிலுக்கு பக்கத்தில் உள்ள குளக்கரைக்குச் சென்று, செய்தித்தாளை விரித்து அதில் மருந்தைப் பரப்பி காயவைத்தான். வெயிலில் மருந்து தகதகத்தது. அவன் இரு கைகளாலும் மருந்தை கிளறி விட்டான்.

கபாலமேந்தியவர்கள் மயானத்திலிருந்து திரும்பிக் கொண்டிருப்பதை பம்பை உடுக்கை சத்தத்தைக்கொண்டு அறிய முடிந்தது. கரகத்திற்கு முன் நடந்து கொண்டே வாணங்களை

விட்டுக்கொண்டு வரும் நாராயணனுக்கு சட்டென "கரகம் எறங்குறதுக்குள்ள ஒரு பொணம் விழும்பாரு," எனும் வேலாயுதத்தின் குரல் காதில் ஒலிக்க அவனுக்கு உள்ளுக்குள் நடுக்கமாக இருந்தது. இருந்தாலும் பின்னால் ஓடிவரும் மக்கள் கூட்டத்தைப் பார்த்த நொடி அவனுள் பரவசம் தொற்றிக்கொள்ள வாணங்களை வேக வேகமாக விட்டெறிந்தான்.

"இன்னும் கொஞ்ச நேரத்துல கரவம் வந்துடும்" என யாரோ இருவர் சொல்லிக் கொண்டே இரு சக்கர வாகனத்தில் சென்றனர். பந்தலடியில் கூட்டம் மெல்ல அதிகரிக்கத் தொடங்கியிருந்தது. கலர் பாயாசம் விற்கும் முதியவரிடம் சிறுவர்களின் கூட்டம் நிறைந்து காணப்பட்டது. ஆஞ்சநேயர் கோவிலின் மீதும், ஊராட்சி மன்ற கூட்டத்தின் மீதும் சிலர் ஏறி, கரகத்தின் வருகைக்காகக் காத்துக் கொண்டிருந்தனர். அருகிலிருந்த அரசமரத்திலிருந்த குரங்குகள் ஊராட்சி மன்ற அலுவலக மதில் சுவருக்குத் தாவிக் கொண்டிருந்தன.

வேலாயுதம் மருந்தை காயவைத்து விட்டு கரகத்துக்காக காத்துக் கொண்டிருந்தபோது கரகம் திருவண்ணாமலை சாலையிலிருந்து தெற்கு நோக்கி திரும்பியது. அணையை உடைத்துக் கொண்டு பாயும் வெள்ளம்போல் மக்கள் கூட்டம் கோயில் நோக்கி வந்து கொண்டிருந்தது. கூட்டத்திற்கு முன் வாணத்தை விட்டபடி வேக வேகமாக வந்து கொண்டிருந்த நாராயணனுக்கு வேலாயுதத்தைப் பார்த்ததும் அவன் சொன்ன வார்த்தைகள் மனத்திரையில் குமிழிட்டது. மனது கலவரப்படுவதை உணர்ந்த அவன் வெளிக்காட்டிக் கொள்ளாமல் பந்தலடியில் நின்றிருந்த வேலாயுதத்தை நெருங்கினான். அப்போது வேலாயுதம் நாராயணனிடமிருந்து வாணங்களை வாங்கி நாலாதிசையிலும் விட்டான். வாணங்கள் சர்சர்ரென விண்ணில் பாய்ந்து வெடித்துச் சிதறின. வேலாயுதம் வாணம் விட்டுக் கொண்டிருக்க நாராயணன் பாப்பான்குளத் தெருவழியாக சாராயக் கடை நோக்கி நடந்தான்.

கரகம் பந்தலடிக்கு வந்ததும் கூட்டம் இருப்பு கொள்ள முடியாமல் தவித்தது. பம்பை உடுக்கை சத்தங்கள் பீறிட்டு மேலெழுந்தன. சாமி வந்து பலர் ஆடி கொண்டிருந்தனர். வேலாயுதம் வாணங்களை அருகில் நின்றிருந்த சந்துவீட்டு முனுசாமியிடம் கொடுத்துவிட்டு, மருந்து காய வைத்திருந்த இடத்திற்கு சென்று மருந்தை எடுத்துக் கொண்டு புளியமரத்தடிக்கு வந்தான். வேட்டு விடும் குழலை எடுத்து சிறிது செங்கற்பொடி கொண்டு அடைத்து விட்டு மருந்தை

வைத்து அழுத்தமாகக் கிடித்தான். இரண்டு குழல்களிலும் மருந்தை கிடித்து வெடி வைக்க ஏதுவாக வைத்து விட்டு கூட்டத்தை பார்த்து “வேட்டு வைக்க போறேன் ஒதுங்கி நில்லுங்க” என கூறிக்கொண்டே மருந்தில் நெருப்பை வைத்தான். சர்ரென சீறிப்பாய்ந்த நெருப்பு குழல் நோக்கி சென்ற அடுத்த நொடி நிலம் அதிரும்படி வெடித்தது. மரத்திலிருந்த குரங்குகளும் பறவைகளும் வேகவேகமாக ஓடி மறைந்தன. கரும்புகை சூழ சற்று நேரம் அங்கு என்ன நடக்கிறது என்றே அறிய முடியாமல் இருந்தது.

புகை மண்டலம் ஓய்ந்த பின் சந்துவீட்டு முனுசாமிக்கு வாணம் விட வேண்டும் எனும் ஆசை வந்தது. பந்தலடியில் கூட்டம் நிரம்பி வழிந்தது. அக்கம் பக்கமிருந்த மெத்தை வீடுகள் மீதெல்லாம் மக்கள் நின்று கொண்டிருந்தனர். வேட்டு வைக்கும் குழல்களை சிறுவர்கள் கால்களால் உருட்டி உருட்டி பார்ப்பதைக் கண்ட வேலாயுதம் அவர்களை விரட்டினான். காய வைத்திருந்த மருந்து மீது புளிய மரநிழல் விழுந்ததை அடுத்து சூரியஒளி படும் இடத்திற்கு செய்தித்தாளில் இருந்த வெடிமருந்தை இழுத்து விரல்களால் கிளறி விட்டுக் கொண்டிருந்தான். முனுசாமிக்கு எங்கிருந்துதான் தைரியம் வந்ததோ தெரியவில்லை. மனசுக்குள் ஒருவித படபடப்புடனேயே ஒரு வாணத்தை எடுத்து நெருப்பை பொருத்தினான். அடுத்த நொடி அது சீறிப்பாய என்ன செய்வதென்று தெரியாத அவன் வாணத்தை புளிய மரத்தை நோக்கி விட்டெறிந்தான். வாணம் புளிய மரத்தில் பட்டு தெறித்து திரும்பி வேலாயுதம் காயவைத்துக் கொண்டிருந்த வெடி மருந்து மீது விழுந்து வெடித்து சிதறிய நொடி அங்கு பெரும் தீப்பிழம்பென பற்றி எரிந்தது. வேலாயுதம் மீதும் மளமளவென பரவிய நெருப்பைக் கவனிக்காமல் கூட்டம் பந்தலடியிலிருந்து நாலா திசை நோக்கியும் சிதறியது. சிறிது நேரத்திற்கு பின்தான் வெடிமருந்தில் சிக்கிக் கொண்டிருக்கும் வேலாயுதத்தை முனுசாமியால் உணர முடிந்தது. பெரும் சீற்றத்தோடு எரிந்து கொண்டிருக்கும் வெடி மருந்தின் மீதே விழுந்தான் வேலாயுதம். புளிய மர உயரத்திற்குப் பரவி எரியும் தீயை நெருங்கவே அனைவரும் பயந்தனர். கடைசியில் கூனமுட்டு சோமு தண்ணீர் குடத்தைத் தூக்கிக்கொண்டு ஓடிவரும் போதுதான் கோயிலுக்கு பக்கத்தில் வசிப்பவர்கள் குடங்களோடு ஓடிவந்தனர். அப்போது முற்றாக எரிந்து கரிக்கட்டையாகி இருந்தான் வேலாயுதம்.

சாராயக் கடையில் மூக்கு முட்ட குடித்துவிட்டு பக்கத்திலிருந்த மர இழைப்பு பட்டறைக்கு வந்த போது சால்னா கடை பலராமன் அவனிடம் சொன்னார்.

"ஏய் உங்கூட்டாளி வாணம் வெடிச்சி நெருப்புல உழுந்திட்டான்னு ஊரே ஒரே அலாரா கெடக்கு. நீ இன்னாடான்னா குடிச்சிக்கினு இருக்கிறே" இந்த வார்த்தைகளை கேட்ட நாராயணனுக்கு சப்த நாடியும் ஒடுங்கிப்போனது. ஒவ்வொரு மயானக் கொள்ளையின் போதும் இறந்தவர்களின் முகங்கள் ஒவ்வொன்றாக அவனது மனத்திரையில் குமிழிட அவனுள் நடுக்கம் பரவியது. சட்டென அவனது போதை அறுந்து விழ தள்ளாட்டத்துடனே கோயிலடி நோக்கி ஓடினான். புளிய மரத்தின் உயரத்திற்கு கரும்புகை சூழ்ந்திருப்பதையும், கூட்டம் கூடி இருப்பதையும் கண்டவன் பெருங் குரலோடு "ஐயோ, நான் தான் அவன கொன்னுட்டேன்," என தலையில் அடித்துக்கொண்டு அழுதான் நாராயணன். சிதறி ஓடியிருந்த கூட்டம் பந்தல் நோக்கி வரத் தொடங்கியிருந்தது. உக்கிரமான வெயில் பந்தலடியை ஒரு மயானத்தை போல மாற்றிக் காட்டிக் கொண்டிருந்தது.

சாலமிகுத்துப் பெயின்

நான் உங்களுக்குச் சொல்கிறேன்; அந்த இரவில் ஒரே கட்டிலில் இருவர் படுத்திருப்பர். ஒருவர் எடுத்துக் கொள்ளப்படுவார்; மற்றவர் விட்டு விடப்படுவார். இருவர் சேர்ந்து மாவரைத்துக் கொண்டிருப்பர். ஒருவர் எடுத்துக் கொள்ளப்படுவார்; மற்றவர் விட்டு விடப்படுவார். இருவர் வயலில் இருப்பர். ஒருவர் எடுத்துக் கொள்ளப்படுவார்; மற்றவர் விட்டு விடப்படுவார். அவர்கள் இயேசுவைப் பார்த்து, “ஆண்டவரே இது எங்கே நிகழும்” என்று கேட்டார்கள். அவர் அவர்களிடம், “பிணம் எங்கே இருக்கிறதோ அங்கேயே கழுகுகளும் வந்து கூடும்” என்றார்.

– லூக்கா 17, வசனம் 34–37.

என்னை அதீத நுட்பத்துடன் அவள் நிராகரித்ததிலிருந்து இக்கதை தொடங்குகிறது. அல்லது அதற்கு முன்பாகவே கூட தொடங்கிவிடும் சாத்தியமும் இருக்கிறது. இது கதையாக எழுதப்பட வேண்டுமென்பதில் அவள் காட்டிய ஆர்வமே கணிப்பொறி விஞ்ஞானியான என்னை தீவிரத்துடன் எழுத வைப்பதாக உணருகிறேன். அவள் மீதான எனது பிரியத்தை குறைந்த பட்சம் தெரிவித்துவிட முடியும் என்ற ஆசையாகவும் இருக்கலாம். நிராகரிக்கப்பட்ட வெற்று மனத்திற்கு வருணணைகளில் ஆர்வமோ அக்கறையோ ஏற்படாதென்பதால் கதையின் மொழி மிகவும் வறட்சியானதொன்றாக மாற்றம் கொண்டிருப்பதை தயவு செய்து பொறுத்துக் கொள்ளவும்.

கணிப்பொறி மென்பொருள் தயாரிப்பு நிறுவனத்தில் ஓர் இளநிலை விஞ்ஞானியாக இருக்கும் எனக்கும், அவளுக்குமான உரையாடல் வெகு சாதாரணமாகத்தான் நடந்தேறியது. இப்போது நினைத்தாலும்கூட அதில் எந்த ஆச்சரியத்தையும் உணரமுடியவில்லை. என்னுடைய ஒவ்வொரு கட்ட வளர்ச்சியிலும்

அவளது அன்பு என்னை மேலும் ஓர் அங்குலமாவது நகர்த்தவே செய்திருக்கிறது. அது இந்த நிமிடம் வரையிலும் நீள்வதாகவே நான் நம்புகிறேன். அது எந்த அளவிற்கு தொடர சாத்தியமுள்ளதோ அதே அளவிற்கு மறுக்கப்படுவதற்கு வாய்ப்பிருப்பதாகவும் எண்ணுகிறேன். அதிகப் பனிப்பொழிவு காணப்பட்ட ஓர் நாளின் முன்னிரவில் நான் அவளிடம் கேட்டேன்.

"என்னை எப்படி உள்வாங்கிக் கொண்டிருக்க" நான் கேட்டு விட்டு அவளைப் பார்த்தேன் அந்த வினாடியில் அவள் மீது படர்ந்த பதற்றத்தை தெளிவாக உணரமுடிந்தது. இருவராலும் பேசிக்கொள்ள முடியாத சூழல். சமீப நாட்களாக மணித்துளிகள் இவ்வாறாகத்தான் கழிந்து கொண்டிருக்கின்றன. அதன் பிறகான இரண்டு மூன்று சந்திப்புகள் மிகவும் தட்டையாக நடந்தேறின. என் மீதான அவளது அபிப்ராயம் மெல்ல மாறியிருக்கக் கூடுமென நினைத்துக் கொண்டேன்.

வேறொரு சந்தர்ப்பத்தில் மீண்டும் அவளைக் கேட்டேன். "நான் கேட்டதற்கு பதிலே இல்லையா?"

வெகு அலட்சியத்துடன், மிகுந்த பாதுகாப்போடும் அவள் கூறினாள். "எப்பவும் போலத்தான் நான் உன்ன நெனச்சிகினு இருக்கேன்."

"நா இது மாதிரியான பதிலை உங்கிட்ட இருந்து எதிர்பாக்கல" என்று நான் கூறியதும் அவளது விழிகளில் கோபத்தின் சாயைகள் மின்னத் தொடங்கின. நெடிய மூச்சை உள்ளிழுத்தபடி என்னை நோக்கிக் கேட்டாள்.

"என்னை எப்படி நீ நெனச்சிகிட்ட."

அவளின் இந்த கேள்வி என்னுள் கலவரத்தை ஏற்படுத்தியது. சொல்லப்படாத வார்த்தைகளும் புரிந்து கொள்ளப்படாத பிரியமும் என்னுள் அப்படியே தேங்கிக் கிடந்தன. கல்லெறிந்த குளத்தின் அதிர்வுகளைப் போல மெல்ல அவளது இருப்பும் இயக்கமும் எனது மனதில் கவியத் தொடங்கிய போது, நான் தூக்கத்தை இழக்கத் தொடங்கியிருந்தேன். நீண்ட இரவுகளையும் குட்டி பகல்களையும் கற்பனை செய்து பார்க்கத் தொடங்கினேன். என் மனதில் உள்ளதை அவளிடம் எப்படி சொல்வது என்ற குழப்பமும், சொன்னால் எப்படி அவள் எடுத்துக் கொள்வாள் எனும் ஐயமும் என்னை மெல்ல அரிக்கத் தொடங்கியிருந்தது. ஒரு பெண்ணிடம்

தன் காதலை (சில நேரங்களில் இவ்வார்த்தை புனிதமானதாகவும், பல நேரங்களில் கலாசாரத்தை சீர்குலைப்பதாகவும் புரிந்து கொள்ளப்படுவதன் அர்த்தம்தான் இன்னும் விளங்கவில்லை) சொல்வதில் உள்ள சூட்சுமங்கள் என்னிடம் சிறிது கூட கிடையாது.

எனக்கு திருமணம் ஆகிவிட்டிருந்தாலும் கூட காதலைச் சொல்வதில் போதிய தேர்ச்சி இல்லை என்பதை உணர்ந்தே இருந்தேன். தேக்கி வைக்க தேக்கி வைக்க வேகம் கூடும்தானே? கடைசியில் அப்படித்தான் நடந்தது. நானும் சில உத்திகளை கையாண்டு பார்த்தேன். சமீபத்தில் வெளியான ஒரு கட்டுரையில், "அன்பு, பாசம், நட்பு, காதல் எனும் வகைகளில் உறவுகள் கிளைத்துக் கிடப்பதாகவும், அப்படி எனில் அவளுக்கும் எனக்குமான உறவுக்கு என்ன பெயர் என்று கேட்டு, ஆம் அதுவேதான் என்று முடிக்கப்பட்டிருக்கும். ஆழ்ந்து யோசித்தாலும் கூட அக்கட்டுரையை யார் எழுதியது என்பதை நினைவில் கொண்டுவர முடியவில்லை. இந்தக் கட்டுரையை அவளிடம் காட்டி கேட்டேன்.

"எனக்கும் உனக்குமான உறவுக்கு என்ன பெயர்?"

கட்டுரையை திரும்பத் திரும்ப வாசித்தவள் என்னிடம் கூறினாள்.

"நான் நினைக்கும் வார்த்தை அதில் இல்லை."

ஆச்சரியத்தோடு அவளிடம் கேட்டேன். "என்ன வார்த்தை?"

நான் முடிக்கும் முன்பாகவே மிகவும் இயல்பாகவும், குரலில் லேசான பதற்றத்துடனும் கூறினாள்.

"சகோதரப் பாசம்."

அவளின் வார்த்தையை ஓரளவு முன்கூட்டியே தீர்மானித்திருந்தேன். அக்கட்டுரையை என்னிடம் காட்டியவள் ஒருவிதத் தீவிரத்துடன் கேட்டாள்.

"நீ இதில் எதுவாக என்னை உணர்கிறாய்?"

நான் மிகவும் மெதுவான குரலில் கூறினேன். "இந்த நான்காகவும் தான் உன்னை உணர்கிறேன்."

நான் கூறியதை கேட்டவுடன் அவளது முகம் இறுகிக்கொண்டது. அவளது கைகள் மெல்ல நடுங்கத் தொடங்கின. நெற்றிப் பொட்டில்

ஒரு நரம்பு புடைத்துக் கொண்டிருந்ததை காண முடிந்தது. உள்ளுக்குள் எச்சிலை கூட்டி விழுங்கியவள் முதன்முதலாக என்னை அலட்சியத்தோடு பார்த்தாள். அவளின் உக்கிரமான பார்வையை என்னால் தாங்கிக் கொள்ள முடியாமலிருந்தது. அன்றிலிருந்து தான் எங்களின் உரையாடல்கள் தடைப்படத் தொடங்கியிருந்தன என்ற முடிவுக்கு வரமுடிகிறது. அதன் பிறகான நாட்களில் ஒருவரை ஒருவர் சங்கடத்தோடு பார்த்துக்கொள்ள வேண்டியிருந்தது.

குளிர்ந்த காற்று வீசிய ஒரு மாலைப் பொழுதில் அவளைத் தனிமையில் சந்திக்கும் வாய்ப்பு கிடைத்தது. அவள் எப்பதிலையும் கூறாததால் மீண்டும் அவளிடம் கேட்டேன்.

“நான் உன்ன அந்த நான்கு வார்த்தைகளோடும் பொருத்திப் பார்க்கறதுல உனக்கு ஏதாச்சும் கஷ்டமா?”

என்னுடைய நீண்ட கேள்வியைக் கூர்ந்து கேட்டவளின் முகம் சட்டென இறுக்கம் கொண்டது. உஷ்ணத்தோடு மூச்சை வெளிவிட்டபடி கூறினாள்.

“உனக்கு புத்தி கெட்டு போச்சினு நெனைக்கிறேன்.”

“அதுலாம் ஒண்ணும் இல்ல. நான் நல்லாத்தான் இருக்கேன்.”

“என்ன ஒண்ணும் இல்ல. ரெண்டு பேருக்குமே கல்யாணம் ஆயிட்டப்புறம் எப்படி இன்னொரு காதல் வரும்? (கடைசி வரை அவள் காதல் எனும் வார்த்தையை பயன்படுத்தவே இல்லை) அப்ப உன் மனைவி மேல வச்சிகினு இருக்கிறதுக்கு என்ன பேரு?”

தனக்குக் கோர்வையாக பேசத்தெரியாதென்றவள் மிகவும் நிதானமாகவும், அழுத்தம் திருத்தமாகவும் பேசினாள். அவள் என்னை அடித்திருந்தால் கூட இந்தளவு வருத்தமேற்பட்டிருக்காது. வார்த்தைகளுக்கு வலிமை அதிகமென்பதை, நாம் ப்ரியம் வைத்திருப்பவர்கள் உபயோகிக்கும் போதுதான் புரிந்துகொள்ள முடிகிறது. நான் பேச்சிழந்தவனாக நின்று கொண்டிருந்தேன். மீண்டும் அவளே பேசினாள்.

“ஒருத்தங்க மேல ஏற்கனவே வந்த காதல், ரெண்டாவது தடவ எப்படி வேறொருத்தவங்க மேல வரும்?”

சட்டென அவளின் கேள்விக்கு என்னால் பதில் சொல்ல முடியவில்லை. அன்பையும் பிரியத்தையும் சட்டென நம்மால்

வரையறை செய்துவிட முடியும் என்றும் தோன்றவில்லை. அறிவியலை உணர்வு பூர்வமாகவும் அன்பை பரிசோதனை செய்ததன் மூலமும் பெறப்பட்ட அறிவின் விளைப்பயன் இது என்று சொல்லத் தோன்றியது. என் அமைதியை கலைத்தவளாக மீண்டும் பேசினாள்.

“வாய்தெறந்து பேசு. இன்னும் என்னலாம் மனசுல வச்சிகினு இருக்கற?” நிறைய பேச வேண்டும் என்றாலும் ஒரு வார்த்தையைக் கூட என்னால உருத் திரட்ட முடியவில்லை. நாக்கு உலர்ந்து ஒட்டிக் கொண்டிருந்தது. மெல்ல என்னை ஆசுவாசப் படுத்திக்கொண்டு அவளிடம் பேசத் தொடங்கினேன். இருட்டு எங்கும் கவியத் தொடங்கியிருந்தது.

“காதல்ன்றது ஒரு உணர்ச்சி, கோபம், சிரிப்பு, அழுகை மாதிரி. தன் வாழ்நாளில் யாரும் ஒரே ஒரு தரம் மட்டும் அழறது கெடையாது. வெவ்வேறு சந்தர்ப்பங்களில் நாம் கோபப்படுகிறோம். அது போலத்தான்.”

“உன்னை பேசி ஜெயிக்கறது கஷ்டம்டா. எல்லாத்துக்கும் உங்கிட்ட பதில் இருக்கும். இல்ல பேசி மழுப்பிடுவே.”

“இதுல மழுப்பறதுக்கு என்ன இருக்கு?”

“அப்ப காதல்ன்றது புனிதமானது கெடையாதா?”

“காதல்ல போயி புனிதம், புனிதம் இல்லைன்னு பாக்கறது மடத்தனம். பசிக்குது சாப்பிடுறோம். அது போலத்தான். உணர்ச்சிகள்ல புனிதங்களுக்கு எடமே கிடையாது. அளவுகள் வேணும்னா மாறலாம்.”

நான் பேசப் பேச அவள் என்னை கூர்ந்து பார்த்தாள். சிறிது நேரம் அமைதி நிலவியது. கொசுக்கள் மொய்க்கத் தொடங்கின. தெரு விளக்கு ஏற்றப்பட்டு விட்டிருந்தது. என் மனைவி சூடாக தேனீர் கொண்டு வரவும், அவள் விடைபெற்றுக் கொள்ளவும் சரியாக இருந்தது.

விடுமுறை முடிந்த இரண்டொரு நாட்களில் அவள் ஊருக்குப் புறப்பட்டாள். கணவனுடன் அவள் புறப்பட்டு போவதை அவளது அம்மாவும் அப்பாவும் வீதியில் இருந்து பார்த்துக் கொண்டிருந்தனர். அவளைப் பார்க்க வேண்டும் என்ற ஆவலால் நானும் பார்த்தேன். நான் பார்ப்பதை அவளும் திரும்பிப்

பார்க்க வேண்டி வந்தது. அழகிய ஒரு பறவையைப் போல என் பார்வையை விட்டு கடந்து சென்றாள். அதன் பிறகு நேரில் பார்க்கும் சந்தர்ப்பமே கிடைக்கவில்லை. தொலைபேசியிலும், கைபேசியிலும் பேசிக்கொள்ள வேண்டியிருந்தது. என்னால் அவளைப் பார்க்காமலும், பேசாமலும் இருக்க முடியாது என்று தோன்றியது (அவளுக்கு அப்படி எந்த ஒரு கட்டாயமும் இல்லை என்பதை பிறகான உடையாடல்களில் தெரிந்து கொண்டேன். கதையின் முதல் பிரதியில் இருவராலும் பார்த்துக் கொள்ளாமலும் பேசிக்கொள்ளாமலும் இருக்க முடியாது என்றே எழுதியிருந்தேன்.

அவ்வாறு நான் நினைத்ததே இல்லை என்று கூறிவிட்ட பிறகு மேற்கண்ட வரிகள் அர்த்த மற்றவைகளாகத் தோன்றின. உலகின் முதல் வலி எப்படித் தோன்றியிருக்கும் என உங்களால் யூகிக்க முடிகிறதா!

அந்த வாரத்தின் வியாழன் காலை என நினைக்கிறேன். அலுவலகத்திலிருந்து அவளை தொலைபேசி மூலம் தொடர்புகொண்டேன். அப்போது அவள் கேட்டாள்.

"அன்னக்கி அம்மா வீட்ல இருந்து எங்க வீட்டுக்கு போறப்ப நீ பாத்ததான?"

"ஆமா"

"எனக்கு எப்படி இருந்திச்சி தெரியுமா?"

"எப்படி இருந்திச்சி?"

"ஒரே எரிச்சலா இருந்திச்சி."

முதன்முதலாக நானே என்னை அருவறுப்பாக உணர்ந்தேன். ஒரு புழுவைப் போல துடிதுடித்தேன். என்னை அறியாமலேயே கண்களில் நீர் திரண்டன. அதற்கு மேல் அவளுடன் என்னால் பேச இயலவில்லை. தொடர்பை துண்டித்தேன். அறை முழுக்க ஏசி வியாபித்திருந்தும் உடம்பு வியர்க்கத் தொடங்கியது.

பிறகான கொஞ்ச நாட்கள் எந்த தொடர்புகளுமற்று இருந்தோம். அலுவலகத்தில் என் சொந்த முயற்சியில் புதியதொரு மென்பொருளை வடிவமைத்திருந்தேன். அந்த சந்தோஷத்தை அவளுடன் பகிர்ந்து கொள்ள எண்ணி தொடர்பு கொண்டேன்.

வழக்கமான நலம் விசாரிப்புகள். பிறகு நீண்டதொரு மௌனம். நானே பேசினேன்.

“புதுசா ஒரு சாப்ட்வேர் வடிவமைச்சிருக்கேன். உங்கிட்ட தான் முதல்ல தரணும்னு நெனைச்சிருக்கேன்; அதக் கொடுக்கும்போது உங்கிட்ட இருந்து ஒன்ன எதிர்பார்க்கிறேன்.”

“என்ன சொல்லு?”

“என்னை சாந்தப்படுத்துகிற அழுத்தமான ஒரு முத்தம்.”

இதை எப்படிக் கூறினேன் என்று தெரியவில்லை. ஆனால் தெரிவித்து விட்டிருந்தேன். தொடர்பில் இருந்தாலும் அவள் எதுவும் பேசவில்லை. அவளது மூச்சுக் காற்றை மட்டுமே உணர முடிந்தது. சூழலின் அமைதியைக் கலைத்தபடி நானே பேசினேன்.

“ஏன் பேசாம இருக்கற.”

“என்னால் பேச முடியல. நீ ஏண்டா இப்படி ஆன.”

“இல்ல எனக்கு அது அவசியமா படுது. நீ செஞ்சுதான் ஆவணும்.”

“நீயே ஏன் உனக்குள்ள ஆசைய வளர்த்துட்டு கஷ்டப்படுற.”

“நான் யாரையும் கஷ்டப்படுத்தல. வேற யாருகிட்டயும் போயி நா கேக்கல. உங்கிட்டத்தான் கேக்கறேன். உன்னால முடியும். அடுத்த முறை உன்னை சந்திக்கிறேன்னா அது இதுக்காகத்தான் இருக்கும்.”

வேகவேகமாகப் பேசிவிட்டு நீர் அருந்தினேன். கண்களில் நீர் கோர்த்துக் கொள்ள, எந்த நேரமும் வெடித்து அழுதுவிடுவேன் போல இருந்தது. அவள் எந்த பதிலும் பேசவில்லை. வைத்து விடட்டுமா என்று கேட்டேன். ‘ம்’ என்று மட்டும் சத்தம் வர, நான் தொலைபேசியை துண்டித்தேன். சிறிது நேரம் கழித்து அவள் தொடர்பு கொண்டாள்.

“நீ சொல்ற எல்லாத்தையும் கேக்கறேன். ஆனா தொட்டுக்காம பழகிக்க முடியாதா? (அவளால் ‘தொட்டுக் கொள்ளாமல்’ என்று தமிழில் கூற முடியவில்லை. ‘டச்’ பண்ணிக்காம இருக்க முடியாதா என்றே கேட்டாள்.)

நான் அமைதியாக இருந்தேன். அவளே என்னை, “பேசு, பேசு” என்று கேட்டுக் கொண்டிருந்தாள். எதையும் கூறும் மனநிலையில்

நான் இல்லை. ஆனாலும் அவள் என்னை விடுவதாக இல்லை. பேசச் சொல்லி அதிகப்படியான நெருக்கடியை கொடுத்தாள். நான் பேச ஆரம்பித்தேன்.

“ஏன் தொட்டுக்கிட்டா என்ன ஆயிடும்.”

“என்னால முடியாதே.”

“ஏன்?”

“அவருக்குன்னு கொடுக்கிறதுக்கு எங்கிட்ட இது ஒண்ணுதான இருக்கு.”

இருவரும் அவர் அவர்களுக்கான நிலைப்பாட்டில் பிடிவாதமாக இருந்தோம். மிகுந்த கவனத்துடன் சொற்களைப் பயன்படுத்த ஆரம்பித்தவள் என்னிடம் கூறினாள்.

“என் மூலமா எந்த பொருளையும் உனக்கு கொடுக்கக் கூடாதுன்னு நெனைக்கிறேன்.”

“ஏன்?”

“அது எந்த அளவு உன்ன தீவிரப்படுத்தும் என்று எனக்குத்தான் தெரியும்.”

“அதுலாம் ஒண்ணும் பண்ணாது.”

“உனக்கென்ன தெரியும். எனக்குத்தான் தெரியும்.”

அவளுக்கு என்ன பதில் கூறுவதென்று தெரியவில்லை. என் தீவிரத்தை எவ்வாறு அவளுக்கு உணர்த்துவது என்றும் புரியவில்லை. தீவிரத்தின் நெருக்கடியால் தான் ஏற்கனவே ஒரு முறை மரணத்தின் விளிம்பு வரை சென்றிருக்கிறேன் என்பதை எப்படி அவளுக்கு உணர்த்துவது. மரணத்தை தொட்டிருந்தாலும் கூட இந்த அலைபாய்தலுக்கு இடமில்லாமல் இருந்திருக்கும். என் யோசனையை தடைசெய்யும் விதமாக மீண்டும் அவளே பேசினாள்.

“வேற எதையாவது கேட்டால் பரவாயில்லை.”

“உன்னைத் தவிர வேற எதுவும் என்னை சமாதானப்படுத்த முடியாது” என்று நான் கோபத்தோடு கூறினேன்.

“எனக்கும் உனக்கும் பொருத்தமே வராதுடா.”

“அத நான்தான் தீர்மானிக்கணும்னு நெனைக்கிறேன்” என்று கூறி தொடர்பைத் துண்டித்தேன்.

இயல்புகள் அற்று பேச்சுகள் குறைந்திருந்த ஒரு நாள் மதியத்தில் என்னிடம் கூறினாள்.

“நீ கேட்டது கிடைக்கும். ஆனா எப்பனு தெரியல. கண்டிப்பா நான் ஏமாத்த மாட்டேன்.”

நான் பதில் கூறாமல் இருந்தேன். அவள் என்னை சமாதானம் செய்வதாக நினைத்துக் கொண்டேன். கலகலப்புடன் பேசுவது முற்றாக நின்றுவிட்டிருந்தது.

“எனக்கு பேச வரல.”

“நா ஒண்ணு சொன்னா கேப்பியா.”

“சொல்லு.”

“நீ கேட்டத நான் செய்யிறேன்னு சொல்லிட்டேன். அது மாதிரி நீயும் எனக்கு எதையாவது விட்டுக்கொடேன்.”

“எதை விட்டுக் கொடுக்க.”

“நான் செய்யறேன்னு சொன்னதை விட்டு கொடுத்திடேன்.”

ஒருவரை முடிவை நோக்கி நகர்த்துவதில் உள்ள சாதுர்யத்தை என்னால் புரிந்துகொள்ள முடியவில்லை. அவள் திறமையுடன் காய் நகர்த்துவதைக் கண்டு வியந்தபடி இருக்கும்போதே அவள் என்னிடம் கேட்டாள்.

“அத விட்டுக் கொடுத்திட்டா, அதுக்கும் இதுக்கும் சரியாயிடும் இல்ல.”

“நாம என்ன கூட்டல் கழித்தல் கணக்கா போடறோம்.”

அவள் மௌனமாக இருந்தாள். மூச்சை இழுத்து விடுவதைக் கேட்க முடிந்தது. லேசாக இருமவும் செய்தவள் என்னிடம் பேசினாள்.

“டைம் ஆவுதுல்ல எதனாச்சும் பேசு.”

“என்னால பேச முடியல.”

“ஏன்.”

“கஷ்டமா இருக்குது.”

“அப்ப வச்சிடட்டா.”

“உன் விருப்பம்.”

நான் கூறி முடித்ததும் அவள் தொலைபேசியை வைத்து விட்டாள். எனது இதயம் படபடவென அடித்துக் கொண்டிருந்தது. எதுவும் தெளிவில்லாமல் தோன்றின. அலுவலக உதவியாளரை அழைத்து சூடாக தேனீர் கொண்டு வருமாறு பணித்தேன்.

பகல் பொழுதின் இருப்பு நீளத் தொடங்கி வெக்கையும் அனலும் வீசத் தொடங்கிய கடந்த மாதத்தின் இரண்டு நாட்களில் அவளுடன் நெடிய இரு உரையாடல்களை நடத்தியிருக்கிறேன். உக்கிரத்தோடு நடைபெற்ற அவ்வுரையாடல்கள் துக்கத்தையும் அழுகையையும் தாங்கிக் கொண்டிருந்தன. வார்த்தைகள் வலிமிக்கதாக மாறிவிட்டிருந்தன. வெகு சாதாரணமாக பிரயோகிக்கப்பட்ட வார்த்தைகள் கூட பதற்றத்தின் அளவை அதிகப்படுத்தின. இருவரும் மாறி மாறி அழுது கொண்டிருந்தோம். தாங்கி கொள்ள முடியாத ஒரு தருணத்தில் நான் அழத் தொடங்கிய போது அவள் பதற்றத்துடன் கூறினாள்.

“அழாதடா. நீ அழறது என் உயிர குடிக்கிறமாதிரி இருக்குடா.”

அழுகையை, அவள் எவ்வளவுதான் கெஞ்சிக் கேட்டாலும் என்னால் நிறுத்திக் கொள்ள முடியாமல் தவித்தேன். இருவருக்குமான விவாதம் நீண்டபடியிருந்தது. அவளிடமிருந்து வந்த வார்த்தைகள் உஷ்ணத்தை தாங்கியிருந்தன. கேட்பவரை சிதைத்துவிடக் கூடிய வார்த்தைகள். அதுவரை நான் அவளை அத்தனை கோபத்துடன் எதிர் கொண்டதில்லை (என் ஒரு முகத்தைத்தான் பார்த்திருக்க. இன்னொரு முகத்த காட்னா நீ தாங்கவே மாட்ட. மேற்கண்ட வரியில், இன்னொரு முகத்த காட்னா நீ இருக்கவே மாட்ட என்றுதான் முதல் பிரதியில் எழுதினேன். ஆனால் அவள், தான் அப்படிச் சொல்லவில்லை என்று கூறி ‘தாங்க மாட்ட’ என்று வார்த்தையை மாற்றி எழுதுமாறு கூறினாள். ஒரு சின்ன சந்தோஷம்) அவள் வார்த்தைகள் என்னால் சுலபத்தில்

செரித்துக்கொள்ள முடியாமல் இருந்தது. யாரை விடவும் அவளை நான் அதிகமாக காயப்படுத்தியிருக்கேன்.

கொதி நீரை அள்ளி முகத்தில் தெளிப்பதுபோல சுடுசுடுவென முகத்தைக் காட்டுவதும் அடுத்த நாள், அவ்வாறு நடந்துகொண்டதற்காக அவளது மன்னிப்பைக் கோருவதும் வழக்கமாகிப் போனது.

நிராகரிப்பின் வலியையும் தோல்வியின் வேதனையையும் தாங்கிக்கொள்ள இயலாதவனாக அவளிடம் கேட்டேன்.

"என்னை ஏன் ஒரு புழுவைப் போல தூக்கி எறிஞ்சிட்ட."

"யாரு நானா?"

"ஆமா, நீ தான் என்ன நிராகரிச்ச."

"அது ஒண்ணுமட்டும்தான வேணாம்னு சொன்னேன். உன்ன நிராகரிச்சுட்டேன்னு எப்பவாவது சொன்னனா?" என்னுடைய எல்லாக் கேள்விகளுக்கும் அதற்கு சமமான பதில்கள் அவளிடமிருந்து வந்தன. நான் அமைதியிழந்தவனாக நெளிந்தேன். காமம் என்பது ஓர் உடற்பயிற்சி மாதிரிதானே. நம்மை சாந்தப்படுத்திக் கொள்ள உதவும் ஒரு வழிமுறைதான் அது என்பதை எப்போது நாம் புரிந்து கொள்ளப் போகிறோம் என யோசித்துக் கொண்டிருக்கும் போதே அவள் என்னிடம் கூறினாள்.

"நீ கேட்டத தான் தரன்னு சொல்லிட்டேனே. அப்புறம் உன்னை எப்படி நிராகரிச்சதாவும்."

நான் மௌனமாக இருந்தேன். அவளே என்னிடம் பேசினாள். வாயைத் திறந்தால் அழுதுவிடும் நிலை எனக்கு. "எதனாச்சும் பேசு. மனசுல பூட்டி பூட்டி வச்சிகினு எவ்ளோ நாள் தான் இருக்கறது."

"நான் நிராகரிக்கப்பட்டிருக்கிறேன். தோல்வி அடைந்திருக்கிறேன். தயவு செய்து என்னை பொருட்படுத்தாத" என கூறி முடிக்குமுன் அழுகை வெடித்துக் கிளம்பியது.

"ப்ளீஸ் அழாதடா. நீ அழறது என் உயிரையே உலுக்குற மாதிரி இருக்கு. நா உன்ன நிராகரிக்கல, தோற்கடிக்கவும் இல்ல. நீ கேட்டத நான் கொடுத்துட்டேன். எனக்காக அத விட்டு

கொடுன்னுதான் கேட்டேன். நீயும் விட்டு கொடுத்திட்ட. இதுல நீ எங்க தோத்த. நெஜமாகவே நீ தான் ஜெயிச்சிருக்க."

அவளின் இந்தப் பேச்சை எப்படி எடுத்துக்கொள்வது. தந்திரம் என்பதா? சாமர்த்தியத்தில் சேர்த்தியா ஒன்றும் விளங்கவில்லை. கால் பந்தாட்டத்தில் எப்படியும் ஜெயித்துவிட வேண்டும் என்ற வேகத்தில் பந்தை உருட்டிச் செல்லும் வீரனைப்போல மிகவும் சாதுர்யமாக அவள் காய்களை நகர்த்துவதாகப்பட்டது. எந்த கட்டத்திலும் எனக்கு வழிவிடாமல் அவள் முன்னகர்வதையே பிரதானமாகக் கொண்டு வார்த்தைகளை நுணுக்கமாக உபயோகிப்பதில் தீவிரமாக செயல்பட்டாள். என் கண்களில் இருந்து நீர் தாரை தாரையாக வழிந்து கொண்டிருந்தது. தொலைபேசியில் பேசிக் கொண்டிருக்கிறோம் என்பதே மறந்து போனது. மீண்டும் அவளே நினைவூட்டும் விதமாக என்னிடம் பேசினாள்.

"டேய் ஏன் மௌனமா இருக்க?"

என்னால் அவளுக்கு உடனே எந்த பதிலையும் கூறமுடியவில்லை.

"உன்ன திருப்தி படுத்தற எதுவும் எங்கிட்ட கெடையாது."

"வேறெதாவது சொல்லு. நீயே உன்ன மலினப் படுத்திக்க வேணாம்."

"அப்படி எந்த விதத்துல உன்ன பாதிச்சேன்."

"சட்டுனு சொல்றதுக்கு அது ஒன்னும் வாய்ப்பாடு இல்ல."

"ஆவுன்னா இது ஒண்ண சொல்லிடு."

திரும்பத் திரும்ப பேசிக் கொண்டிருந்தோம். அவள் கவனத்தோடு இருந்தாள். என்னிடம் இருக்கும் அவளை எப்படியாவது பத்திரமாக பிரித்துக் கொண்டு போய்விட வேண்டுமென்பதில் தீவிரத்துடன் இருந்தாள். அதற்கான எல்லா நுட்பங்களும் அவளிடம் இருந்தன.

சில சந்தர்ப்ப சூழல்களால் அதன் பிறகு அதிகமாக பேசிக்கொள்ளும் வாய்ப்புகள் இல்லாமல் போனது. அது ஒரு விதத்தில் அவளை மகிழ்ச்சியடையச் செய்திருக்கக்கூடும். கதையின் முடிவை கீழ்கண்டவாறு எழுதுவதில் கொஞ்சம் வருத்தம்தான் ஆனாலும் இதைவிடவும் வலிநிறைந்த வரிகளைக் கொண்டு

இக்கதையை நிச்சயம் என்னால் முடிக்க இயலாது. அடர்த்தியான சோகத்தையும் வலியையும் பொறுக்க முடியாத ஒரு நாள் இரவில், மிகவும் சுலபமான வழியில் தற்கொலை செய்து கொள்ளும் எண்ணத்துடன் இருந்த என்னைப் பார்த்து கிடைக்கப் பெறாத சில முத்தங்களும் வெளிவராத சில வார்த்தைகளும் எள்ளி நகையாடிக் கொண்டிருப்பதை நன்கு உணர முடிந்தது.

கதையை முடித்தபின் அவளுக்கு அனுப்பி வைத்தேன். நான் அனுப்பிய சில நாட்கள் கழித்து என்னைத் தொடர்பு கொண்டு பேசினாள்.

“இந்த முடிவு கதைக்கு மட்டும்தானே.”

“ஆமா. அதுல என்ன சந்தேகம். கதையில வேற எதையாவது மாத்தனமா?”

“இல்லை என்று இழுத்தவள், “நிச்சயமா இந்த முடிவு கதைக்கு மட்டும் தான” என்று மீண்டும் கேட்டாள்.

“ஆமா” என்று மட்டுமே கூறினேன்.

“நீ என் செல்லம்டா” என்று கூறி தொடர்பைத் துண்டித்தாள்.

கதையின் முடிவு கதைக்கு மட்டுமேயானதாக இருக்க வேண்டிய எந்த அவசியமும் கிடையாதென நினைக்கிறேன். முடிவை நோக்கி நகர்த்தப்பட்ட வலி மிகுந்த அத்தருணங்களையே மிகவும் முக்கியமெனக் கருதுகிறேன். முதன் முதலாக சிறிதளவு தந்திரத்தோடு ஒரு முடிவெடுத்தபோது, சூழலைக் கொஞ்சம் கொஞ்சமாக இருள் கவ்வத் தொடங்கியிருந்தது.

❋ ❋ ❋

பட்டித் தெரு

ஜில்லா கலெக்டர் லூஷிங்டன் என்பவரின் காரியதரிசியாக இருக்கும் ஜான் இர்வின் என்பவர் தென்னாற்காடு ஜில்லா போர்டு பிரசிரண்டுக்கு அனுப்பும் மகஜர்:

பிரிட்டிஷ் கம்பெனி ஆளுகைக்கு பாத்தியப்பட்ட எவரும் இனி எந்தவிதமான கட்டடங்களையோ கோட்டைகளையோ கட்டக்கூடாது. அந்த உரிமை முற்றாக மறுக்கப்படுகிறது. அதையும் மீறி செயல்படுபவர்கள் எவ்வித முன்னறிவிப்புமின்றி கைது செய்யப்படுவார்கள் என இதன் மூலம் தெரிவிக்கப்படுகிறது.

தென்னாற்காடு ஜில்லாவில் உள்ள ஆதிச்சநல்லூரில் பிரிட்டிஷ் கம்பெனிக்கு எதிராக ஒரு குழு இயங்குவதாக கலெக்டர் லூஷிங்டனுக்கு ஒரு புகார் மனு வந்துள்ளது. அதில் அந்த குழுவிற்கு அதே ஜில்லாவில் உள்ள கண்டராதித்த சோழபுரத்திலிருக்கும் கம்பெனிக்கு பாத்தியதையான மாடுகள் அடைக்கும் பட்டியிலிருந்து வெடிமருந்துகள் சப்ளை செய்யப்படுவதாக புகார் தெரிவிக்கப்பட்டுள்ளது. இந்த மகஜரின் அவசரம் புரிந்து அந்த குழுக்கள் மீது நடவடிக்கை எடுக்கவும் கண்டராதித்த சோழபுரத்திலிருக்கும் அந்த பட்டியை இடிக்கவும் இதன் மூலம் ஆணை இடப்படுகிறது.

ஜான் இர்வின்.
முகாம்: தெற்கு நாகலாபுரம்
நாள்: 21.3.1800.

"இந்த ஓலையைப் படிச்சப்புறமுமா பட்டிய இடிக்கனம்னு உங்களுக்கு தோணுது?" என ஆதங்கத்தோடு தங்கமுத்து நாட்டார் அவர்களைப் பார்த்துக் கேட்டார். பிரிட்டீஷ்காரர்களால்

அனுப்பப்பட்ட பழுப்பேறியிருந்த அவ்வோலையை பத்திரமாக காப்பாற்றிவந்ததன் வலியை அவரது கேள்வியில் உணரமுடிந்தது. அதற்கு வடிவுடையம்மை ரியல் ஏஜென்சியின் அதிபரும் ஆளும் கட்சியின் ஒன்றிய செயலாளருமான ராமகிருஷ்ணன் கோபத்துடன் நாட்டாரைப் பார்த்து சொன்னார்: "அந்த ஓலைய வச்சிகினு நாக்குதான் வழிக்க முடியும்" அவரின் இந்த பேச்சை கேட்ட நாட்டாக்காரருக்கு சர்வமும் ஒடுங்கிப் போனது. உயிரைக் கொடுத்து போராடி வெள்ளையனிடமிருந்து காத்த அந்த பட்டியை நினைத்து கண்கலங்கினார். ஆனால் ஒன்றிய செயலாளர் பட்டியை எப்படியும் இடித்தே தீர்வதென உறுதியாக இருந்தார். தாழ்ந்த குரலில் மீண்டும் நாட்டாக்காரரே பேசினார்: "ஏந்தம்பி உங்க மனைப் பிரிவுல வர்ற தெருவ கொஞ்சம் தள்ளி ஓடப் பக்கமா மாத்திப் போட முடியாதா?" அதற்கு "ஓடப் பக்கமா போட்டா எந்த நாயி வந்து வாங்கும்?" என சிடுசிடுத்த ஒன்றிய செயலாளர், "இவ்ளோ பணம் போட்ட ஒழைப்ப ஓடையிலா கொண்டு போடச்சொல்ற? பட்டிய இடிச்சி நெரவினாதான் மன எடுப்பா தெரியும்" என கோபத்தில் பொரிந்து தள்ளினார். இனி அவர்களிடம் பேசி ஒன்றும் ஆகப்போவதில்லை என்று உணர்ந்த நாட்டார் அமைதியாக நின்றார். அவர்களும் சிறிது நேரம் இருந்துவிட்டு காரில் ஏறிச் சென்றனர். என்ன செய்தாலும் இம்முறை பட்டியை இடிப்பதிலிருந்து காப்பாற்ற முடியாது என அவர் உள்மனம் எண்ணியது. இக்கட்டான இத்தருணத்தில் ஷண்முக முதலியார் தன் பக்கத்தில் இல்லையே என நொந்து கொண்டார்.கூடியிருந்த கூட்டம் பலவாறாகப் பேசியபடி கலைந்து சென்றது. ஓர் மௌன சாட்சியைப் போல வெயில் காய்ந்து கொண்டிருந்தது.

நூற்றாண்டுகள் பழமைவாய்ந்த பட்டியை நாளை இடிக்கப்போகிறார்கள் என்ற செய்தியை கேள்வி பட்டதிலிருந்து வேம்பிவீட்டு அகிலாண்டத்தால் ஓரிடத்தில் நிற்க முடியவில்லை. பட்டிக்கும் அவளுக்குமான ஒரு தோழமை அவளை துடுக்குறச் செய்தது. "திருமணமாகி புகுந்த வீட்டிற்கு சென்று மறுநாளே பிறந்த வீட்டிற்கு திரும்பி வந்தபோது கூட நீ இந்த அளவிற்கு கஷ்டப் பட்டதில்லையே?" என எதிர் வீட்டு தங்கம்மா கேட்ட போது, 'இப்ப எதுக்கு அந்த கதய கிண்டற?' என அகிலாண்டம் திரும்ப கேட்டாள். ஷண்முகத்தின் மீதான தன் காதலையும்,அதை அவர் வேண்டாமென மறுத்ததையும் அறிந்த ஒற்றை சாட்சியாக வீற்றிருக்கும் பட்டியின் சித்திரம் அவள் மனதில் வெவ்வேறு எண்ணவோட்டங்களை ஏற்படுத்தியது. சிறைவாசம் முடிந்து

அவர் விடுதலை பெற்று வந்தபோது ஷண்முகம் தன்னிடம் சொன்ன,'' இனி எந்த பொம்பளைக்கும் என் வாழ்க்கையில எடம் இல்லை அகிலாண்டம், நீ போய் உம் புருஷனோட சந்தோஷமா இரு. பட்டதெல்லாம் போதும்'' எனும் வார்த்தைகள் அவளின் காதுகளில் இத்தனை ஆண்டுகளுக்குப் பிறகும் ஒலித்துக் கொண்டே இருப்பதை அவளால் நன்கு உணரமுடிந்தது. கோடை கத்திரி வெய்யிலைக்கூட பொருட்படுத்தாமல் அங்குமிங்கும் அலைந்தவள் கடைசியாக வீட்டிற்கு வெளியில் நின்றிருந்த புங்கை மரத்தின் கீழ் காலைநீட்டி போட்டபடி அப்படியே அமர்ந்தாள். அவளுக்கு மூச்சு வாங்கியது. வெம்மையின் அடர்த்தி அவளுக்கு நீர்சுருக்கை ஏற்படுத்தியிருக்க வேண்டும். பாத்திரம் கழுவ பானையில் வைத்திருந்த தண்ணீரைச் சாய்த்து குடித்தாள். பின் எழுந்து சிறுநீர் கழிக்க தோட்டத்திலிருந்த மாட்டுக் கொட்டகை நோக்கிச் சென்றவள் மாட்டுக் கொட்டகைக்கு கிழக்கே கம்பீரமாக நின்றுகொண்டிருந்த பட்டியையே பார்த்தாள். கருங்கற்கள் கொண்டு கட்டப்பட்ட பட்டியின் சுவர்களில் ஆலமரம் நன்றாக வேர்விட்டு வளர்ந்திருந்தது. ஆங்காங்கே நிறைய குற்றுச்செடிகள் வளர்ந்து காற்றின் வேகத்திற்கேற்ப ஆடிக்கொண்டிருந்ததன. "எப்படி இருந்த கட்டடம் இப்படி சீர்கொலஞ்சி கெடக்கே'' என மனதிற்குள் நினைத்துக்கொண்டே சிறுநீர் கழிக்க கீழே அமர புதரிலிருந்து ஒரு பாம்பு வளைந்து நெளிந்து சர சரவென பட்டி நோக்கிச் சென்றது. சிறுநீரை அடக்கி கொண்டு பயந்தபடி பாம்பு பாம்பு எனக் கத்திக்கொண்டே தெருவிற்கு ஓடிவந்தாள்.

"இந்த கண்றாவிக்குதான் இத இடிங்கனு சொல்றோம். ஆனா அந்த பள்ளத்தெரு ஷண்முகம் மொதலியாரு நா உசுரோட இருக்குறமுட்டும் இத இடிக்க உடமாட்டேன்னு சொல்றாரு'' என்று சின்ன கணக்கமூட்டு ரங்கசாமி அகிலாண்டத்தைப் பார்த்து கோபத்துடன் சொன்னார். அகிலாண்டத்திற்கு படபடப்பு சற்று அடங்கி இருந்தது. அவள் ரங்கசாமியைப் பார்த்து சொன்னாள்: "ஆவூன்னா அத இடுச்சி தர மட்டமாக்கிடனம் உங்களுக்கு. இத தவிர வேற எதுவும் தெரியாதா ஒங்களுக்கு?'' அவளின் கேள்வி ரங்கசாமியின் முகத்தை இறுக்கமாக்கியது. அவருக்கு மூக்கு நுனி வியர்த்து கோபத்தின் ரேகைகள் பரவத்தொடங்கியது. தன் பாட்டி வயதையொத்த அகிலாண்டத்திடம் அவரால் நேருக்கு நேராக பேசமுடியாமல் எக்கேடாவது கெட்டு நாசமா போங்க. எனக்கென்ன வந்தது? என்று மனதிற்குள் கறுவிக்கொண்டார். ஆனாலும் நாளை யார் தடுத்தாலும் எப்படியாவது பட்டியை

இடித்துவிடவேண்டும் என மனதிற்குள் நினைத்துக்கொண்டார். சூரியன் மெல்ல மேற்கு நோக்கிச் சரியத் தொடங்கியிருந்தது.

பள்ளத்தெரு ஷண்முக முதலியாருக்கு நாளை பட்டியை இடிக்கப்போகும் சங்கதி காற்று வாக்கில் வந்து சேர்ந்தபோது அவருக்கு மனது கனத்தது. தெருத் திண்ணையில் கிடந்த கயிறு கட்டிலில் ஆசுவாசப் படுத்திக்கொள்ள சற்று நேரம் தலை சாய்த்தவருக்கு பட்டி குறித்த பழைய சித்திரங்கள் மனத்திரையில் தோன்ற ஆரம்பித்தன.

தாது வருஷ பஞ்சம் தன் கோரமுகத்தை காட்டிக்கொண்டிருந்த நேரமது.ஏரியில் மாடுகளை மேய்த்து விட்டு ஷண்முகம் வீடு திரும்பும் போது இருட்ட ஆரம்பித்திருந்தது. சனிமரப்பான் ஓடை வழியாக மாடுகளை ஓட்டிவந்து பட்டியில் கட்டிவிட்டு தவிடும் தண்ணீரும் கொண்டுவர வீட்டுத் தோட்டத்திலிருந்த மாட்டு கொட்டகைக்குச் சென்றான். மரக்காலில் தவிட்டையும் குடத்தில் தண்ணீரையும் எடுத்துக்கொண்டு பட்டிக்கு வந்து தொட்டியில் தவிட்டைக் கொட்டி தண்ணீரை ஊற்றி கரைத்து மாடுகளை குடிக்கச் செய்து பின் அவற்றை மீண்டும் முளைக்குச்சியில் கட்டிவிட்டு நிமிர்ந்தபோது ஷண்முகத்திற்கு தண்டுவடத்தில் சுளீர் என வலி தோன்றி மறைந்தது. கூளமான வைக்கோல்களை ஒதுக்கி தள்ளிவிட்டு வைக்கோல் புடுங்கிவர வைக்கோல் போரை நோக்கி நடந்தான். அவனுக்கு நன்றாக வியர்த்தது. இடுப்பில் கட்டியிருந்த துண்டால் துடைத்துக் கொண்டான். போரில் வைக்கோலை புடுங்கி பந்துபோல சுற்றி எடுத்துக்கொண்டு பட்டிக்குள் நுழைந்தபோது இருட்டில் வேறு யாரோ மாட்டை கட்டிக் கொண்டிருப்பதை அவன் பார்த்தான். ஆனால் யார் என சட்டென்று அடையாளம் காணமுடியாததால் அவன் கேட்டான்: "யாரது?" அதற்கு இருளில் இருந்து பதில் வந்தது: "அம்மாக்கண்ணு." புதுவீட்டில் மாடு மேய்க்கும் அம்மாக்கண்ணுதான் உள்ளே இருப்பது என்று தெரிந்ததும் ஒருவித புது தெம்புடன் வைக்கோலை எடுத்துச்சென்று மாடுகளிடம் போட்டுவிட்டு அவளைப்பார்த்துக் கேட்டான்: "இன்னா இந்நேரத்துல வந்து மாட்ட கட்ற?" அதற்கு அவள் சலிப்பாக சொன்னாள்: "வாசியாத்தா கோயில் ஏரிக்குதான் ஓட்டிகினு போனேன். ஆனா இந்த எழவெடுத்த மாடுங்க மதியத்துக்கு மேல வளமோட்டு பாறைக்கா மேச்சலுக்கு கெளம்பிடுச்சிங்க. அங்க இருந்து ஓட்டிகினு வரதுக்குள்ள உசுரு போயி உசுரு வந்துடுது."

அவள் அலுப்பாக சொல்லிக்கொண்டிருக்கும் போதே அவன் மெல்ல நடந்து அவளருகில் சென்றான். நன்றாக இருட்டிவிட்டிருந்தது. தெருவில் பிள்ளைகள் விளையாடிக் கொண்டிருந்தனர். மாடுகள் வைக்கோல் மெல்லும் சத்தம் நன்றாக கேட்டது. மூத்திர நெடி வேறு மூக்கைத் துளைத்தது. இருட்டு அவனுக்கு தைரியத்தையும் சுதந்திரத்தையும் கொடுக்க அவன் மெல்ல அவளை தொட்டான். திடீரென அவன் தொடுகையால் அவள் கலவரமடைந்து நிமிர்ந்து பார்த்து அவனை முறைத்தாள். அவளின் உடம்பு மெல்ல நடுங்குவதை அந்த அடர்ந்த இருளிலும் அவனால் உணர முடிந்தது. அவனையும் பயம் தொற்றிக்கொண்டு தான் இருந்தது. சிறிது நேரம் ஆழ்ந்த மௌனம் அங்கு நிலவியது. மாடுகள் கால்களால் தரையை உதைத்தன. பட்டிக்கு வலப்பக்கமிருந்த தென்னை மரத்திலிருந்த பறவைகள் சடசடவென சிறகுகளை அடித்துக் கொண்டு பறந்தபோது அவன் மெல்ல அவளிடத்தில் கேட்டான்: “ஏன் உனக்கு இதுல விருப்பம் இல்லயா?” அவள் ஏதும் பேசாமல் அமைதியாகவே இருந்தாள். மீண்டும் அவன் அவளைப் பார்த்துக் கேட்டான்: “நா கேட்டதுக்கு பதில் சொல்ல மாட்டியா?” அவள் மெல்லிய குரலில் அவனிடம் சொன்னாள்: “சட்டுனு கேட்டா என்ன சொல்றது?” அவளின் இந்த பதில் அவனுக்கு உள்ளூர சந்தோஷத்தையும் கிளர்ச்சியையும் அளித்தது. மறுபடியும் அங்கே கொஞ்ச நேரம் மௌனம் நிலவியது. மீண்டும் அவனே கேட்டான்: “நேரம் ஆவுதில்ல. சட்டுனு சொல்லேன்.” அவள் தலை கவிழ்ந்தபடி அவனிடம் கேட்டாள்: “யாராவது வந்துட்டாங்கனா?” என வார்த்தையை இழுத்தாள். அவளின் இந்த கேள்வி அவனுள் காமத்தின் தீயை படரவிட்டது. அவளும் தயாராகவே இருக்கிறாள் என்பதை உணர்ந்தவன் இனி உரையாடல்கள் இங்கு பயனற்றவை என நினைத்து செயல்பாட்டில் இறங்கத் தொடங்கினான். வைக்கோல் மீது அவளை தள்ளி இறுக்கி அணைத்தான். வளையல்கள் உடையும் சத்தத்தைக் கேட்க முடிந்தது. அவள் சிணுங்கியபடியே கேட்டாள்: “என்ன காஞ்ச மாடு கம்புல பூந்த மாதிரி ஆட்டம் போடற? வூட்ல உண்டாகி இருக்காளா?” “ஆமா. சொகத்த அனுபவிச்சி ரொம்ப நாளாவுது”, என்றான். “அதான பாத்தேன்” எனக் கூறி அவளும் அவனை இறுக்கி முத்தமிட்டாள். அடர்ந்த இருளை போன்று காமமும் அவர்கள் மீது மெல்லப் படர்ந்தது.

பட்டியின் சுவற்றிலிருந்த பல்லி ஒருமுறை கத்தி ஓய்ந்தபோது அவன் புரண்டு படுத்தான். அவள் ஆடைகளை எடுத்து உடுத்திக்

கொண்டிருக்கும்போதே பால் கறப்பதற்காக கொட்டாகாரமூட்டு சுப்பரமணி பால் சொம்போடு உள்ளே நுழைந்தவர் இருவரையும் பார்த்தார். ஏதும் கேட்காமல் வந்தவழியே திரும்பச் சென்றார். இருவரது உடம்பும் பயத்தால் வெளிறி நடுங்க ஆரம்பித்தது.

"இதுக்குதான் நான் அப்பவே சொன்னேன். ஈஸ்வரா என்ன ஆகப்போவுதோ. என் ஊட்டுகாரனுக்கு தெரிஞ்சா அவ்ளோதான் கண்டம் துண்டமா வெட்டிடுவான்" என அவள் பயத்தால் உளற ஆரம்பித்தாள். "உனக்கு மட்டும் தான் பிரச்சனையா எனக்கு இல்லயா? எனக்கும் தான் கொழந்தை குட்டிங்க இருக்கு" என்றான். சற்று நேரம் அங்கு மயான அமைதி நிலவியது. பிறகு அவனே அவளிடம் பேசினான்: "ஒண்ணும் பிரச்சனை வராது. அப்படி எதாவது வந்தா நாம் இல்லனு சொல்ல வேண்டியதுதான்." சொல்லிவிட்டானே தவிர அவனுக்கு உள்ளூற நடுக்கமாகவே இருந்தது. சிறிது நேரத்திற்கு பிறகு இருவரும் ஒருவர் பின் ஒருவராக பட்டியிலிருந்து வெளியேறினர். தெருவில் இன்னும் பிள்ளைகள் விளையாடிக் கொண்டிருந்தனர். நாலைந்து நாய்கள் குரைத்துக்கொண்டே பள்ளத்தெரு நோக்கி ஓடின.

முதல்நாளிரவு பட்டியில் நடந்த சங்கதியை தெருமுனை டீக்கடையில் அனைவரும் உற்சாகத்துடன் பேசிக்கொண்டனர். ஏற்படப் போகும் பிரளயத்தை உணராது ஷண்முகம் வீட்டில் நன்றாகத் தூங்கிக் கொண்டிருந்தான். செய்தி ஊதி ஊதி பெரிதாக்கப்பட்டு நவுட்டுகாரமுட்டு அஞ்சலை மூலம் ஷண்முகத்தின் மனைவியை அடைந்த போது மணி எட்டாகியிருந்தது. அவன் பட்டியில் மாடுகளுக்கு தண்ணீர் காட்டிக் கொண்டிருந்தான். சாணியை வாரிக்கொட்டிவிட்டு வைக்கோல் கொண்டுவந்து போட்டுவிட்டு வீட்டிற்கு வந்து சேர்ந்தபோது வீட்டில் பாத்திரங்கள் இறைந்துகிடந்தன. அம்மா ஒரு மூலையிலும் மனைவி ஒரு மூலையிலுமாக அமர்ந்து அழுதுகொண்டிருந்தனர். பிள்ளைகள் ஏதும் விளங்காமல் விளையாடிக் கொண்டிருந்தபோது பெரிய பையனை பிடித்து அவன் மனைவி பளார் பளார் என கன்னத்தில் அறைந்தாள். பையன் வலி தாங்க முடியமால் துடித்ததைக் கண்ட இவன் கோபத்தோடு அவளைப்பார்த்து கேட்டான்: "ஒனக்கு என்ன புத்திகித்தி கெட்டு போச்சா. கொழந்தய போட்டு ஏன் மாடு மாதிரி அடிக்கற?" அவன் கேள்வியை அவள் பொருட்படுத்தியதாகவே தெரியவில்லை. அவள் பேசாதது அவனுக்கு கோபத்தை ஏற்படுத்த ஓங்கி அவள் கன்னத்தில் அறைந்தான். அவள் பெருஞ்சீற்றத்தோடு அவனைப்

பார்த்து கை நீட்டி கேட்டாள்: "ஒரு பொம்பளையைக் கை நீட்டி அடிக்கறயே நீ எல்லாம் ஒரு ஆம்பளையா?" கேட்டு முடித்து அவன் முகத்தை நோக்கிக் காறித்துப்பினாள். அவளுடைய வார்த்தைகள் அவனுள் கூர்மையான ஊசியைப் போல இறங்கின. அவனுக்கு கோபம் பொத்துக் கொண்டு வந்தது. அவளை இழுத்துப் போட்டு அடி அடியென அடித்தான். "புள்ளத்தாச்சிக் காரின்னு கூட பாக்காம போட்டு இப்படி அடிக்கறியே பாவி" என கத்திக் கொண்டே அவனுடைய அம்மா ஓடிவந்து தடுத்தாள். அவளையும் எட்டி உதைத்தான். "அடிடா... நல்லா அடி, நா செத்தா தான அவகூட தெனத்துக்கும் படுக்க முடியும்?" என்று அவன் மனைவி கேட்ட கணத்தில் அவனுக்கு சப்த நாடியும் ஒடுங்கியது. அவனுக்கு நா வறண்டு போனது. பதற்றமும் பயமும் அவனைக் கவ்விக்கொண்டது. தலைசுற்றுவதைப் போன்று உணர்ந்தவன் அப்படியே சக்தியற்றவனாகத் தரையில் அமர்ந்தான். "ஏன் இப்ப அடிக்க வேண்டியதுதான, பொட்டையாட்டம் ஏன் உக்காந்துட்ட" என்ற அவளின் வார்த்தைகள் அவனது இதயத்தைக் குத்தி ரணமாக்கின. பேச வார்த்தைகள் அற்றவனாக அவனிருந்தான். இது நாள்வரை பொத்திப் பாதுகாத்து வந்த தன் அந்தரங்கத்தை தன் அம்மாவின் முன்னிலையில் அவள் நெருப்பிட்டுப் பொசுக்கி விட்டாளே என மனதிற்குள்ளாகவே புழுங்கினான். சுவற்றில் ஆடிக்கொண்டிருந்த கடிகாரத்தின் பெண்டுல சத்தம் கர்ணகொடூரமாக இருந்தது. அப்பாவுக்கும் அம்மாவுக்கும் இடையில் என்ன பிரச்சனை நடக்கிறது என்று புரிந்து கொள்ளமுடியாமல் பிள்ளைகள் மலங்க மலங்க விழித்துக் கொண்டிருந்தனர். யாரும் எதுவும் பேசிக்கொள்ள முடியாதபடி சூழல் இறுக்கமாகவே இருந்தது. பின் மெல்ல எழுந்து நடந்து தெருத் திண்ணையில் கிடந்த நார்க்கட்டிலில் படுத்துக்கொண்டான் அவன். இனி என்னவெல்லாம் நடக்கப் போகிறதோ என்ற பயம் அவனைக் கவ்விக்கொண்டது. தெருவில் மேய்ச்சலுக்கு மாடுகளை ஓட்டிச் செல்லும் சத்தம் கேட்டது.

"அம்மாக்கண்ணு தூக்கு மாட்டிகினாளாம்" என்று தெருவில் யாரோ கத்திக்கொண்டு ஓடியபோது அவனுக்கு சப்த நாடியும் ஒடுங்கிப் போனது. "கடவுளே அவளுக்கு ஒண்ணும் ஆயிடக்கூடாது" என மனதிற்குள் வேண்டிக் கொண்டான். ஆனாலும் பயம் அவனுக்கு நடுக்கத்தை ஏற்படுத்தியது. தெருவில் சிலர் இப்படியும் அப்படியுமாக நடந்துகொண்டிருந்தனர். யாரையும் கேட்க முடியாத இக்கட்டான நிலை. அவளுக்கு என்ன ஆனதோ என

தெரிந்துகொள்ளும் பொருட்டு திண்ணையை விட்டு கீழே இறங்கினான். அப்போது வாலிவீட்டு ராமனாதன் அந்த பக்கமாக இருந்து வந்து கொண்டிருந்தார். அவர் முகம் வெளுத்திருந்தது. அவருடைய பார்வை இவனை ஆழ ஊடுருவி துளைத்தது. அவர் என்ன சொன்னாலும் சொல்லட்டும் என நினைத்துக் கொண்டு அவரிடம் கேட்டான்: "அம்மாக்கண்ணுக்கு என்னாச்சி, ஒரே சத்தமா இருக்குதே?" அவர் கைகளை உயரே தூக்கிக் காட்டியபடி சொன்னார்: "போறதுக்குள்ள எல்லாம் முடிஞ்சிடுத்துபா. அவளுக்கு குடுத்து வச்சது அவ்ளோதான்" என்று அவர் சொல்ல சொல்ல அவனுக்கு உள்ளுக்குள் ஏதோ ஒன்று அறுபட்டு வீழ்வதை உணர்ந்தான். எல்லாவற்றுக்கும் தானே காரணம் என நினைக்க நினைக்க மண்டை வெடித்துவிடும் போல இருந்தது அவனுக்கு. வேதனையில் துடிக்கும் அவனைப் பார்க்க அவருக்கு சங்கடமாக இருந்தது. அவனை ஆறுதல் படுத்தும் விதமாக அவர் சொன்னார்: "இந்த மாதிரி விஷயத்துக்கெல்லாம் சாவுதான்னு முடிவெடுத்தா ஊருல பாதி ஜனத்தொகை இருக்காதே" என்று நிறுத்தி அவனை ஒரு முறைப் பார்த்துவிட்டு சொன்னார்: "இப்ப இருக்கிற நிலயில நீ அங்க போக வேணாம். அவ புருஷங்காரன் வைக்கிறனா தீக்கிறனா பார்னு சத்தம் போட்டுகினு இருக்கான்." அவர் இப்படி சொன்னது அவனுக்கு மேலும் பயத்தை அதிகப்படுத்தியது. சூழல் மேலும் மேலும் சிக்கலாகிக் கொண்டு வருவதை உணர்ந்தவன் மாரியம்மன் கோயில் தெருவழியாக கழனி நோக்கி நடந்தான். தெருமுனை டீக்கடையில் இருந்தவர்கள் அவனை பார்த்த விதம் அவனுக்கு மேலும் சங்கடத்தை ஏற்படுத்தியது. வேக வேகமாக நடந்து கிணற்று மேட்டை அடைந்தான். பம்ப் செட் அறைக்கு முன் புறம் நிழலுக்காக போடப்பட்டிருந்த கீற்று கொட்டகையின் எறவானத்தில் வைத்திருந்த சாவியை எடுத்து பம்ப் செட் அறையை திறந்தான். உள்ளே சென்று வலது புற மாடத்தில் பருத்திக்கு அடிப்பதற்காக வைத்திருந்த பூச்சி மருந்தை எடுத்து முழுவதுமாக குடித்தான். மருந்தின் வாடை அவனுக்கு குமட்டலை ஏற்படுத்த வயிற்றைக் கலக்கிக்கொண்டு வாந்தி வந்தது. மோட்டார் கொட்டகைக்கு வெளியில் வந்து எடுத்தான். அதன் பின்னரும் வாந்தி வருவதைப் போல உணர்ந்தவன் வெளியில் வந்து பருத்திச் செடியிலிருந்த இரண்டு மூன்று சிறிய பருத்தி காய்களை பறித்து வாயில் போட்டு மென்று விழுங்கினான். குமட்டல் சற்று குறைந்திருந்தது. மீண்டும் உள்ளே சென்று மருந்து பாட்டிலை மூடி முன்பிருந்தது போலவே வைத்து விட்டு பம்பு செட்டைப் போட்டான். கதவை ஒருக்களித்து சாத்திவிட்டு பனம் பாயை

எடுத்து கீழே போட்டு படுத்துக் கொண்டான். அங்கு இந்நேரம் என்ன பிரச்சனை நடந்து கொண்டிருக்கிறதோ என்று எண்ணியவன் எப்படி பார்த்தாலும் இப்பிரச்சினைக்கு நாம் தான் காரணம், ஆக நாமே தான் முடித்து வைக்க வேண்டும் என்றும் மனதிற்குள் சொல்லிக்கொண்டான். அருந்திய மருந்து மெல்ல அதன் பணியைத் தொடங்கியபோது அவனுக்கு மயக்கம் வருவதைப் போன்று உணர்ந்தான். கண்கள் செருக ஆரம்பித்தன.

சிறிது நேரத்திற்கு பிறகு பருத்தி எடுக்க வேம்பி வீட்டு அகிலாண்டம் கூடையுடன் ஷண்முகத்தின் கழனிக்கு வந்து சேர்ந்தாள். கீழ்த் தளை ஓரமாக நடந்து வந்து மேல் தளையில் ஏறியவளுக்கு ஆச்சரியம். மடை மாற்றப் படாமல் தண்ணீர் ஒரு பாத்தியிலிருந்து வழிந்து வேறு பாத்திகளுக்கு ஓடிக்கொண்டிருப்பதை பார்த்தவள் சற்று நேரம் யோசித்தாள். மடை மாற்றாமல் யார் தண்ணீர் பாய்ச்சுகிறார்கள் என யோசித்த படியே மோட்டார் கொட்டகையைப் பார்த்தாள். கதவு ஒருக்களித்து சாத்தியிருப்பதை கண்டவள் பம்பு செட்டை கிளப்பி விட்டுட்டு அங்கு யார் என்ன செய்கிறார்கள் என யோசித்துக் கொண்டே மோட்டார் கொட்டகையை நோக்கி நடந்தாள். வெளியில் நின்று "உள்ள யாரு?" என்று கேட்டாள். எந்த பதிலும் வராததைக் கண்டு ஒருக்களித்திருந்த கதவைத் தள்ளினாள். அங்கே வாயில் நுரை தள்ளியபடி மயங்கிக் கிடந்த ஷண்முகத்தை பார்த்தவள் பயத்தால் ஓங்கி கத்தினாள்: "யாராவது ஓடிவாங்களேன். ஷண்முகத்துக்கு நொப்பும் நொரையும் தள்ளிகுனு கெடக்கு." அவன் படுத்து கிடந்த விதம் அவளுக்கு பயத்தை மேலும் அதிகரித்தது. வெளியில் வந்து மீண்டும் சத்தம் போட்டு கூப்பிட்டாள். பக்கத்து கழனியில் வேலை செய்து கொண்டிருந்தவர்கள் சத்தத்தை கேட்டு ஓடி வந்தனர். முதலில் வந்த கோடியாமுட்டு அப்பர், ஷண்முகத்தை புரட்டி படுக்க வைத்து சுவாசத்தை சோதித்தார். அவனது வாயிலிருந்து பூச்சி மருந்தின் வாசனை வந்து கொண்டுருந்தது. சுவாசம் ஒரே சீராக வரவில்லை என்பதை உணர்ந்தவர் அவனது தொடையில் பலம் கொண்ட மட்டும் அழுந்த கிள்ளினார். அவன் உடலில் சிறு அசைவும் ஏற்படாததைக் கண்டு அவருக்கு உள்ளூர பயம் ஏற்பட்டது. அதற்குள் அக்கம் பக்கத்திலிருந்து பலரும் வந்து சேர்ந்தனர். அப்பர் பம்ப் செட் அறையை சுற்றும் முற்றும் பார்த்தார். மாடத்திலிருந்த பூச்சி மருந்து டப்பியை பார்த்தவர் எழுந்து அதை எடுத்து திறந்து பார்த்தார். அது காலியாக இருந்தது. அவர் கூட்டத்தை பார்த்து சொன்னார். "ஏம்பா யாராவது ரெண்டு

பேர் வாங்க. மருந்து குடிச்சிருக்கிறான்னு நெனைக்கிறேன். கட்டலல்ல தூக்கினு தான் போவணும்" அவர் அவ்வாறு கூறியதும் அங்கிருந்தவர்களுக்கு உள்ளூர பயம் ஏற்பட்டது. மூன்று பேர் அவனை கட்டலில் தூக்கிப் போட்டுக்கொண்டு வேக வேகமாக ஓடினர். கூட்டம் பின்னால் ஓடியது. வெயில் நின்று காய்ந்து கொண்டிருந்தது.

ஷண்முகம் மருந்து குடித்த விஷயம் ஊருக்குள் பரவியபோது அம்மாக்கண்ணுவின் சாவில் கூடியிருந்த கூட்டத்தில் சலசலப்பு ஏற்பட்டு பின் இரு தரப்பு பிரச்சனையாக மெல்ல மாறிக் கொண்டிருந்தது. அம்மாக்கண்ணுவின் கணவன் அழுதழுது சோர்ந்து போய் வேப்பமர நிழலில் போடப்பட்டிருந்த கயிற்றுக்கட்டிலில் உட்கார்ந்து கொண்டிருந்தான். ஊர் இரு பிரிவாக பிரிந்து அம்மாக்கண்ணுவின் சாவையும் ஷண்முகம் மருந்து குடித்ததையும் பேசிக்கொண்டது. விஷயமறிந்து ஷண்முகத்தின் மனைவியும் அவனது தாயும் வாயிலும் வயிற்றிலும் அடித்துக்கொண்டு ஓடினர். அவர்கள் அவ்வாறு ஓடுவதைக் கண்ட ஷண்முகத்தின் குழந்தைகள் ஏதும் புரியாமல் அழுது கொண்டே பின்னால் ஓடினர். இதை பார்த்துக் கொண்டிருந்த தெரு மக்களை ஒரு வித பதற்றம் தொற்றிக்கொண்டது.

ஷண்முகத்தை மேல்வாலை இருள பூசாரியிடம் கொண்டு சென்றனர். அவர் பரிசோதித்து விட்டு ஒரு சில மூலிகைகளை கல்லுரலில் நசுக்கி சாறு பிழிந்து அவனது வாயை திறக்கச் சொல்லி ஊற்றினார். பூசாரி யாரிடமும் எதுவும் பேசாமல் ஆழ்ந்த யோசனையில் இருந்தார். பின் அப்பரை பார்த்து, "வாழ மட்ட இருந்தா கொஞ்சம் கொண்டு வாங்க. இடிச்சு சாறு எடுத்து கொடுக்கணும்" என்று சொன்னார். வாழை மரங்கள் எங்கெங்கு இருக்கும் என சற்று நேரம் யோசித்தவர் தன்னுடன் இன்னொருவரை அழைத்துக் கொண்டு வாசியம்மன் கோயில் பக்கத்தில் இருக்கும் மாந்தோப்புகாரர் கழனி நோக்கி சென்றார். விஷயம் கேள்விப்பட்டு வாழைமட்டை சாறை இடித்துக் கொண்டு ஊரே திரண்டது. பூசாரி, வாழைமட்டை சாற்றை உள்ளுக்கு கொடுத்து சிறிது நேரம் கழித்து மீண்டும் கொஞ்சம் பச்சிலைச் சாறைக் கொடுத்தார்.

ஷண்முகம் உடல்தேறி வெளியில் வர இரண்டு வாரகாலம் பிடித்தது. ஊரின் உருவம் முற்றாக மாறிவிட்டதைப்போன்று உணர்ந்தவன் கழனியை நோக்கி நடந்தான். இரண்டு வாரங்களுக்கு

முன் நடந்தேறிய அனைத்து சம்பவங்களும் அவன் மனத்திரையில் ஒன்றன் பின் ஒன்றாக தோன்றிமறைந்தன. ஆசுவாசப் படுத்திக்கொள்ள நன்றாக மூச்சை இழுத்து விட்டான். அவனது உடலில் நடுக்கம் ஏற்பட்டு மெல்ல மனம் கலவரம் அடைந்தது. மோட்டார் கொட்டகைக்கு செல்லும் எண்ணத்தை கைவிட்டு வளமோட்டுப் பாறை நோக்கி நடந்தான். வளமோட்டு பாறை பனைகளால் சூழப்பட்டிருந்தது. அங்கு ஏன் செல்கிறோம் என்று அவனால் உணரமுடியவில்லை. பாறைக்கும் மேற்கே பனைஓலையால் ஒரு சிறு கொட்டகை போடப்பட்டிருந்தது. அதன் அருகே அமர்ந்து சிலர் மொந்தைகளில் இருந்த கள்ளை அருந்திக் கொண்டிருந்தனர். ஷண்முகமும் கொட்டகையின் அருகில் சென்று அமர்ந்தான். இவனைப் பார்த்த சிலர் முகம் திருப்பிக் கொண்டனர். அவன் எதுகுறித்தும் கவலைகொள்ளாமல் தனக்கும் இரண்டு மொந்தை கள் வேண்டுமென்று கடைகாரரிடம் கேட்டான். கடைகாரருக்கு ஒன்றும் புரியாமல் அவனிடம் கேட்டார்: “இன்னா ஷண்முகம் எப்பவும் இல்லாத புது பழக்கம்?” அவரின் கேள்வி அவனை சங்கடப் படுத்தியது. இருந்தும் அவன் சோர்ந்த குரலில் அவரிடம், “மனசு சங்கடமா இருக்குதுனா அதான்...” என இழுத்தான். அவனது நிலையை உணர்ந்தவர் வேறெதுவும் கேட்காமல் கள்ளை மொந்தையில் ஊற்றி தொட்டுக் கொள்ள வறுத்த கருவாடை கொடுத்தார். மொந்தையை வாங்கி வாய் அருகே கொண்டு சென்றவன் முகத்தை சுழித்து பின் கண்களை மூடிக்கொண்டு மடக் மடக்கென குடித்தான். சிலர் அவனையே பார்த்துக் கொண்டிருந்தனர். கள்ளின் குமட்டலை போக்க அவன் இலையிலிருந்த கருவாட்டை வாயில் போட்டு மென்றான். பனைமரத்தில் ஏறி கள் இறக்குபவர்களையே ஆழ்ந்து பார்த்துக் கொண்டிருந்தவன் பின் அடுத்த மொந்தை கள்ளையும் மடக் மடக்கென குடித்து கருவாட்டை தின்றான். லேசாக தலை சுற்றுவதைப் போல இருந்தது அவனுக்கு. காசைக் கொடுத்துவிட்டு தள்ளாட்டத்தோடு நடந்தவனை அங்கிருந்தவர்கள் பார்த்து வேடிக்கையாகச் சிரித்தனர்.

மறுநாளும் காலையிலேயே அவன் எழுந்து வளமோட்டு பாறை நோக்கி நடந்தான். முந்தின இரவு வீட்டில் நடந்த சண்டையைப் பற்றிய நினைவு அவனுக்கு வந்தது. சாப்பிட்டுவிட்டு எல்லோரும் படுத்து உறங்க ஆரம்பித்திருந்தனர். அதீத போதை அவனுக்கு உடற்பசியைத் தூண்டியது. திண்ணையில் இருந்து எழுந்தவன் நேராக அவன் மனைவி உறங்கும் சமையலறைக்குச் சென்றான்.

அவள் நன்றாக உறங்கிக் கொண்டிருந்தாள். அருகில் அமர்ந்து மெல்ல அவளைச் சீண்டினான். பதறியடித்து எழுந்தவள், "என்ன வேணும்" என்றாள். ஒரு மாதிரி சிரித்துக்கொண்டே அவளை அவன் இறுக்கி அணைக்க, அவள், "சீ விடு என்னை" என அவனைப் பிடித்து தள்ளினாள். அவள் விளையாட்டிற்காக பிகு செய்கிறாள் என்றெண்ணி மீண்டும் அவளை அணைக்க கிட்டே சென்றான். தள்ளாடி தள்ளாடி அவன் நெருங்குவது அவளுக்கு கோபத்தை ஏற்படுத்தியது. "மரியாதயா தெருவுல போயி படு. கிட்ட வராத. அப்புறம் அசிங்கமாகிடும்" என அவள் சொல்லச் சொல்ல கோபம் பொத்துக் கொண்டு வந்தது அவனுக்கு. கோபம் அவனுக்கு வெறியை உண்டாக்கியது. அவன் ஆக்ரோஷத்தோடு அவளை இறுக்கி அணைத்தான். அவள் அவனைக் காறித் துப்பிக் கொண்டே தன் வலுவையெல்லாம் திரட்டி அவனை காலால் எட்டி உதைத்தாள். அவன் நிலை தடுமாறி கீழே விழுந்தான். தன் ஆண்மை நசுக்கப் பட்டதாக உணர்ந்தவன் கோபம் கொப்பளிக்க அவளிடம், "அப்ப என்னிது வேண்டாம்னா வேற எவன்து ஒனக்கு கேட்குது" எனக் கேட்டான். அதற்கு அவள் அவனிடம், "ஒழுங்கு மரியாதையா பேசு. உன்ன மாதிரி நெனச்சிட்டியா என்னையும்" என்று கேட்டது மேலும் அவனை கோபமூட்ட அவன் ஆத்திரத்தோடு, "எவங்கிட்ட காட்டணம்னு தோணுதோ அவங்கிட்டயே போ. இனி ஒரு நிமிஷம் இங்க இருக்கக் கூடாது" என சொல்லிக்கொண்டே அவளை அடிக்க கை ஓங்கிக் கொண்டு வந்தான். "இந்த அக்ரமத்தை கேக்க யாரும் இல்லயா" என கத்திக்கொண்டே அவள் அவனைப் பிடித்து தள்ளினாள். அவன் கதவில் மோதி கீழே சரிந்தான். அதற்குள் சத்தம் கேட்டு அவனுடைய அம்மா எழுந்து ஓடிவந்தாள். "சிவனே அர்த்தராத்திரியிலுமா இப்படி யாராச்சும் சண்டை போடுவாங்க" என மருமகளைப் பார்த்துக் கேட்டாள். பின் அவர்களுக்குள் சண்டை வலுத்தது. அக்கம் பக்கத்திலிருந்தவர்கள் வந்து அவர்களை சமாதானம் செய்து வைத்தனர். மறுநாள் விடியற்காலையிலேயே இனி இந்த குடிகாரனோடு வாழமுடியாது என்று அவன் மனைவி, குழந்தைகளை அழைத்துக்கொண்டு அவள் தாய் வீட்டிற்கு சென்றாள். எப்படியும் இங்கு வந்துதானேயாக வேண்டும் என்று நினைத்து அவளைத் தடுக்கவில்லை அவன். நாள் முழுக்க அவன் வளமோட்டு பாறையிலேயே செலவழித்தான். போதை தலைக்கேறிய நிலையில் அவன் தேம்பித்தேம்பி அழுவதைப் பார்த்தவர்கள் அவன் நிலை கண்டு வருந்தினார்கள். அதீத போதை அவனுக்கு மேலும் தளர்ச்சியைக் கொடுத்தது. சவரம்

செய்யாத முகமும் அழுக்கு படிந்த உடையும் அவனை ஒரு பைத்தியக்காரனைப் போல உருமாற்றியிருந்தது. பரிதாபப் பட்டு அவனுக்கு சிலர் அறிவுரைகளைக் கூறினர். ஆனால் அதையெல்லாம் பொருட்படுத்தும் மனநிலையில் அவன் இல்லாமலிருந்தான். கொஞ்சநாளில் அவன் வளமோட்டு பாறையே கதியென்று கிடக்க ஆரம்பித்தான்.

சித்திரை மாத வாசியாத்தாள் கோவில் பொங்கல் இடும் திருவிழா அன்று, காலையிலேயே எழுந்துவிட்ட ஷண்முகம் நீண்ட இடைவெளிக்குப் பிறகு தெருமுனையில் இருக்கும் தேநீர்கடைக்குச் சென்று, ஒரு தேநீர் சொல்லிவிட்டு விசுப்பலகையில் அமர்ந்தான். எல்லோருடனும் பேசவேண்டும் என அவனது மனம் சலனப்பட்டது. ஆனால் சட்டென்று பேச முடியவில்லை. டீயைக் குடித்துவிட்டு மீண்டும் வீடுநோக்கி நடந்தான். தெருவில் நின்றுகொண்டு அம்மா யாருடனோ சண்டைப் போட்டுக்கொண்டிருப்பதை தொலைவில் இருந்தே பார்த்தவன் வேகமாக நடந்தான். அருகில் வந்தவுடன் தன் மாமியாருடன்தான் அம்மா சண்டையிடுகிறாள் என்பது அவனுக்கு புரிந்தது. அவனுடைய குழந்தைகள் என்ன நடக்கிறதெனத் தெரியாமல் அழுதுகொண்டிருந்தனர். எதற்காக அம்மா சண்டையிடுகிறாள் என்று அவனால் உணரமுடியவில்லை. அவர்களாகவே சொல்வார்கள் என்று சிறிது நேரம் காத்திருந்தான். அவர்கள் சண்டையை நிறுத்துவதாகத் தோன்றவில்லை. அதற்குமேலும் பொறுக்க முடியாமல் அவன் அவர்களிடம் கேட்டான்: "அப்படி என்னதாம்மா பிரச்சனை?" அவனுடைய இந்த கேள்விக்கு என்ன பதில் சொல்வதென்று தெரியாமல் அவள் விழித்தாள்.ஆனால் அவனுடைய மாமியார் வாயிலிருந்து தீ கங்குகள் போல வார்த்தைகள் வந்து விழுந்தன: "கிளிய வளத்து கொரங்குகிட்ட கொடுக்கற மாதிரி எம் பொண்ண உங்கிட்ட கொடுத்தேன். அவ வாழ்க்கய நாசமாக்கிட்டயே நீ நல்ல கதிக்கு போவியா?" மாமியாரின் இந்த கேள்விக்கு அவனால் பதில் சொல்லமுடியவில்லை. அதற்குள் கூட்டம் கூடத்தொடங்கியிருந்தது. அவன், "வாங்க எதா இருந்தாலும் உள்ள போயி பேசிக்கலாம்" என்று மாமியாரிடம் சொன்னான். அதற்கு அவள், "இங்க குந்தப்போட்டு ஒக்காந்து சாப்பிடவா வந்திருக்கேன், போடா பொட்டக் கமினாட்டி பேச வந்துட்டான்" என சொல்ல அவனுடய அம்மாவுக்கு கோபம் பொத்துக்கொண்டு வந்தது. அவள் அவன் மாமியாரைப் பார்த்து "யாரடிப் பார்த்து பொட்டயன்னு சொல்ற,

செருப்பு அட்ட வுட்ரும் நாயே. உம்பொண்ணுக்கு அரிப்பெடுத்து எவன் கூடவோ ஓடனதுக்கு இவன் என்னாடி பண்ணுவான். ஆம்புளனா அப்பிடி இப்பிடினுதான் இருப்பாங்க. அந்த நாயில்ல வெந்தத தின்னுட்டு இங்கே கெடந்திருக்கணும். கொழந்தைங்கள வச்சிருக்க துப்பில்ல வந்துட்டா த்தூ" என்று காறித்துப்பிவிட்டு, "எங்கொழந்தைகளை எங்களுக்கு பாத்துக்கத் தெரியும், ஒழுங்கு மரியாதயா ஊடு போய்ச் சேரு" என ஆத்திரத்தோடு சொன்னாள். அவன் வெளிப்பட்ட வார்த்தைகளைக் கேட்டு கூனிக் குறுகிப் போனான். அதற்கு மேல் அங்கு அவனால் நிற்க முடியவில்லை. தன் குழந்தைகளை அழைத்துக் கொண்டு வீட்டிற்குள் சென்றான். அப்போது அவன் மிகவும் வெறுமையாக உணர்ந்தான். வாய் விட்டு அழவேண்டும் போல இருந்தது அவனுக்கு. குழந்தைகளைப் பார்க்கப் பார்க்க அவனுக்கு அவள் மீதான ஆத்திரம் கூடியது. மேலும் அவர்களின் எதிர்காலம் தொடர்பாகவும் அவன் மனதில் புதிய வைராக்கியம் தோன்றி மறைந்தது. அவர்களையே பார்த்துக்கொண்டிருந்தவன் அவர்களை அமரச் செய்து சாப்பிட ஏதாவது இருக்கிறதாவெனப் பார்க்க அடுப்படி நோக்கி நடந்தான். தெருவில் சத்தம் அடங்கியிருந்தது. கூட்டம் கலைந்து சென்றபின் அவன் அம்மா உள்ளே வந்தாள். அவன் அவளிடம் எதுவும் பேசவில்லை. ஒரு புழுவைப்போல அவன் மனம் துடித்தது. தன் தாயை நிமிர்ந்து பார்க்கக்கூட முடியாமல் தெருத் திண்ணையில் வந்து அமைதியாக கண்களை மூடிப் படுத்தான். அவன் மனத்திரையில் தொடர்பற்ற பல காட்சிகள் தோன்றி மறைந்தன. தெருத் திண்ணையில் படுத்திருந்த ஷண்முகத்துக்கு புழுக்கம் தாங்காமல் புரண்டு புரண்டு படுத்தான். அப்போதும் உறக்கம் பிடிக்கவில்லை. வெளியில் வெயில் தகித்துக் கொண்டிருந்தது. துண்டை உதறித் தோலில் போட்டுக்கொண்டு வளமோட்டுப் பாறை நோக்கி நடந்தான்.

அந்த வருடத் தொடக்கத்தில் குழந்தைகளைப் பள்ளியில் சேர்த்தான். அன்றும் வழக்கம் போல வெயில் கொளுத்தியது. அனல் காற்றே எங்கும் வியாபித்திருந்தது. ஒரு மரத்தில் கூட இலைகளின் அசைவைக் காணமுடியவில்லை. மனம் சந்தோஷமாக இருப்பது போல உணர்ந்தவன் குடிக்க நினைத்து வளமோட்டு பாறை நோக்கி நடந்தான். அவ்வளவாக குடிப்பதில்லை என்றாலும் முற்றாக குடியை அவன் விட்டுவிடவில்லை. எப்படியும் நிறுத்திவிட வேண்டும் என்று அவ்வப்போது நினைத்துக் கொள்வான். வெயிலின் உக்கிரத்தால் பனந்தோப்பில் கூட்டம்

கொஞ்சம் கூடுதலாகவே இருந்தது. அவர்களைப் பார்த்தவுடன் ஷண்முகத்திற்கு மனம் பாரமாகத் தோன்றியது. வாழ்க்கையை அதன் போக்கில் அணுக நினைத்தது தவறோ என்றும் தான் இதுவரை சரியாக எதையும் அணுகவில்லையோ என்றும் மாறி மாறி யோசித்தான். வளமோட்டுப் பாறையேறி தெற்கு நோக்கி கீழாக இறங்கி தோப்புக்குள் நுழைந்ததும் அவன் முகத்தில் குளிர்ந்த காற்று படருவதை உணர்ந்தான். கள் சேந்தும் பானைகளுடன் சிலர் மரத்தில் ஏறிக்கொண்டிருந்தனர். இறக்கியவுடனே கள்ளை குடித்துவிடவேண்டும் எனும் ஆர்வத்தில் சிலர் மரத்தின் கீழே காத்துக் கொண்டிருந்தனர். இன்னும் சிலர் கொட்டகையின் அருகில் அமர்ந்து அங்கு விற்றுகொண்டிருந்த கள்ளை மொந்தைகளில் வாங்கி சாப்பிட்டுக் கொண்டிருந்தனர். நெருக்கடிகளில் இருந்து மீள, குடித்தே ஆகவேண்டும் என்று உணர்ந்தவன் கொட்டகையை நோக்கி நடந்தான். கடைக்காரரிடம் மூன்று மொந்தை கள்ளையும் தொட்டுக்கொள்வதற்காக அவித்த முட்டையையும் வாங்கிக் கொண்டு வடக்கு புறமிருந்த ஒரு மரத்தடிக்கு சென்றான். மிதியடிகளை கீழே கழற்றி போட்டு அதன் மீது அமர்ந்து மொந்தையில் இருந்த கள்ளை அப்படியே எடுத்து மடக் மடக் என பாதியளவு குடித்து மொந்தையை கீழே வைத்துவிட்டு முட்டையில் கொஞ்சம் எடுத்து வாயில் போட்டுக் கொண்டான். அப்போதும் அவன் மனத்திரையில் தொடர்பற்ற பல காட்சிகள் தோன்றி மறைவதை உணர்ந்தவன் மீதியிருந்த கள்ளை எடுத்து முழுவதுமாக குடித்தான். கண்களில் மெல்ல சிவப்பு ஏறத்தொடங்கியிருந்தது. லேசாக தலை சுற்றுவது போல உணர்ந்தவன் தொட்டுக் கொள்ள முட்டையை எடுக்கப் போனவன் பின் பக்கம் சிலரின் பேச்சு சத்தம் கேட்க திரும்பிப் பார்த்தான். கொட்டாகாரமுட்டு சுப்ரமணி சிலருடன் நடந்து வந்துகொண்டிருந்தார். வெகுநாட்களுக்கு பிறகு அவரை பார்க்க நேர்ந்ததில் ஷண்முகத்தின் மனதில் பயமும் ஆத்திரமும் ஒரு சேரத் தோன்றியது. ஆனாலும் கண்டும் காணாதது மாதிரி தலையைத் திருப்பிக் கொண்டான். சுப்ரமணியும் அவனை காணாதது போல கடந்து சென்றார். சுப்ரமணியும் அவருடன் வந்தவர்களும் கொட்டகையின் அருகே சென்று அமர்ந்தனர். அதில் ஒருவர் மட்டும் எழுந்து சென்று கடைக்காரரிடம் மொத்தமாக ஒரு பானைக் கள்ளை வாங்கிவந்து பிளாஸ்டிக் ஜக்கில் ஊற்றி அனைவருக்கும் கொடுத்தார்.

சுப்ரமணியத்தின் வருகையும் வெயிலின் தாக்கமும் ஷண்முகத்தை இன்னும் அதிகமாகக் குடிக்கத் தூண்டியது. அவன் தள்ளாடியபடி

கொட்டகை நோக்கி நடந்தான். அங்கு சுப்ரமணி தன் சகாக்களுடன் அரட்டை அடித்துக் கொண்டு கள்ளை குடித்துக் கொண்டிருந்தது மேலும் ஷண்முகத்தை உஷ்ணப்படுத்தியது. அவரைப் பார்த்து அவன் காறித்துப்பினான். எச்சில் முகத்தில் பட்டுத் தெறித்த நொடியில் அவர் கோபத்தோடு எழுந்து, "பொண்டாட்டிய ஊர் மேயவுட்டுட்டு வந்து குடிக்கிற நாயி நீ, எம்மேல காறித்துப்புறயா" என அசிங்கமாகத் திட்டிக்கொண்டே அவனை கீழே பிடித்துத் தள்ளினார். இவர்களின் சண்டையை விலக்க யாரும் முயற்சிக்காமல் கள்ளைக் குடிப்பதிலேயே ஆர்வமாக இருந்தனர். இன்னும் சிலர் போதையில் அவர்கள் சண்டையிட்டுக் கொள்வதை பரிகாசத்துடன் ரசித்துக் கொண்டிருந்தனர். அவர் பிடித்து தள்ளியதில் கொட்டகைப் பக்கமாக விழுந்தான். அவன் அந்தரங்கம் தாக்கப்பட்டதால் கோபம் கொப்பளித்தது. தன்னுடைய இந்த நிலைக்கு இவர்தான் காரணம் என்று நினைத்தான். இத்தனை நாட்கள் மனதிற்குள் போட்டு அழுத்தி வைத்திருந்த இயலாமைகள் மொத்தமும் பெருங்கோபமாக உருமாறி அவர் மேல் குவிந்தது. கீழே விழுந்த ஷண்முகத்தை சட்டைசெய்யாமல் சுப்ரமணி அவர்களுடன் அமர்ந்து தள்ளாடியபடியே கள்ளைக் குடித்துக் கொண்டிருந்தார். அவர் மீதான் கோபம் அதிகரித்துக் கொண்டே இருந்ததால் அவன் தன் பலத்தையெல்லாம் திரட்டி தள்ளாடி தள்ளாடி எழுந்து கொட்டகையைப் பார்த்தான். எறவானத்தில் சாணைத் தீட்டப்பட்டு பளபளவென இருந்த பாலை சீவும் கொடுவாளைப் பார்த்தான். அடுத்த நொடி அவனுக்கு ஆக்ரோஷம் பொங்கியது. பெருங்கோபத்தோடு கொடுவாளை எடுத்துக் கொண்டு தள்ளாடி தள்ளாடி நடந்து சுப்ரமணியின் பின்புறமாகச் சென்று வலுகொண்ட மட்டும் ஓங்கி கழுத்தைப் பார்த்து வெட்டும் வரை யாரும் கவனிக்காமல் போதையின் பிடியில் உளறியபடி இருந்தனர். சுப்ரமணியின் கழுத்திலிருந்து ரத்தம் பீறிட அவர் அமர்ந்திருந்த வாக்கிலேயே தரை நோக்கிச் சரிந்தார். எல்லோர் மீதும் ரத்தம் பட்டுத்தெறித்தது. நடந்து முடிந்த பயங்கரத்தின் தீவிரம் புரிந்து அனைவரும் உறைந்தனர். தன்னிலிருந்த குரோதம் முழுவதுமாக வடிந்த வெறுமையில் ஷண்முகம் தேம்பித் தேம்பி அழுதான்.

தெருவில் நாய்கள் அதிக சத்தத்தோடு குரைத்துக் கொண்டு ஓடியபோது ஷண்முக முதலியாருக்கு கடந்தகால நிகழ்வின் தொடர்பு அறுந்தது. அவையெல்லாம் நடந்து முடிந்து பல ஆண்டுகள் ஆயினும் இப்போதும் உடம்பு படபடப்பதை உணர்ந்தவர் புரண்டு படுத்தார். இந்தமுறை யார் என்ன செய்தாலும்

பட்டியைக் காப்பாற்ற முடியாதென அவரது உள்மனம் தொடர்ந்து அவருக்கு கூறிக்கொண்டே இருந்தது. அந்த சிந்தனைகளில் இருந்து விடுபடமுடியாமல் தவித்தவர் மெல்ல எழுந்து ஒரு சுருட்டைப் பற்றவைத்து இழுத்தார். சிறிது நேரம் தெருவையே வெறித்துப் பார்த்தபடி அமர்ந்திருந்தவர் மீண்டும் கட்டிலில் படுத்துக்கொண்டார்

ஊருக்குள்ளிருந்து வந்த பெரும் சத்தத்தைக் கேட்டு ஷண்முக முதலியாருக்கு லேசாக விழிப்பு வந்தது. சத்தம் மேலும் அதிகரிக்கவே தன்னுடைய கைத்தடியை எடுத்துக்கொண்டு சத்தம் கேட்கும் திசை நோக்கி நடந்தார். மணியகாரர் தெருவில் தான் பெரும் கூச்சலும் சத்தமும் கேட்டது. பட்டிக்கு தான் ஏதோ ஆபத்து என உணர்ந்தவர் இனம் புரியாத வலியால் துடித்தார். அதற்குமேல் அவரால் ஒரு அடிகூட எடுத்து வைக்க முடியவில்லை. பள்ளத்தெருவில் இருந்து திரும்பி மெல்ல மணியம் தெருவிற்குள் நுழைந்து பட்டித்தெருவைப் பார்த்தவருக்கு சர்வமும் ஒடுங்கிப் போனது. எந்திரங்களின் உதவியுடன் பட்டியை இடித்து வாரிக்கொண்டிருந்தனர் சிலர். நாட்டாரும் அகிலாண்டமும் அங்குமிங்குமாக ஓடிக் கொண்டிருந்தனர். என்ன செய்தும் அவர்களால் அதைத் தடுத்து நிறுத்த முடியவில்லை. அகிலாண்டம் ஆத்திரத்தில் ஒன்றிய செயலாளரைப் பார்த்து, “போங்கடா நீங்களும் ஒங்க கேடு கெட்ட அரசியலும்” என்று கத்தினாள். அதை அவன் கேட்கமுடியாதபடி எந்திரத்தின் சத்தம் ஓங்கி ஒலித்தது. அடர்ந்த அவ்விரவிலும் இடிபாடுகளில் இருந்தெழும் புழுதி வானில் வெண்மேகமெனத் திரண்டது. மக்கள் இங்கும் அங்குமாக ஓடிக்கொண்டிருந்தனர். பாதுகாப்பிற்காக நிறைய காவலர்கள் நிறுத்தப் பட்டிருந்தனர். ஒன்றிய செயலாளர் அங்கு நின்றுகொண்டிருந்த காவல்துறை உதவி ஆய்வாளருடன் என்னவோ பேசிக்கொண்டிருந்தார். அதற்குள் விஷயம் பரவி கூட்டம் சேரத்தொடங்கியது. ஷண்முக முதலியாரால் ஒன்றும் பேச முடியவில்லை. அப்படியே குள்ளு வாத்தியார் வீட்டுத் திண்ணையில் அமர்ந்தவர் தனக்குள்ளாகவே சொல்லிக்கொண்டார்: “பாவிங்களா வெள்ளக்காரன்கிட்ட இருந்துகூட காப்பாத்திட்டோம். உங்ககிட்ட இருந்து முடியலயேடா.” அவருக்கு மூச்சு வாங்கியது. சுருட்டை எடுத்து பற்றவைத்துக் கொண்டு மெல்ல நடந்தார். இடிபாடுகள் தொடர்ந்து நடந்துகொண்டிருந்தன. வானில் இருந்த நிலவை மெல்ல மேகம் சூழத் தொடங்கியது.

❋ ❋ ❋

சாரிபோகும் கன்னிமார்கள்

பொழுது இருக்கும்போதே வீடு திரும்பி விடும் சண்முகத்தால் அன்று அவ்வாறு செய்ய முடியவில்லை. அரகண்டநல்லூர் கமிட்டியில் வேலை வளர்ந்து கொண்டே போனது, கமிட்டியை விட்டுக் கிளம்பும் போது இரவு பத்து மணியாகிவிட்டிருந்தது. பத்தரை மணி ரெயிலுக்காக கேட்டை முன்னமே சாத்திவிட்டிருந்தனர். ரயில் வந்து, கேட்டைத் திறக்க அரைமணி நேரத்திற்கு மேலானது. வண்டிக்காரனிடம் அவர் சொன்னார்.

“வண்டியை வேகமாக ஓட்டுடா.”

“வேகமா ஓட்றதுக்கு இது ஏரோப்பிளேன் பாருங்க” என மெதுவாக பதில் கூறினான். காலம் காலமாக மாட்டு வண்டியையே பார்த்துக் கொண்டிருப்பதால் வந்த கோபம். இருள் அடர்ந்திருந்தது. சாலையைப் பிரித்தறிய முடியவில்லை. இருபுறங்களிலும் புளிய மரங்கள் தொடர்ச்சியாக நின்றிருந்தன. கால்களை நீட்டி தோதாக அவர் அமர்ந்து கொண்டார். இருட்டையே பார்த்துக் கொண்டிருந்தவரை தூக்கம் மெல்ல சூழ்ந்து கொண்டபோது அவனிடம் கூறினார்.

“டேய் தூக்கம் வர்ற மாதிரி இருக்கு. பாத்து ஓட்டுடா.” அவன் ஏதும் பதில் கூறாமல் வண்டியை ஓட்டினான். அவர் தூக்கத்தில் ஆழ்ந்திருந்தார். மாடுகள் மெதுவாக நடந்தன. சக்கரம் மேடு பள்ளங்களைக் கடக்கும் போது அதிக ஒலியெழுப்பின. தனிமையைப் போக்கிக் கொள்ள அவன் மெல்லிய குரலில் பாடத் தொடங்கினான்.

பின்புறம் திரும்பி வண்டிக்குள்ளாக தூங்கிக் கொண்டிருக்கும் அவரைப் பார்த்தான். பின் மாடுகளின் வாலை வேகமாகத்

திருகினான். வண்டி வேகமெடுத்தது அலண்டடித்துக் கொண்டு தூக்கம் கலைந்தவராக எழுந்து பார்த்தார் அவர். எதுவுமே நடக்காதது மாதிரி அவன் வண்டியை ஓட்டிக் கொண்டிருந்தான். மீண்டும் படுத்துத் தூங்கிப் போனார் அவர்.

கோட்டிக்கல் அருகே ஆறேழு பெண்கள் சிரித்துப் பேசிக் கொண்டிருப்பதை அவர் கண்டார். அவை ஏற்கனவே பழகிய பெண்களின் சாயலை ஒத்திருந்தன.

அவற்றின் அசைவுகளில் இயல்புக்கு மீறிய நளினத்தை உணர முடிந்தது. கொஞ்சிப்பூவின் வாசனை அவருள் கிளர்ச்சியை ஏற்படுத்தியது. அவற்றின் சிரிப்பும் வளையோசையும் அவருக்கு லேசான பயத்தை ஏற்படுத்திய போதும். தன்னை அவை என்ன செய்துவிடும் என்றும் நினைத்துக் கொண்டு பார்வையைக் கூர்மைப்படுத்திக் கொண்டார்.

எங்கும் இருள் சூழ்ந்திருந்தது. கோட்டிக்கல், இருளில் கம்பீரமாக நின்று கொண்டிருந்தது. கையில் தீவட்டிகளுடன் அவை வரிசையாகப் புறப்பட்டன. மெல்லிய பேச்சொலிகளைக் கேட்க முடிந்தது. சிறிது இடைவெளிவிட்டு அவர் பின் தொடர்ந்தார். செங்குறிச்சியார் வீட்டு நிலத்து வழியாக அவை மடவிளாகம் ஏரிக்கரையை அடைந்த போது அவர் மணியைப் பார்த்தார்.

ஏரிக்கரையை அடைந்ததும் அவருள் படர்ந்திருந்த பயத்தின் ரேகைகள் மறைந்துவிட்டிருந்தன. சிவன் கோயிலின் முகப்பு வெளிச்சம் தொலைவில் தெரிந்தது. கரை மேலிருந்து தெற்குத் தெரு வீடுகளை முழுவதுமாகக் காண முடிந்தது. மடவிளாகம் காலனி வழியாக அவை கீழிறங்கி வளமோட்டு பாறைக்குச் சென்றன.

பாறை, இருட்டில் ஒரு கூடாரம் போல விரிந்திருந்தது. அருகில் இருந்த இலுப்பை மரம் சூழலின் விகாரத்தைக் கூட்டிக் காண்பித்தது. அவை பாறை மீதேறி சுற்றிலும் பார்த்தன.

அவற்றின் செயல்பாடுகளை மிக நுட்பமாக அவர் கவனித்துக் கொண்டார். பின் அவை கீழிறங்கி வண்டிப்பாட்டை வழியாக நடந்து வாசியம்மன் கோயில் நோக்கி நடந்தன. பாதை கரடுமுரடாக இருந்தது. இருபுறமும் கள்ளியும் ஆடாதொடையும் புதராக மண்டியிருந்தன. சிறிது தூரம் நடந்து அவை தென்னண்ட வீட்டு வாய்க்கால் வழியாக வாசியம்மன் கோயிலை அடைந்தன.

இலுப்பைப் பூக்களின் மணம் எங்கும் வியாபித்திருந்தது. பாறைகள் அங்கொன்றும் இங்கொன்றுமாக இருந்தன. ஓட்டேரி பக்கம் பாறை நீண்டு சரிந்திருந்தது. ஆள்நடமாட்டம் இருக்கும் போதே கோயில் ஓர் அமானுஷ்யத் தன்மையோடு இருக்கும். யாருமற்ற இந்த இரவில் கேட்கவா வேண்டும் என்று தன்னையே கேட்டுக் கொண்டார். அவை கோயிலை வலம் வந்தன.

நீண்ட வரிசையில் நின்று சாமி கும்பிட்டன. அவருக்கு ஆச்சரியமாக இருந்தது. பின் வடக்கு நோக்கிச் சென்று ஓட்டேரி வழியாக நடக்க ஆரம்பித்தன. இங்கெல்லாம் எதற்கு அவை வந்து செல்கின்றன என்று அவரால் புரிந்து கொள்ள முடியவில்லை. என்ன நடந்தாலும் கடைசிவரை அவற்றைப் பின்தொடர்வது என்று மனத்திற்குள் நினைத்தபடி பின் தொடர்ந்தார்.

அவற்றிற்கு பாதைகள் நன்கு பரிட்சையமாகி இருந்ததை உணர முடிந்தது. ஓட்டேரி காலனி வழியாக ஓட்டேரித் தெருவுக்குள் நுழைந்தன. அப்போது நாய்கள் பெருங்குரலெடுத்துக் குரைத்தன. தெருவில் பலர் தூங்கிக் கொண்டிருந்தனர். சிறு சலனமுமின்றி அவை வரிசையாக நடந்தன. கையில் பிடித்திருந்த தீவட்டிகள் நன்றாக எரிந்து கொண்டிருந்தன.

ஆச்சரியம் நீங்காமல் அவர் அவற்றையே பார்த்துக் கொண்டிருந்தார். அவை வரசித்தி வினாயகர் கோயில் வழியாக நடந்து திருக்கோயிலூர் ரோட்டை அடைந்தன. சாலையில் நிசப்தம் கூடியிருந்தது. இரண்டாவது ஆட்டம் விட்டு மக்கள் சென்று விட்டிருந்தனர். இராமலிங்க சாமி மடத்தில் மட்டும் ஒரு சிறிய விளக்கு எரிந்து கொண்டிருந்தது. அவை வடக்கு நோக்கி நடந்து பள்ளிக்கூடச் சந்தில் திரும்பி, வெள்ளக்குளத் தெருவில் நடக்க ஆரம்பித்தன.

வெள்ளக்குளம் முழுக்க நிரம்பியிருந்தது. நீரில் பாசியேறி இருந்தது. தெருவில் கட்டப்பட்டிருந்த மாடுகள் கால்களை உதைத்து சப்தமெழுப்பின. நாய்கள் தொடர்ந்து குரைத்துக் கொண்டிருந்தன.

அய்யனார் கோயில் பூசாரி வீட்டருகே ஓர் உருவம் உட்கார்ந்திருப்பதை உணர முடிந்தது. நெருங்க நெருங்க அது ஊர்சாமுட்டு வைத்திக் கவுண்டர் என்பது தெரிந்தது. சிறுநீர் கழித்துவிட்டு அவர் எழுந்து திரும்பவும் அவை எதிர்படவும் சரியாக இருந்தது. பயத்தால் வெளிறி அவர் கீழே சரிந்தார்.

அவருக்கு உதறல் எடுத்தது. மூச்சு விடுவது சிரமமாக இருந்தது. கீழே விழுந்தவரைக் கடக்கும் போது குனிந்து பார்த்தார். பின் வேகவேகமாக நடந்தார்.

அவை வண்டிப் பாதையைக் கடந்து, மாந்தோப்பு வழியாக திருவண்ணாமலை ரோட்டை அடைந்தன. சாலையின் இருபுறமும் புளிய மரங்கள் தொடர்ச்சியாக இருந்தன. பகலைவிட இரவில்தான் மரங்கள் மிக நெருக்கத்தில் இருப்பதை உணர முடிகிறது. சில்வண்டுகளின் இரைச்சல் தொடர்ந்து கேட்டுக்கொண்டே இருந்தது.

அவை மேற்கு நோக்கி நடந்து பச்சபுள்ளா குளத்தை அடைந்தன. குளம் எந்த சலனமுமற்று மிக அமைதியாக இருந்தது. அவை தங்களது ஆடைகளைக் களைந்து குளத்திற்குள் இறங்கின. அசல் பெண்களைப் போன்றே இருந்தன.

அவற்றின் அழகும் வனப்பும் அவரைக் கிளர்ச்சியடையச் செய்தன. ஆனாலும் அவர் சுதாரித்துக் கொண்டார். அவை குளத்திற்குள்ளாக ஓங்காரமாக நீந்தின. சாதாரணமாக அதைப் போன்று யாராலும் நீந்த முடியாதென நினைத்துக் கொண்டே, அவை நீந்தும் அழகைப் பார்த்துக் கொண்டிருந்தார்.

ஒன்றன் பின் ஒன்றாக மஞ்சள் தேய்த்து உடல் முழுக்க மஞ்சளைப் பூசிக் குளித்தன. சிறிது நேரத்திற்கு பின் அவை கரையேறி ஆடைகளை உடுத்திக் கொண்டன. அவற்றின் முகங்கள் தீச்சுவாலைகள் போன்று பிரகாசமாக இருந்தன. பின் அவை மெல்ல நடந்து கோணமலைக்குச் செல்லும் பாதையில் நடக்க ஆரம்பித்தன. இனிமேலும் அவற்றைப் பின் தொடர்வது ஆபத்தில் முடிந்துவிடலாம் என நினைத்தவர் திரும்பி வேக வேகமாக வீடு நோக்கி நடந்தார்.

சரிவில் வண்டி வேகமாக இறங்குவது போல இருந்த போதுதான் அவருக்குத் தூக்கம் பிரிந்தது. விழித்தவர் பச்சபுள்ளா குளத்தைக் காணாது திகைத்தார். தான் எங்கிருக்கிறோம், மணி என்ன என்ற யோசனை அவருக்குள்ளாக ஓடத்தொடங்கிய போதுதான், அதுவரை அவர் கண்டு கொண்டிருந்த நீண்ட கனவிலிருந்து அவரால் விடுபட முடிந்தது. கடிகாரத்தைப் பார்த்தார். மணி மூன்றாக இன்னும் கொஞ்ச நேரமே இருந்தது.

பதற்றத்தால் உடல் நன்றாக வேர்த்து ஈரமாகயிருந்தது. எழுந்து அமர்ந்தபடி சுற்றும்முற்றும் பார்த்தார். வண்டி பில்ராம்பட்டு மேட்டைக் கடந்து கோட்டிக்கல் நோக்கி இறங்கிக் கொண்டிருந்தது. கோட்டிக்கல் இருளில் உருண்டு திரண்டிருந்தது. ஆள் நடமாட்டம் ஏதும் தென்படவில்லை. இருளில் அவர் ஆழ்ந்து பார்த்தார். புதர்களும் பாறைகளையும் தவிர வேறொன்றையும் அவரால் காண முடியவில்லை. ஒரு சில நாய்கள் படுத்துக்கிடந்தன. சிறு பறவைகளின் சப்தம் விட்டுவிட்டு கேட்டுக் கொண்டிருந்தது. வண்டியின் சக்கரங்கள் அதிக சப்தமெழுப்பிய போது அவர் அவனிடம் கூறினார்.

"டேய் வண்டிய செத்த நிறுத்துடா." வண்டி நின்றதும் அவர் இறங்கிக் கொண்டு வண்டிக்காரனை நெருங்கி வண்டியை ஓட்டிக் கொண்டு போகச் சொன்னார். அவர் அவ்வாறு கூறியதும் அவன் ஏதும் புரியாதவனாக அவரைப் பார்த்துக் கேட்டான்.

"நீங்க வரலயா?"

"நா ஏரிக்கரையால நடந்து வந்துர்றேன்" எனக் கூறியவர், ரோட்டிலிருந்து இறங்கி ஏரி நோக்கி நடக்க ஆரம்பித்தார்.

நிலவொளியில் ஏரியின் விஸ்தீரணத்தை நன்கு உணரமுடிந்தது. ஏரிக்குள்ளாக இறங்கிய பிறகுதான் அவர் தனிமையை உணர்ந்தார். தனிமை அவருள் பயத்தை ஏற்படுத்த கன்னிமார்களின் கனவு அதை அடர்த்தியாக்கியது. பரந்து விரிந்து காணப்பட்ட தெற்கு கரை மீதிருந்த அரசமரத்தைப் பார்ப்பதற்கே பயமாக இருந்தது. நீரின்றி பாலம் பாலமாக வெடித்துக் கிடந்தது.

ஓங்கி வளர்ந்திருந்த கருவேல மரத்திலிருந்த சில்வண்டுகளின் இரைச்சல் ஏரி முழுக்க எதிரொலித்துக் கொண்டிருந்தது. பக்கத்து கிராமத்திற்கு மின்சாரம் கொண்டு செல்லும் மின்கம்பங்களின் வரிசையை இருட்டில் பார்ப்பதற்கு ஒரு வலைக்கோட்டை போல ரம்மியமாகயிருந்தது. நடந்து நடந்து பாட்டை நன்கு தேய்ந்திருந்தது. திரும்பிப் பார்க்காமல் அவர் தேய்ந்த பாட்டை மீது வேக வேகமாக வீடு நோக்கி நடந்தார்.

பாதை நீண்டு கொண்டே இருந்தது. இருளின் தனிமை யாரோ பின் தொடர்ந்து வருவது போன்ற உணர்வை அவருள் ஏற்படுத்தியது. அதனால் உடல் நடுக்கமுற்று வேர்க்கத் தொடங்கிய போது அவரது நடையில் வேகம் கூடியது. தான் தனியாக

சாரிபோகும் கன்னிமார்கள் | 71

வந்திருக்கக் கூடாது என்று நினைத்தவர் பல இரவுகளில் இதே வழியாக வந்திருப்பதையும் நினைத்தபடியே வேகமாக நடக்கத் தொடங்கினார். நீண்ட பாம்பென நெளிந்து வளைந்து கிடந்தது பாதை. இடைவிடாத பூச்சிகளின் இரைச்சல் தனிமையின் அடர்த்தியைக் கூட்டிக் காட்டிய போது அவர் ஆயி குளத்தை நெருங்கியிருந்தார்.

குளத்திற்குள்ளிருந்து கால் அலம்பும் சப்தம் வர மீண்டும் அவரை பயம் பீடித்துக் கொண்டது. வேகமாக நடந்து குளத்தைக் கடக்க முயற்சித்தவரை பெயர் சொல்லி ஒரு குரல் அழைத்தது. ஆனால் அந்தக் குரல் ரொம்ப பரிச்சயமானவரின் குரலைப் போன்று இருந்ததால், அவருக்கு சற்றுத் தெம்பு வந்தது. மூச்சை நன்கு இழுத்துவிட்டபடி குளத்திற்குள்ளாகப் பார்த்துக் கேட்டார்.

"யாரது?"

சிறிய மௌனத்திற்கு பிறகு குரல் ஒலித்தது.

"என்னத் தெரியல?"

யோசிப்பு நீண்ட அமைதியை அவருள் ஏற்படுத்திய போது மீண்டும் அந்தக் குரல் ஒலித்தது.

"டேய் பயந்தாங்கொள்ளி. நான்தான்டா கணேச மாமா."

அவர் திரும்ப கேட்டார். இந்த முறை பயம் முற்றிலுமாக நீங்கிவிட்டிருந்தது.

"எந்த கணேச மாமா?"

"உனக்கு எத்தன கணேச மாமா இருக்காங்க. செங்குறிச்சாமூட்டு கணேச மாமான்னா தான் தொரைக்கு விளங்குமோ?" எனக் கேட்டுக்கொண்டே மெல்ல படியேறி வந்தார் அவர். இவருக்குப் பயமாகவும் இருந்தது. கரைக்கு வந்ததும் இவர் குனிந்து அவரின் கால்களைப் பார்த்தார். இவர் கால்களைப் பார்ப்பதை கவனித்துவிட்ட அவர் கேட்டார்.

"என்ன கால் இருக்குதா? இல்ல இன்னும் பேய் பிசாசுன்னுதான் நெனைச்சிக்கினு இருக்கியா?"

அவர் கேட்ட பிறகுதான் இவருக்கு இயல்பு திரும்பியது. இனி எந்தப் பயமும் இல்லை என்று நினைத்தவர், எட்டி குளத்திற்குள்ளாகப் பார்த்தார். குளத்தில் குட்டை போல் தேங்கியிருந்த நீரில் நிலவின் நகர்வு மங்கலாக ஒளிர்ந்தது. வீடு நோக்கி இருவரும் நடக்கத் தொடங்கிய போது அவரிடம் கேட்டார்.

"என்ன மாமா இந்நேரத்துல இங்க."

"வயித்த கடுக்கர மாதிரி இருந்திச்சி அதான்" என்று பேச்சை இழுத்தவர் இவரைப் பார்த்துக் கேட்டார்.

"நடு ராத்திரில பேயாட்டம் திரியறவன் நீ. இன்னாத்துக்கு பேய் அறஞ்சவனாட்டம் இருக்க. எப்ப இருந்து இந்தப் பயம்..." இவர் மௌனமாகவே இருந்தார். அவர் அவ்வாறு கேட்டது இவருக்கு அசிங்கமாகவும் இருந்தது. தேவையில்லாமல் தான் ஏன் பயந்தோம் என்று யோசித்துப் பார்த்தவருக்கு, நீண்ட கனவு நினைவுக்கு வந்தது. உடனே மயிர்க்கால்கள் சிலிர்த்துக் கொண்டன. இவரின் மௌனத்தை கலைப்பவராக அவர் கேட்டார்.

"அப்படி என்னதான் யோசிக்கிற."

சிறிது நேர அமைதிக்குப் பின், அவரிடம் தான் கண்ட கனவை ஒன்று விடாமல் விவரித்தார் இவர். சுவாரசியத்துடன் கேட்டுக் கொண்டிருந்த அவர், இவரிடம் கேட்டார்.

"சாதா ஒரு கனவுக்காகவா யாராவது பயப்புடுவாங்க?"

இவர் இடைமறித்துக் கூறினார்.

"மாமா கனா மாதிரியே தெரியல. ஏதோ நெஜத்துல நடந்த மாதிரி தான் தோணுது."

"சொம்மா பெனாத்தாதடா. வெறும் கனவுதான் அது." உரையாடல் நீண்டு கொண்டே வந்த போது சிவன் கோயில் சகடை நிறுத்தும் இடத்தை அடைந்து விட்டிருந்தனர். அப்போது அவர் கூறினார்.

"மனசப் போட்டுக் கொழப்பிக்காமா போயி படுடா."

இவர் தலையாட்டியபடியே நடுத்தெருவுக்கு செல்லும் பாதையில் திரும்ப, அவர் வீடு நோக்கி கிழக்குப் பக்கமாக சென்றார்.

தன்னை யாரோ தட்டியெழுப்புவதை உணர்ந்து கண்விழித்துப் பார்த்தபோது அவர் திண்ணையில் படுத்திருந்தார். தான் எப்படி இங்கு வந்து சேர்ந்தோம் என்று அவருக்கு குழப்பமாக இருந்தது. கையில் காபி டம்ளருடன் நின்றிருந்த அவரது மனைவி அவரிடம் சொன்னாள். "ஏங்க ஊர்சாமுட்டு வைத்திக்கவுண்டர் செத்துட்டாராம்."

அவள் கூறியதும் பதற்றம் கூடி அவரை ஒரு உலுக்கு உலுக்கியது. சுவாசிப்பதில் சிரமம் ஏற்பட்டது. நடுக்கம் மெல்ல உடல் முழுக்கப் பரவ ஆரம்பித்தது. நா வறண்டு பேச முடியாமல் போனது. முந்தின இரவு அரங்கேறிய சம்பவங்கள் தெளிவான காட்சிகளாக அவரது மனதில் புரளத் தொடங்கின. அவரிடம் தோன்றும் மாற்றங்களை அவரது மனைவி உன்னிப்பாகக் கவனித்துக் கொண்டிருந்தாள். நன்றாக தூங்கிக் கொண்டிருந்தவரை எழுப்பி விட்டோமோ என்று நினைத்துக் கொண்டவாறே கூறினாள்.

"ஏங்க இந்த காபியக் குடிங்க."

அவர் மௌனமாக காபியை அருந்தத் தொடங்கினார். அவரது கைகளில் நடுக்கத்தின் மெல்லிய இழைகளை உணர முடிந்தது. காபியை குடித்து முடித்துவிட்டு அவளிடம் கேட்டார்.

"எப்படி செத்தாரு?"

"ராத்திரி ஒண்ணுக்கு போனவர, கன்னிமார்ங்க அறஞ்சிருக்கும்னு பேசிக்கிறாங்க."

அவளின் பதில் அவரை மேலும் பீதியடையச் செய்தது. பார்வை மங்கிக் கொண்டு வந்தது. அதற்குமேல் அவரால் எதையும் பேசமுடியவில்லை. தெருவையே வெறித்துப் பார்த்துக் கொண்டிருந்த அன்றிலிருந்துதான் உறக்கம் பிடிக்காமல் உளறத் தொடங்கினார். அவருக்கு சித்தம் கலங்கிவிட்டதென ஊர் பேசிக் கொண்டது.

❋ ❋ ❋

இருவழிப்பாதை

பஸ்ஸை விட்டு அவர்கள் இறங்கியதுமே அவன் கேட்ட முதல் கேள்வி "கண்டாச்சிபுரம் ரொம்ப மாறிடிச்சி இல்ல" என்பது தான். அவன் கேள்வியை ஒருவரும் பொருட்படுத்தவில்லை. பேருந்திலிருந்து தங்களது உடமைகளை இறக்குவதில் அவர்களது கவனமிருந்தது. அண்ணா சிலைக்குக் கீழே செல்லாயி வீட்டுக் கண்ணன் டீக்கடை போட்டிருந்தார். கடைத் தெருவில் ஜனங்களின் நடமாட்டம் இருந்து கொண்டிருந்தது. ஒட்டம்பட்டு வழியாக திருக்கோவிலூருக்கு செல்லும் கடைசி பேருந்து நின்று கொண்டிருந்தது.

கொண்டு வந்திருந்த பெட்டிகளை இறக்கியான பின் அவர்கள் செல்லாயி கடைக்கு டீ குடிக்கச் சென்றனர். தேனீர் குடித்துக் கொண்டே அவன் டீ கடைக்காரரைப் பார்த்துக் கேட்டான். "இங்க இருந்த நாவமரத்த வெட்டிட்டாங்களா?" அதற்கு கடைக்காரர் ஆதங்கத்துடன் "ஆமாங்க... ரோட்ட அகலப்படுத்தறமுன்னு நாவ மரத்த வெட்டிட்டாங்க" என்றான். அவனுக்கு வருத்தமாக இருந்தது. வேகமாக டீயைக் குடித்து தன்னுடைய டிரங்க் பெட்டியைத் தூக்கிக்கொண்டு மெல்ல நடக்கத் தொடங்கினான். இன்னும் அவர்கள் டீ குடித்துக் கொண்டிருந்தனர். அவன் தனியே புறப்படுவதை பார்த்த நாடகக் கம்பெனி மேனேஜர் "என்ன சுப்ரமணி நீ பாட்டுக்கு தனியா கௌம்பிட்ட?" என்று கேட்டார். அதற்கு அவன், "ஆமா நீங்க பொட்டிக்காரர் வந்தாதான் வருவீங்க, நின்னு இட்டுட்டு வாங்க, நா மெதுவா நடந்து போறேன்" என்று கூறிவிட்டு இடுப்பில் சுற்றியிருந்த பீடிக் கட்டிலிருந்து ஒன்றை எடுத்துப் பற்றவைத்துக் கொண்டான்.

சிவன் கோயிலை நெருங்க நெருங்க இலுப்பை பூவின் வாசனை அவனுள் ஒருவித சிலிர்ப்பை ஏற்படுத்தியது. வாசனையை அவன்

ஆழ்ந்து இழுத்தான். கோபுரத்திலிருந்த புறாக்கள் சிறகுகளை அடித்தபடி இலுப்பை மரம் நோக்கிச் சென்றன. கோயில் அருகில் உள்ள அடிகுழாயில் ஒருவர் தண்ணீர் பிடித்துக் கொண்டிருந்தார். நாடகக் கொட்டகையை நெருங்க நெருங்க இலுப்பையின் வாசனை அவனுக்கு அம்சவேணியை ஞாபகப்படுத்தியது. ஒருசில நிமிடம் அவன் சிவன் கோவில் முகப்பு விளக்கையே உற்றுப்பார்த்தான். அவன் நினைவலைகள் மெல்ல பின்நோக்கி சுழலத் தொடங்கின. அப்போது சகடை கொட்டகை ஓரம் படுத்துக்கொண்டிருந்த ஒரு நாய் அவனைப் பார்த்துக் குரைக்கத் தொடங்கியது.

“சைலேன்ஸ்... சைலேன்ஸ்” என்று கட்டியக்காரன் சொன்னதும் மந்தவெளியில் திரண்டிருந்த கூட்டத்தில் அமைதி ஏற்பட்டது. நாடகம் பார்க்க வந்த சிலர் மேடைக்கு முன்பாக பாயைப் போட்டு தூங்கிக் கொண்டிருந்தனர். அங்கொன்றும் இங்கொன்றுமாக குழல்விளக்குகள் எரிந்து கொண்டிருந்தன. அவற்றைச் சுற்றி நிறைய பூச்சிகளும் வண்டுகளும் பறந்து கொண்டிருந்தன. காத்தாயி வீட்டு சோமு டீ கடை போட்டிருந்தார். தூங்கிக்கொண்டிருந்தவர்களை பக்கத்திலிருந்தவர்கள் எழுப்பிவிட்டனர். கூட்டத்தில் இன்னும் சலசலப்பு நீடித்தது. மீண்டும் கட்டியக்காரன், “சைலேன்ஸ், சைலேன்ஸ்” என்று சொல்லி, “இன்னைக்கு நடக்க இருக்கிற நாடகத்தின் பெயரைச் சொல்லப்போகிறேன், கவனமாக கேளுங்க” என்று பீடிகை போட்டான். தபேலா வாசிப்பவர் சிறு சுத்தியால் டங்டங்கென தபேலாவை தட்டி சரி செய்து கொண்டிருந்தார். மீண்டும் கட்டியக்காரன் கூட்டத்தைப் பார்த்து ஒலிவாங்கி முன்வந்து கூறத் தொடங்கினான், “இன்றைக்கி நடத்தக் கூடிய நாடகத்தின் பெயர் ராமர் பட்டாபிஷேகம் அல்லது ராவண வதம்.” இன்னொரு முறை கூறினான். “ராமர் பட்டாபிஷேகம் அல்லது ராவண வதம்.” மேலும் அவன் கூட்டத்தைப் பார்த்து, “பெரியோர்களே, தாய்மார்களே, இளைஞர்களே, பாயில் படுத்து உறங்கிக் கொண்டிருக்கும் சிறுவர்களே, நடத்தக்கூடிய நாடகம் அருமையான நாடகம், அதில் ஏற்படும் சொற்குற்றம், பொருட்குற்றம், ஆகிய குற்றங்களைப் பொறுத்து, எங்களது நாடகத்தைக் கண்டுகளிக்க வேண்டுமென அம்மன் நாடக மன்றத்தின் சார்பாக உங்கள் பாதங்களைத் தொட்டுக் கேட்டுக்கொள்கிறேன்” எனக் கூறி,

“நாட்டுக்கு சேவை செய்ய
நாகரீக கோமாளி வந்தேனுங்க....

பாட்டு பாடி ஆட்டமாட
அழகான கோமாளி வந்தேனுங்க.....”

எனப் பாட ஆரம்பித்தான். ஆர்மோனியக்காரர் அப்பாடலை உரக்க பாடியபடியே வாசித்துக் கொண்டிருந்தார். அவருக்கு தோதாக தபேலா காரரும், தாளம் போடுபவரும் வாசித்தனர். பாடிக் கொண்டே கட்டியக்காரன் மேடையின் ஓரத்திற்கு சென்று திரையை விலக்கிப் பார்த்தான். அடுத்து வரும் பெண் வேஷம் தயாராக இருந்தது. முகச்சவரம் செய்துகொள்ள தயாராகி கொண்டிருந்தார் நங்காத்தூர் சுப்பரமணி. அம்மன் நாடக மன்றத்தின் ஆஸ்தான திருமால் அவதாரம் அவரே. அரிதாரத்தைப் பூசிக்கொண்டு மேடையில் நின்றாரென்றால் நிஜ ராமனே வந்தாலும் எதுவும் செய்ய முடியாமல் தோற்று ஓடி விடுவான். குரல் கணீர் கணீர் என ஒலிக்கும். அடவு வைத்து ஆடக்கூடிய ஒரு சிலரில் அவரும் ஒருவர். கண்ணாடியைப் பார்த்து அவர் முகச்சவரம் செய்து கொண்டிருந்த போது மேடையை ஒட்டி போட்டிருந்த கீற்று கொட்டகையை நீக்கியபடி ஆசூரார் பாலு, “சுப்ரமணி... சுப்ரமணி” என்று அவரை கூப்பிட்டு ஒரு எவர் சில்வர் சொம்பை கையில் கொடுத்தார். முகசவரம் செய்து கொண்டிருந்த சுப்ரமணி அவர் கொடுத்த எவர் சில்வர் சொம்பை வாங்கி தன் பெட்டி அருகே வைத்து மூடினார்.

மேடையில் கட்டப்பட்டிருந்த திரைக்கு பின்புறம் இருந்து, “சித்தாட கட்டிக்கிட்டு சிங்காரம் பண்ணிக்கிட்டு” என்று பாடிக் கொண்டே திரையை நீக்கியபடி அரியலூர் தண்டபாணி பெண் வேஷமிட்டு மேடைக்கு வந்து வளைந்து நெளிந்து மிகவும் கவர்ச்சியாக ஆடினார். அவ்வேடத்திற்கு தோதாக கட்டியக்காரனும் பலவித காம சேஷ்டைகளை செய்து கொண்டிருந்தான். கூட்டத்தில் பலத்த கரகோஷம் எழுந்தது. சிறுவர்கள் கைதட்டி சிரித்தனர். ஆவூராமூட்டு பாண்டியன் வேகமாக நடந்து மேடையில் ஏறி பெண் வேடமிட்டிருந்தவரின் மார்புமீது பத்து ரூபாய் நோட்டை குண்டூசியால் குத்திவிட்டு வந்தான். தென்னண்ட வீட்டு ராமு அருகில் அமர்ந்திருந்த செங்குறிச்சியாரை சீண்டி “நாடகம் எப்படி சீர்கெட்டுப் போச்சு பாத்தியா?” என்றார். அதற்கு அவர், “ஆமா என்ன பண்றது பொன்ரங்கம் பொம்பள வேஷம் போட்டுக்கினு வந்தாக்கா அப்படியே கண்ல ஒத்திக்க தோணும், ம்... அதுலாம் ஒரு காலம்பா” என்று ஆதங்கப்பட்டார். அதற்கு ராமுவே, மீண்டும் “என்ன செய்யறது பா எல்லா நாடகக்காரங்களும்

தான் ரெக்காடான்ஸ் ஆடரவங்களா மாறிட்டாங்களே" என ஆதங்கத்தோடு சொன்னார்.

முகச் சவரம் செய்து முடித்தவுடன் சுப்பரமணி தன் பெட்டிக்கு அருகில் மூடிவைத்திருந்த சொம்பை எடுத்து ஏற்கனவே வாங்கி வைத்திருந்த பிளாஸ்டிக் டம்பளரில் கொஞ்சம் ஊற்றி குடித்தார். குமட்டிக் கொண்டு வந்தது அவருக்கு. உடனே ஊறுகாய் பொட்டலத்தை பிரித்து நாக்கில் தடவிக்கொண்டு இன்னொரு மிடறு குடித்தார். தட்டிக்கு வெளியில் நின்று கொண்டிருந்த கோடியாமூட்டு சரவணன் பக்கத்தில் நின்றிருந்தவரை சீண்டி "இன்னா குடிக்கிறார் தெரியுதா?" எனக் கேட்டு, "சாராயம்" என உதட்டைப் பிதுக்கி கண்ணைச் சிமிட்டியவாறே பதிலையும் சொன்னான். சுப்ரமணிக்கு சாராயத்தின் நெடி தாங்க முடியவில்லை. மீண்டும் ஊறுகாய் பொட்டலத்திலிருந்து உறுகாயை சிறிது எடுத்து நாக்கில் தடவிக்கொண்டார். டம்ளரில் மீண்டும் கொஞ்சம் சாராயத்தை ஊற்றிக் குடித்து விட்டு தன் பெட்டி அருகில் சொம்பை மூடி வைத்தார். மிதமான போதையில் அவரது கண்கள் சுழன்றன. அந்தபோதையிலும் அவருக்கு அம்சவேணியின் ஞாபகம் வந்துபோனது. வந்ததிலிருந்து அவர் எப்படியாவது அவளை பார்த்துவிட வேண்டும் என்று எண்ணினார். ஆனால் எங்கும் அவளின் நடமாட்டம் தென்படவில்லை. இம்முறை வழக்கமாக அவள் போடும் முறுக்குக் கடையைக்கூட காணவில்லை. எங்கு போயிருப்பாள் என்று யோசித்தப்படி இடுப்பு மடிப்பிலிருந்த பீடிக்கட்டை எடுத்து ஒன்றை உருவி பற்றவைத்தார். பெட்டியில் வைத்திருந்த கண்ணாடியை எடுத்து பார்த்துக் கொண்டே குழைத்து வைத்திருந்த அரிதாரத்தை முகத்தில் பூச ஆரம்பித்தார். மேடையில் சூரவேஷம் போட்டிருந்த கருவாட்சி கிருஷ்ணமூர்த்தி கட்டியக்காரணை சாட்டையால் அடித்துக் கொண்டிருந்தார். அடுத்து சுப்ரமணிதான் போக வேண்டும். வேக வேகமாக ஆடைகளை உடுத்தி தயாராக இருந்தார். மேடையில் இருந்து சூர வேஷமும் கட்டியக்காரனும் இறங்கிய பின் திரைக்கு பின்னே சென்று குரலெடுத்து,

"புல்லாங்குழல் கொடுத்த மூங்கில்களே, எங்கள்
புருஷோத்தமன் புகழ் பாடுங்களே,"

எனப் பாடிய படியே திரையை விலக்கியபடி மேடைக்கு வந்தார். பெட்டி போடுபவரும், தபேலா வாசிப்பவரும் அவருடன் இணைந்து பாடலை சத்தமாகப்பாடி வாசித்தனர்.

சுப்ரமணியின் கால்கள் தாளத்திற்கேற்ப சக்கரமென மேடையில் சுழன்றது. வாத்தியக்காரர்கள் அவரது ஆட்டத்திற்கு ஈடுகொடுத்து வாசித்தனர். கூட்டத்தில் சல சலப்பு ஓரளவு அடங்கியிருந்தது. அவர் பாடி முடித்து, "அடே காவலா" என கட்டியக்காரனை அழைத்தார். கட்டியக்காரன் ஷார்ட்ஸ் அணிந்து, கலர் கண்ணாடி போட்டுக் கொண்டு வந்தான். அவனைப் பார்த்து கூட்டம் கைதட்டிச் சிரித்தது. நாட்டு நலம் பற்றி கட்டியக்காரனிடம் விசாரித்தவர், தன் மனைவி சீதா என்ன செய்கிறாள் என பார்த்து வருமாறு கூறி, திரைக்கு பின் வந்து சொம்பில் இருந்து கொஞ்சம் ஊற்றிக்குடித்துவிட்டு பீடியை பற்ற வைத்து ஆழ்ந்து இழுத்தார். மேடைக்கு வலப்புறம் பானையில் வைத்துக்கொண்டு குல்பி ஐஸ் விற்றுக் கொண்டிருந்தான் ஒருவன். சிறுவர்கள் சிலர் அவனைச் சுற்றி நின்று கொண்டிருந்தனர்.

நேரம் மெல்ல நகர்ந்து கொண்டிருந்தது. நாடகமும் வனவாசம் கட்டத்தை அடைந்திருந்தது. அடுத்தது சீதையை இராவணன் கடத்திச் செல்ல வேண்டும். சுப்ரமணி ஒவ்வொருமுறை மேடைக்கு சென்று வந்ததும் ஒரு மிடறு சாராயத்தை குடித்து விட்டு ஒரு பீடியை எடுத்து பற்ற வைத்துக் கொண்டார். போதை தலைக்கேறியதும் மீண்டும் அவருக்கு அம்சவேணியின் ஞாபகம் வந்தது. முறுக்கு கடையும் போடாமல் எங்கு சென்றிருப்பாள் என மீண்டும் யோசித்தவாறே பக்கத்திலிருந்த சித்தாமூர் மூர்த்தியை கூப்பிட்டு, "எனக்கு வயித்த என்னமோ பண்ணுது. ஏரி வரைக்கும் போய் வந்துடறேன், அது வரைக்கும் பாத்து மெல்ல நகத்துங்க" என்று கூறி அம்சவேணி வீட்டை நோக்கி நடந்தார். பெட்டிக்காரர் சத்தமாக பாடியபடி வாசித்துக் கொண்டிருந்தார். குல்பி ஐஸ்காரனும் வண்டியில் கட்டியிருந்த மணியை ஆட்டியபடி விற்றுக் கொண்டிருந்தான்.

அம்சவேணியின் வீட்டை நோக்கி நடந்து கொண்டிருக்கும் போதே சுப்ரமணிக்கு நான்கைந்து ஆண்டுகளுக்கு முன்பு தனக்கும் அவளுக்கும் இடையில் நிகழ்ந்த அந்த முதல் சந்திப்பு குறித்த சித்திரம் அவர் மனத்திரையில் குமிழிட உடல் முழுக்க ஒரு வித பரவசம் தொற்றிக் கொண்டது.

அது சித்திரை மாதம். வழக்கமாகவே தமிழ் வருஷப்பிறப்பிற்கு கற்பக வினாயகர் கோவில் திருவிழா களைகட்டும். ஆட்டம் பாட்டம் எல்லாம் கனஜோராக நடக்கும். அந்த வருடமும் இரண்டு நாள் நாடகம் நடத்துவதாக ஏற்பாடு. ஜமீன் கூடலூரைச்சேர்ந்த

பந்தல்காரர் ஒரு வாரத்திற்கு முன்பே கோவிலுக்கு வடக்கே விஸ்தாரமாக பந்தல் போட்டு சென்றுவிட்டார். அதன்பிறகான மாலையில் சிறுவர்கள் பந்தலடியே கதியாக கிடந்தனர். வழக்கமாக பெரும்பாக்கம் கதிரேசன் செட்டியார் ஜமா இல்லையென்றால் செ.குன்னத்தூர் சிவாலிங்கம் ஜமா தான் தாம்பூலம் வாங்குவார்கள். அந்த வருடம் என்ன காரணமோ தெரியவில்லை. நாட்டாண்மைக்காரர் தென்பேர் அம்மன் நாடக மன்றம் என்ற புது ஜமாவுக்கு தாம்பூலம் கொடுத்தார்.

லட்ச தீபத்தன்று முதல் நாள் ஆட்டம். மக்கள் அரசமரத்தடியில் பொங்கலிட்டு வினாயகருக்கு படைத்து, ஊரைச் சுற்றிக்கொண்டு சென்றபோது செஞ்சியில் இருந்து வரும் ஜோதி பஸ்சில் சந்திரா கடை முகட்டில் வந்து இறங்கினர் நாடக மன்றத்தினர். ஆளாளுக்கு ஒரு இரும்பு ட்ரங்க் பெட்டி வைத்திருந்தினர். அதன் மீது அம்மன் நாடக மன்றம் தென்பேர் என பெயிண்ட்டால் எழுதியிருந்தது. வழிகேட்டுக்கொண்டு அவர்கள் சன்னதி தெரு வழியாக நாடக கொட்டகையை அடைந்தனர். அவர்களைக் கண்டதும் சிறுவர்கள் கும்மாளமிட்டனர். தாங்கள் கொண்டுவந்திருந்த பெட்டியை கொட்டகையில் வைத்துவிட்டு அம்மன் நாடக மன்றம் என்று எழுதப்பட்ட திரைச் சீலையை முதலில் கட்டினர். பின்னர் மேடையின் பின்புறம் இருந்த கொட்டகையில் ஒவ்வொருவரும் தங்களது பெட்டியை திறந்து ஆடைகளை எடுத்து கயிற்றில் போட்டனர். வழக்கமாக திருக்கோவிலூர் கே.கே.எஸ்.எஸ். ஆர். சவுண்ட் சர்வீஸ் தான் ஒளி ஒலி அமைக்கும் வேலையை ஏற்பார்கள். அந்த வருடமும் அவர்கள் தான் மேடையில் மைக்கை கட்டிக் கொண்டிருந்தனர். மந்தவெளியில் மக்கள் மெல்ல கூடத் தொடங்கினர். சிலர் பாயைப் போட்டு இடம் பிடித்தனர். சிலர் சாக்கு, இன்னும் சிலர் படுதா ஆகியவற்றை கொண்டு இடம்பிடித்தனர். கோயிலடியில் ஒரு சிறுவன் கமர்கட் விற்றுக்கொண்டிந்தான். பந்தலுக்கு மேற்கே சிலர் "பத்து வச்சா இருபது... இருபது வச்சா... நாப்பது" எனும் ஆட்டத்தை ஆடிக் கொண்டிருந்தனர். சிலர் அதை வேடிக்கை பார்த்துக் கொண்டிருந்தனர். சிறுவர்கள் அங்கும் இங்கும் புழுதியை கிளப்பியபடி ஓடிக்கொண்டிருந்தனர். செட்டியார் வீட்டு குமார் சர்க்கார் கிணற்று ஓரம் சிறிய கடை ஒன்றை போட்டிருந்தார். அந்த கடைக்கு பக்கத்திலேயே நாப்பாளையத் தெரு பரமசிவம் ஒரு டிரம்மில் டீயை வைத்துக்கொண்டு உட்கார்ந்திருந்தான்.

பத்து மணிக்கு மின்சாரம் நின்று வந்ததும் நாடகம் தொடங்கியது. ஆர்மோனியக்காரரும், தபேலாக்காரரும் சுதியை சரிசெய்து கொண்டிருந்தனர். செட்டுக்காரர் வந்து மைக்கின் முன் நின்று மைக்கை விரலால் தட்டி "ஒன்.. டு... திரி... மைக் டெஸ்டிங்" என்று இரண்டு மூன்று முறை செய்து விட்டு சென்றார்.

"வந்தனம். வந்தனம்... வந்த செனமெல்லாம் குந்தனும்" என திரைக்கு பின்னால் இருந்து கெட்டியக்காரன் பாட, அதையே உரத்தக்குரலில் பெட்டிக்காரரும் தபேலாக்காரரும் பாடி வாசித்தனர். பாடிக்கொண்டே திரையை விலக்கிக்கொண்டு கெட்டியக்காரன் பளபளக்கும் உடையில் மேடைக்கு வந்து பெட்டிபோடுவரையும், தபேலா வாசிப்பவரையும் தொட்டு வணங்கினான். மேடைக்கு எதிரே அமர்ந்திருந்த சிறுவர்கள் தாங்கள் வைத்திருந்த பெரிய பெரிய பொட்டலங்களை கெட்டியக்காரனிடம் கொண்டு கொடுத்தனர். அவனும் அதை ஆவலோடு வாங்கிக்கொண்டான். அந்த பொட்டலத்தில் இருந்து ஒன்றை எடுத்து பிரித்தான். பிரிக்க பிரிக்க வெறும் காகிதமாக வந்து கொண்டே இருந்தது. கூட்டம் விழுந்து விழுந்து சிரித்தது. அவனும் சளைக்காமல் பிரித்துக்கொண்டே இருந்தான். கடைசியில் அவன் எதிர்பார்க்காத நேரத்தில் பொட்டலத்திலிருந்து ஒரு தவளை துள்ளிக்குதித்து ஓடியது. கெட்டியக்காரனும் துள்ளிக்குதித்தான் கூட்டத்தில் ஒரே சிரிப்பலை. சிறுவர்கள் விழுந்து விழுந்து சிரித்தனர்.

"சைலேன்ஸ்... சைலேன்ஸ்" என்று கெட்டியக்காரன் சொன்னபோதுதான் கூட்டம் அமைதியானது. கூட்டத்தைப் பார்த்து அவன் பேசத் தொடங்கினான். "பெரியோர்களே தாய்மார்களே, ரசிகப் பெருமக்களே, இன்று இரவு நடத்தக்கூடிய நாடகம் கிருஷ்ணன் தூது அல்லது பதினெட்டாம் போர். மறுபடியும் சொல்றேன் நல்லா கேட்டுக்குங்க இன்றிரவு நடத்தக்கூடிய நாடகம் கிருஷ்ணன் தூது அல்லது பதினெட்டாம் போர்" என்று கூறி "நாடகத்தில் சொற்குற்றம் பொருட்குற்றம் மற்ற ஏனைய குற்றங்கள் இருப்பின் பொறுத்தருளவும்" என்று கூறி பாட ஆரம்பித்தான்.

"நாட்டுக்கு சேவை செய்ய...
நாகரீக கோமாளி வந்தேனுங்க
ஆட்டம் ஆடி பாட்டு பாட
அழகான கோமாளி வந்தேனுங்க"

என பாடி முடித்து திரைக்குபின் சென்று கம்பெனி மேனேஜரிடம் ஒரு பீடியை வாங்கி பற்ற வைத்துக் கொண்டான். அப்போது

திரைக்கு பின்னால் இருந்து பழையகருவாட்சி கிருஷ்ணமூர்த்தி சூரவேஷம் போட்டுக்கொண்டு, "அண்டங்கள் ஏழும் படீர் படீர் என அலைகள் எல்லாம் குபீர் குபீரென" எனும் பாடலை கர்ஜனையோடு பாடிக்கொண்டிருந்தார்.

"ஏம்பா குடிக்க தண்ணி இருந்தா குடுங்கபா" என்று கட்டியக்காரன் கேட்டான். அதற்கு கிருஷ்ணர் வேஷம் போடும் சுப்ரமணியிடம், மேனேஜர் "ஏம்பா அங்க முறுக்கு வித்திட்டிருக்க அம்சவேணிகிட்ட போயி ஒரு ஏனத்தில தண்ணி கொண்டு வரச் சொல்லுப்பா" என்றார்.

அம்சவேணி என்றதுமே அவளது முகம் சுப்ரமணியின் மனத்திரையில் தைலவண்ண ஓவியமெனத் திரண்டது. கோயில் பக்கத்தில் இருந்த மண்டபத்தில் அவர்களுக்கு உணவு பரிமாறியபோது அவள்தான் வளைய வளைய வந்தாள். நல்ல எடுப்பான தோற்றம். வசீகரிக்க கூடிய பார்வை. வளைவும் நெளிவுமான உடல்வாகு. ஒவ்வொரு பிடி சோற்றை எடுத்து வாயில் போடும் போதும் அவன் கண்கள் அவளைத் தேடியது. அவளுக்கும் அவனது பார்வை என்னவோ செய்தது. சமையல் செய்த நவுட்டுக்காரர்கூட "அம்சவேணி... அம்சவேணி..." என்று அவளையே எதற்கெடுத்தாலும் கூப்பிட்டுக் கொண்டிருந்தார். அம்சவேணி அவளுக்கு பொருத்தமான பெயர்தான் என அவன் நினைத்துக் கொண்டிருக்கும்போது அவள் சாதம் வைத்திருந்த பாத்திரத்தை எடுத்துக்கொண்டு அவன் பார்க்கும் படி அங்குமிங்கும் நடந்தாள்.

"ஏம்பா சொன்னது காதுல உழல?" என்று மேனேஜர் மீண்டும் கேட்டபோது தான் சுப்ரமணிக்கு நினைவு வந்தது. "தோ போறேன் அண்ணே" என்று கூறி கொட்டகையை விட்டு பந்தலுக்கு தென் புறம் பெட்ரமாக்ஸ் வெளிச்சத்தில் முறுக்கு விற்றுக்கொண்டிருந்த அம்சவேணியை நோக்கி நடந்தான்.

ஒரு மரபெஞ்சில் சின்ன சின்ன சில்வர் பாத்திரங்களில் எள்ளடை, முறுக்கு ஆகியவற்றை வைத்து அம்சவேணியும் அவளது கணவனும் ஆளுக்கொரு மர ஸ்டூலில் அமர்ந்து கொண்டிருந்தனர். சுப்ரமணி வந்து, "மேனேஜர் தண்ணீ கொண்டு வரச் சொன்னார்" என அம்சவேணியைப் பார்த்து சொன்னான். அதற்கு அம்சவேணியின் கணவன் "த புள்ள தண்ணி கேக்கறாங்க பாரு, போயி ஒரு கொடம் கொண்டு வந்து கொடு" என்றான்.

அவள் ஏதும் பதில் சொல்லாமல் இவனைப் பார்த்து மெல்லியதாகச் சிரித்தாள். அவளது சிரிப்பு அவனுள் காமத்தின் மொக்குகளை அவிழ்க்கத் தொடங்கின. அவள் கொட்டகையின் பின்பக்கமாக சென்று சர்க்கார் கிணற்றை சுற்றிக் கொண்டு சென்றாள். அவள் சென்ற சிறிது நேரம் கழித்து, இவன், "வயித்த கலக்கற மாதிரி இருக்குது எந்த பக்கம் போறது?" என்று அம்சவேணியின் கணவனிடம் கேட்டான். அதற்கு அவன் சாதாரணமாக, "அம்சவேணியின் பின்னாடியே போங்க. வீடு எறக்கத்துல தான் ஆயிகுளம் இருக்கு" என்று கூறினான். இவன் துண்டை உதறி தோளில் போட்டுக்கொண்டு அம்சவேணியின் பின்னால் நடக்கத் தொடங்கினான்.

கூட்டம் நாடகத்தில் ஆழ்ந்திருந்தது. மேடையின் முன்புறம் சில சிறுவர்கள் அப்படியே மண்ணில் படுத்து தூங்கிக் கொண்டிருந்தனர். மைக்கில் கட்டியக்காரன் "கற்பக வினாயகர் கோயில் தெருவைச் சேர்ந்த எல்.ஐ.சி. ஏஜெண்டாக பணிபுரிகின்ற குருநாதன் என்கின்ற அண்ணார் அவர்கள் பப்பூனாக நடிக்கும் கல்பட்டைச் சார்ந்த சரவணன் ஆகிய எனக்கு ரூபாய் பத்தை அன்பளிப்பாக வாரி வழங்கியிருக்கிறார்கள். அவர்களுக்கும், அவர்களது குடும்பத்தார்க்கும் என் சார்பிலும், விழுப்புரம் மாவட்டம், அதே வட்டத்தைச் சார்ந்த தென்பேர் கிராமம் ஸ்ரீஅம்மன் நாடக மன்றத்தாரின் சார்பிலும், வணக்கங்களைத் தெரிவித்துக்கொள்கிறோம்" எனக் கூறிக் கொண்டிருந்த போது, பின்னால் யாரோ வருவதை உணர்ந்த அம்சவேணி திரும்பிப் பார்த்தாள். சுப்ரமணி வருவதை அறிந்ததும் அவளது மனதிலும் காமத்தின் தித்திப்பு மெல்லிய கீற்றென தோன்றி மறைந்தபோது அவனைப் பார்த்து அவள், "இந்த இருட்டுல எங்க கௌம்பிட்டீங்க?" என்றாள். "வயித்த கலக்குற மாதிரி இருக்குது அதான்" என்று கூறி தயங்கித் தயங்கி அங்கேயே நின்றான். அவள், "அதோ தெரு எறக்கத்துல ஆயிகுளம் இருக்குது" என்று அவனிடம் கூறிக்கொண்டே உள்ளே சென்றாள். இவன் கைலியை அவிழ்த்து கட்டிக்கொண்டு அவள் வீட்டு எறவானத்தைப் பிடித்தபடி நின்று கொண்டிருந்தான். உள்ளே ஒரு குண்டு பல்பு எரிந்து கொண்டிருந்தது. நடையிலிருந்து அவள் தெருவைப்பார்த்தாள். இவன் நின்று கொண்டிருப்பது தெரிந்தது. அவனுக்கு கேட்கும் விதமாக, "அதுக்குள்ளயா போயிட்டு வந்துட்டீங்க?" எனக் கேட்டாள். இவன் ஒரு மாதிரிச் சிரித்தான். ஒரு எவர் சில்வர் குடத்தில் தண்ணீரை கொண்டு வந்து திண்ணையின் கீழ் வைத்தாள்.

சிறிது நேரம் இருவரும் மாறிமாறி பார்த்துக் கொண்டனர். நடு நசி அவர்களுக்கிடையிலான தொலைவை மெல்ல இல்லாமல் செய்து கொண்டிருந்தது. அவனைப் பார்த்து சிரித்துவிட்டு, அவள் மீண்டும் உள்ளுக்குள் சென்றாள். சுற்றுமுற்றும் பார்த்தவன் தைரியத்தை வரவழைத்துக் கொண்டு அவள் பின்னாலேயே சென்றான். இவன் உள்ளே வருவதை அறிந்தவள் "யோவ் அப்படியே ஓடியாராதே. கதவை சாத்திட்டு வா" என்று திடுதிப்பென கூறுவாள் என்று அவன் எதிர்பார்க்கவில்லை. அவனது மனம் பலவித கணக்குகளை சடுதியில் போட்டு அழித்தது. பயமாகவும் இருந்தது அவனுக்கு. ஒருவித நடுக்கத்தோடே கதவைச் சாத்திவிட்டு மெல்ல நடந்து வந்து அவளை இறுக்கி அணைத்தான். "தொரைக்கு நாங்களே கூப்பிடணும்" என்று தலையில் மெதுவாகக் கொட்டினாள். அவன் அவளது காது மடல்களை மெல்லக் கடித்தான். அவள் உடம்பிலிருந்து வீசிய மட்டமான பவுடர் வாசனை மேலும் அவனுள் ஒருவித கிளர்ச்சியை ஏற்படுத்தியது. வீட்டு சுவற்றில் பல்லி ஒருமுறை கத்தி முடித்தபோது அவள் தண்ணீர்க் குடங்கள் வைக்கப்பட்டிருந்த பக்கம் தலையை வைத்துப் படுத்தாள். அவன் கையைப் பிடித்து அவள் இழுத்தாள். இருவரது சுவாசங்களிலும் உஷ்ணம் ஏறியிருந்தது. அவள் அவனது உதட்டைக் கவ்வி நீண்ட முத்தம் ஒன்றை கொடுத்தாள். பின் அவன் அவளுக்குள் எதையோ ஆழ்ந்து தேடினான். அவளும் அவன் தேடலுக்கு ஒத்துழைத்தாள். எங்கும் சூழ்ந்திருந்த இருட்டு அவர்களை அமைதியாக வேடிக்கை பார்த்துக் கொண்டிருந்தது.

அவர்கள் எழுந்து உடையை உடுத்திக் கொள்ளும்போது தெருவிளக்கு கம்பத்தின் கீழ் படுத்திருந்த நாய் ஊளையிட்டது. தோட்டத்திற்கு சென்று வந்தபின் கொஞ்சம் தண்ணீர் குடித்துவிட்டு தெருவிற்கு வந்து குடத்தை தூக்கிக்கொண்டு "யோவ் செத்த நேரம் கழிச்சி வா" எனக் கூறி விட்டு நடந்தாள். இவன் தெருத் திண்ணையில் அமர்ந்து ஒலி பெருக்கியில் வரும் குரலைக் கொண்டு யார் மேடையில் நடித்துக் கொண்டிருக்கின்றனர் என்பதை மனத்திரையில் ஓட்டிப்பார்த்துக் கொண்டிருந்தான். சிறிது நேரம் கடந்த பின், துண்டை உதறி தோளில் போட்டுக்கொண்டு மெல்ல நாடகக் கொட்டகை நோக்கி நடந்தான். அதற்குள் அவள் தண்ணீரை கொண்டு வந்து வைத்து விட்டு, முறுக்கு விற்கும் இடத்திற்கு சென்று தன் கணவன் அருகில் நின்று கொண்டிருந்தாள். வேஷம் பூசும் கொட்டகைக்குள் நுழையும்போது அவளைத் திரும்பிப் பார்த்தான். அவள் அவனைப் பார்த்து மெல்லியதாக சிரித்தாள்.

இரண்டாம் நாள் மட்டும் அவர்கள் மூன்று முறை கூடினார்கள். இரண்டாம் முறை சகடை கொட்டகை இருட்டிலும், மூன்றாம் முறை சர்க்கார் கிணற்று ஓரத்திலும் அவர்கள் ஒதுங்கினர். மூன்றாம் முறை அவளைப் புணர்ந்தபோது அவள் அவனை எலும்புகள் நொறுங்கும் படி இறுக்கி அணைத்தாள். தலைமுடியை இறுக்க பிடித்துக் கொண்டு அவனுக்குத் தோதாக இயங்கினாள். கிறக்கத்தின் பிடியில் இருந்தவள் அவன் காதில், "சத்தியமா நா இதுவரை இப்படி அனுபவிச்சதே கெடையாதுயா" என்றாள். அவள் வார்த்தைகள் அவனுள் வேகத்தைக் கூட்டியது. கடைசியில் அவனை அருகில் அழைத்து இறுக்கி அணைத்து, உச்சந்தலையில் அழுத்தமாக ஓர் முத்தத்தை தந்தாள். அவனுக்கு அவளை அங்கேயே விட்டு செல்ல விருப்பமில்லை, எப்படியாவது தன்னுடன் அழைத்து சென்றுவிட வேண்டும் என எண்ணி "நாம எங்கியாவது போயிடலாமா?" என்று அவளிடம் கேட்டான். அவ்வார்த்தைகளை கேட்காதவளைப் போன்று அவன் பிடிக்குள்ளாகவே இருந்தாள் அவள். இருட்டு அவர்களுக்கு தைரியத்தையும் சுதந்திரத்தையும் அளித்தது. ஒரு பெண் தன் பையனைத் தூக்கித் தோளில் போட்டு, பாயை உதறி சுருட்டிக் கொண்டு சன்னதி தெரு நோக்கி நடந்தாள். மழவந்தாங்கல் ரகோத்தமக்கவுண்டர் காளி வேடமிட்டு மேடையில் நடித்துக் கொண்டிருந்தார். மடத்து திண்ணையில் அமர்ந்து கொண்டு சிலர் நாடகம் பார்த்துக் கொண்டிருந்தனர். மீண்டும் அவன் கேட்டான். அவள் அவனையே உற்றுப் பார்த்தாள். பின் உடைகளைச் சரிசெய்து கொண்டு எழுந்து உட்கார்ந்தவள் "நெஜமாவா?" என்றாள். அவன் ஆமாம் என்பதுபோல தலையாட்டினான். அங்கு சிறிது நேரம் மௌனம் நிலவியது. கம்பத்தடியில் அமர்ந்திருந்தவர்கள் எழுந்து தேநீர் அருந்தச் சென்றனர். மீண்டும் அவனே அவளிடம் கேட்டான். "ஏன் எம்மேல் நம்பிக்கை இல்லையா? கூத்தாடிதானேன்னு பாக்கறீயா?" "ச்சே அப்படிலாம் யோசிக்கல" என்று சொன்னாள். "வேற எப்படி யோசிக்கிற?" "அவரயும் கொழந்தைகளையும் பத்தி யோசிச்சேன்" என்று அவள் சொன்னபோதுதான் அவனுக்கு தன் சின்ன மகன், "அப்பா ஆட்டமாடிட்டு திரும்ப வரக்குல எனக்கு கவுரு கட்ற ஷூவும் ஜாமின்ரி பாக்சும் வாங்கிட்டு வாப்பா" எனச் சொன்னது மனத்திரையில் தோன்றி மறைந்தது. அவளை விட்டுச் செல்லவும் அவனுக்கு மனம் ஒப்பவில்லை. "எங்கூட வந்தா மகாராணியாட்டம் உன்ன பாத்துக்குவேன்" என்று அவளது கை விரல்களை வருடியபடியே சொன்னான். அதற்கு அவள் "எனக்கும் ஆசையாதான் இருக்கு. ஆனா அதுலாம் சரிப்பட்டு வராதுயா"

என்றாள். அவன் "ஏன் சரிப்பட்டு வராது?" என்று திரும்பக் கேட்டான். அவள் தீர்க்கமாகச் சொன்னாள். "சரிப்பட்டு வராதுனா வராதுதான்." பின் நீண்ட நேரம் இருவருக்கும் இடையில் அமைதி நிலவியது. பெட்டிக்காரர் "செல்லாத்தா... செல்ல மாரியாத்தா..." என்ற பாடலை வாசித்துக் கொண்டிருந்தார். நிலவு உச்சியில் நிலை கொண்டிருந்தது. சர்க்கார் கிணற்றோரம் இருவர் நின்றபடி புகைத்துக் கொண்டிருந்தனர். நாப்பாளையத் தெரு பரமசிவம் ட்ரம்மை சாய்த்து டீ பிடித்துக் கொண்டிருந்தான். மூச்சை நன்கு இழுத்து விட்டபடியே அவள் "நா எங்கயும் ஓடிர மாட்டேன். நீ எப்பவேனா இங்க வரலாம். அவருக்கும் புள்ளைகளுக்கும் ஆக்கி போடவாவது ஒரு ஆள் வேணுமில்ல" என்று சொன்னாள். அவளின் வார்த்தைகள் அவனுள் ஒரு வித அதிர்வை ஏற்படுத்தியது. பிறகு எதுவும் அவனுக்கு பேசத் தோன்றவில்லை. சிறிது நேரம் அமர்ந்திருந்தவன் "நான் போவனும்" என்றான். "என்ன கோபமா?" என்றாள் அவள். "அதுலாம் ஒன்னுமில்லை" என்று சொன்ன படியே எழுந்து நாடகக் கொட்டகையை நோக்கி நடந்தான்.

"இந்நேரத்துல எங்க கௌம்பிட்டீங்க நங்காத்தூராரே?" என்று சகடைமேல் உட்கார்ந்து நாடகம் பார்த்துக் கொண்டிருந்த செங்குறிச்சியார் கேட்டவுடன் தான் சுப்ரமணி பழைய நினைவுகளில் இருந்து மெல்ல மீள ஆரம்பித்தான். ஒருகணம் நின்று பின்னால் திரும்பிப்பார்த்தான். நாடகம் நடந்து கொண்டிருந்தது. பெட்டிச் சத்தமும் தபேலா சத்தமும் கேட்டுக் கொண்டிருந்தன. சர்க்கார் கிணற்று மீது சிலர் அமர்ந்து பேசிக் கொண்டிருந்தனர். அம்சவேணியின் வீட்டை நெருங்க நெருங்க சிவன் கோயில் அருகிலிருந்த இலுப்பை மரத்திலிருந்து பரவிய இலுப்பை பூவின் வாசனை அவன் மூக்கை துளைத்து.

அம்சவேணியின் வீட்டில் பூட்டு தொங்கியது. உள்ளேயும் எந்த விளக்கும் எரிவதாகத் தெரியவில்லை. சிறிது நேரம் அங்கேயே நின்று பார்த்துவிட்டு மீண்டும் நாடகக் கொட்டகை நோக்கி நடந்தான். அம்சவேணியைப் பற்றி யாரிடம் கேட்பது என்றும், அப்படிக் கேட்டால் யாராவது தப்பாக அர்த்தப்படுத்திக் கொள்வார்களோ என்றும் அவன் மனதில் எண்ணற்ற கேள்விகள் தோன்றி மறைந்தன. பின் டீக்கடை நோக்கி சென்றவன் "ஏம்பா.. ஒரு டீ கொடு" என்று பரமசிவத்தைப் பார்த்துக் கேட்டான். "நீங்க சொல்லி அனுப்பி இருந்தா நானே கொண்டு வந்திருப்பேன்னே" என்று பவ்யமாக அவன் சொன்னான். இரண்டு மூன்று மிடறு தேனீரைக் குடித்ததும் டீக்கடைக்காரனிடம் அம்சவேணியைப்

பற்றிக் கேட்கலாமா என்ற எண்ணம் தோன்றியது. தன்னைப் பற்றி அவன் என்ன நினைத்துக் கொள்வானோ என்றும் யோசித்தான். டீயை முழுவதும் குடித்து முடித்த பின் மெல்ல அவனிடம் சுற்றி வளைத்துக் கேட்டான்.

"ஏம்பா இந்த வருஷம் யாரும் முறுக்கு கடை போடலியா?"

"அம்சவேணி இருந்தா போட்டிருக்கும், வேற யாருங்க போடுவா?" என்றான் அவன்.

இவன் வெகு சாதாரணமாகக் கேட்டான் "அம்சவேணி எங்கயாவது ஊருக்கு கீருக்கு போயிருக்கா?"

"அட அந்தக் கதய ஏன் சார் கேக்கறீங்க, சேலத்திலிருந்து கெணறு வெட்ட வந்த ஒரு செட்டியாரு கூட அது ஓடிப்போச்சுங்க" என்றான்.

பாம்பை மிதித்தது போல உணர்ந்தான் இவன். அடுத்து என்ன கேட்பது என்று தெரியவில்லை. அவளுடனான நினைவுகள் அனைத்தும் தன்னுடைய வண்ணங்களை மெல்ல உதிர்க்கத் தொடங்கியிருந்தன. மலத்தை மிதித்த உணர்வு ஏற்பட்டது அவனுக்கு. தனக்கு ஏன் அவ்வாறு தோன்ற வேண்டும் என்றும் அவன் யோசித்தான். நாடக மேடையில் காளி, வேப்பிலையை வாயில் வைத்தபடி உக்கிரமாக ஆடிக்கொண்டிருந்தது. கடயத்திலிருந்து இதற்காகவே வரவழைக்கப்பட்ட பம்பை உடுக்கைக்காரர்கள் வேக வேகமாக வாசித்தனர்.

"சரி வரம்பா" என்று இவன் டீக்கடைக்காரரிடம் கூறிவிட்டு, நாடகக் கொட்டகை நோக்கி நடந்தான். அம்சவேணியின் முகம் அவனை அலைக்கழித்தபடியே இருந்தது. அந்த சேலத்து செட்டியாரை ஒரே ஒருமுறை அந்த கணத்தில் அவனுக்குப் பார்க்க வேண்டும் போல இருந்தது. தன்னிடம் இல்லாத ஏதோ ஒன்று அவனிடம் இருந்திருக்க வேண்டும். அதுதான் அம்சவேணியை அவனுடன் அழைத்துச் சென்றிருக்கும் என்றும் யோசித்தான். சற்று முன்பு தோன்றிய மனநிலைக்கு முற்றிலும் தொடர்பற்ற வேறொரு மனநிலையில் அவன் கொட்டகை நோக்கி நடந்தான். அப்போது "அம்சவேணி பின்னாடியே போங்க, தெரு எறக்கத்துல தான் ஆயி குளம்" என்று கூறிய அம்சவேணியின் கணவனது குரல் அவன் காதோரம் ஒலித்து மெல்லத் தேயத்தொடங்கியது.

❋ ❋ ❋

ஆற்றைக் கடத்தல்

மாலை வெயில் பாறையில் பட்டுத் தெறித்துக் கொண்டிருந்தது. அரசமரத்து இலைகள் காற்றின் போக்கில் சலசலத்துக் கொண்டிருந்தன. பள்ளிக்கூட மதில்களில் பதிக்கப்பட்டிருந்த கண்ணாடிகளில் அகப்பட்டுக் கொள்ளாமல் வெகு லாவகமாக குரங்குகள் அங்குமிங்கும் தாவிக் குதித்துக் கொண்டிருந்தன. அவற்றுள் சில, பக்கத்து வீட்டு பப்பாளி மரத்தை நாசம் செய்து கொண்டிருந்தன. அடுத்த பாடவேளைக்கான மணி அடித்ததும் எட்டாம் வகுப்பு மாணவர்கள் மிகுந்த ஆர்வத்தோடு விளையாட்டு மைதானத்திற்கு வந்தனர். எல்லோரது விழிகளிலும் குதூகலம் நிரம்பி வழிவது தெரிந்தது. மாணவர்கள் சிலர் கால்களால் மண்ணை தள்ளித்தள்ளிவிட்டு புழுதி ஏற்படுத்திக் கொண்டிருந்தனர். மாணவிகள் வடக்குப்புற மதிலோரத்தில் தங்கள் புத்தகப் பைகளை வைத்துவிட்டு கிளிப்பாரி விளையாட ஆரம்பித்தனர். விசில் சப்தம் கேட்டவுடன் மாணவர்கள் அனைவரும் பெட்டிப்பாம்பாக அடங்கினர். அவர்களை உயரப்படி நிற்க வைத்து, சில எளிய பயிற்சிகளை உடற்பயிற்சி ஆசிரியர் அளித்தார். நின்ற இடத்திலேயே ஓடுதல், வல, இடப்புறமாக சாய்ந்து காலைத் தொடுதல், முன்பின்னாக, வளைந்து தரையைத் தொடுதல் ஆகியவற்றை செய்துகாட்டி, மாணவர்களைச் செய்யச் சொல்லி அவர்களை முறைப்படுத்தினார். அவர்கள் மூச்சு வாங்க அவரது கட்டளைகளுக்கேற்ப தங்களது உடலை இயக்கிக் கொண்டிருந்தனர். இறுதியாக மாணவர்களை நன்றாக எம்பிக் குதிக்கச்சொல்லி, விசிலை ஊதினார். தங்களால் இயன்ற மட்டும் மாணவர்கள் எம்பிக் குதித்தனர். பெரும்பாலானவர்கள் வியர்வையில் குளித்துவிட்டிருந்தனர். அவரவர் இடத்திலேயே அவர்களைப் பிணம்போல வானத்தைப் பார்த்தபடி படுத்துக் கொள்ளச் சொன்னவர், "நன்றாக மூச்சை இழுத்து விடுங்கள்"

என்று கூறினார். ஒரு சிலர் வேண்டுமென்றே தாறுமாறாக சுவாசித்துக் கொண்டிருந்தனர். இன்னும் சிலர் வெகு சிரத்தையோடு சுவாசித்துக் கொண்டிருந்தனர். வெயில் மெல்லமெல்லக் குறைந்து கொண்டிருந்தது. சில மாணவர்கள் மதில் ஓரங்களில் இருந்த செடிகளுக்கு நீர் ஊற்றிக் கொண்டிருந்தனர். இன்னும் சிலர் கொடிக் கம்பத்தை பிடித்துக் கொண்டு வேகவேகமாக சுற்றிக் கொண்டிருந்தனர். சிறிது நேரம் கழித்து படுத்துக் கொண்டிருந்தவர்களை ஆசிரியர் எழுந்திருக்குமாறு கூறினார். அவர்கள் தங்களது ஆடைகளை தட்டி விட்டுக் கொண்டு எழுந்தனர். மாணவிகள் கிளிப்பாரியில் தங்களது முழு ஈடுபாட்டை காட்டிக் கொண்டிருந்தனர். ஆசிரியர் மைதானத்தின நடுவில் காலால் பெரிய வட்டத்தை வரைந்தார். அவ்வட்டக் கோட்டின்மீது மாணவர்களை வந்து நிற்குமாறு கூறியவுடன் தங்களது நண்பர்களுக்குப் பக்கத்தில் இருக்குமாறு ஒவ்வொருவரும் முண்டியடித்தபடி இடத்தைப் பிடித்தனர். அவர்களை அமைதியாக இருக்கும்படி கூறிய ஆசிரியர், ஆட்டத்தின் பெயரையும் ஆட்ட விதிமுறைகளையும் கூறத் தொடங்கினார்.

“இதுதான் வட்டப்பாதை நீங்கள் இதுமேலதான் நடக்கணும். இந்த இடத்துலதான் ஆறு ஓடுது.”

அவர் கூறிக் கொண்டிருக்கும் போது சுந்தர்ராஜ் தினேஷை சீண்டி “டேய் இன்னாடா, வெறும் கட்டாந்தரையைக் காட்டி ஆறு ஓடுதுன்னு சொல்றாரு” என்றான்.

அவன் கூறியதைக் கேட்டு தினேஷ் சிரிக்கவும் ஆசிரியர் அவர்களைப் பார்க்கவும் சரியாக இருந்தது. ஆனாலும், அதை அவர் கண்டு கொண்டதாகக் காட்டிக் கொள்ளவில்லை. அவர் காட்டிய அந்த ஆற்றின் அகலம் கிட்டத்தட்ட ஒரு தப்படி இருந்தது. மாணவர்கள் எப்போது ஆட்டம் தொடங்கும் என்று ஆவலோடு எதிர்பார்த்துக் கொண்டிருந்தனர். மீண்டும் ஆசிரியர் அவர்களிடம் கூறினார்.

“நீங்க எல்லாரும் இந்த வட்டத்து மேலேயே ஓடணும். திடீர்னு நான் விசில் ஊதுவேன். அப்போ யாரு ஆத்துக்குள்ளார இருக்காங்களோ அவுங்க அவுட்னு அர்த்தம், புரியுதா?”

மாணவர்கள் அனைவரும் புரிவதாகத் தலையாட்டினர். இதற்குள் இங்கு ஏதோ வித்தியாசமான விளையாட்டு நடக்கப்போவதை உணர்ந்துகொண்ட பிற வகுப்பு மாணவர்கள் அங்கு குழுமத்

தொடங்கினர். எட்டாம் வகுப்பு மாணவிகளும் கிளிப்பாரியை விட்டுவிட்டு ஆட்டத்தைக் காண வந்து சேர்ந்தனர். ஆசிரியர் அவர்களை கொஞ்சம் இடம் விட்டு அமரும்படி கூறினார். மாணவர்களில் ஒருசிலர் அவர் கூறியதற்காக, அந்த வட்டப்பாதையைச் சுற்றி உட்கார்ந்து கொண்டனர். மற்றவர் அவர்களுக்கு பின்புறம் திட்டுத் திட்டாக நின்று கொண்டிருந்தனர். அப்போது ஒரு குரங்கு மின்சாரக் கம்பியைப் பிடித்துக் கொண்டு தலைகீழாகத் தொங்கியவாறு சமையல் கூடத்திலிருந்து ஐந்தாம் வகுப்புக்கு சென்றது. அதை கண்ட சில மாணவர்கள் சப்தமெழுப்பியும் கைதட்டியும் ஆர்ப்பரித்தனர், ஆசிரியர் விசில் ஊதி அவர்களை அமைதிப்படுத்தி, விளையாடப் போகும் மாணவர்களைப் பார்த்து, “டேய் இங்கு கவனிங்க எல்லாம் ரெடியா இருங்க. நா விசில் அடிச்சவுடன் அந்த வட்டத்து மேலேயே நடக்கணும். நா மீண்டும் விசில் அடிச்சவுடன் அவுங்க அவுங்க அப்படியே நின்னுடணும். யாரு ஆத்துக்குள்ள மாட்டிக்கிறாங்களோ அவுங்க வெளியில வந்திடனும் புரியுதா?” என்றார்.

மாணவர்கள் கோரசாக, “புரியுதுங்க சார்” என்றனர்.

கூட்டம் விளையாட்டைக் காண ஆர்வத்தோடு இருந்தது. பின்னால் நின்றிருந்த ஒருசிலர் எக்கிஎக்கிப் பார்த்துக் கொண்டிருந்தனர். கும்பலாக நின்று கொண்டிருந்ததால் எல்லோராலும் ஆடுகளத்தை ஒரே சீராகக் காண முடியாமல் இருந்தது. அங்கே தள்ளுமுள்ளு ஏற்பட்டுக் கொண்டே இருந்த போது ஆசிரியர் மாணவர்களைப் பார்த்து “எல்லோரும் ரெடியா இருக்கீங்களா?” என்று கேட்டார்.

மாணவர்கள் அனைவரும் தயார் நிலையில் இருப்பதாகக் கூறினர். அங்கு குழுமி இருந்தவர்கள் மத்தியில் ஒருவித எதிர்பார்ப்பு கூடியிருந்தது. ஆசிரியர் விசில் ஊதினார். அவர்கள் மெல்ல வட்டத்தின்மீது நடக்கத் தொடங்கினர். ஆற்றை நெருங்க நெருங்க அவர்களிடம் ஒரு வேகம் தெரிந்தது. வேக வேகமாக நடக்கத் தொடங்கினர். நடை ஓட்டமாக மாறியது. வேக வேகமாக ஓடி அவர்கள் ஆற்றைக் கடந்த பின்பே ஆசுவாசம் கொண்டனர். ஆசுவாசப்படுத்திக் கொண்டிருக்கும் போதே மீண்டும் அவர்கள் ஆற்றின் நெருக்கத்தில் இருந்தனர். மீண்டும் அவர்கள் ஆற்றைக் கடக்க ஓட வேண்டியிருந்தது.

அனைவரது நடையிலும் ஒரு வேகம் தெரிந்தது. தாங்கள் ஆற்றைக் கடக்கும்போது விசில் ஊதப்பட்டுவிடக் கூடாது

என்று அனைவருமே நினைத்தனர். ஆகவே ஆற்றை நெருங்கும் போது மிக வேகமாக ஓடினர். அனைவரும் வேகமாக ஓடிக் கொண்டிருப்பதைப் பார்த்த கூட்டம் கைதட்டி ஆர்ப்பரித்தது. கூக்குரல் எழுந்தது. ஒரு சிலர் விரல்களை மடக்கி வாயில் வைத்து விசில் அடித்தனர். இன்னும் சிலர் பிற மாணவர்களைக் கேலி செய்யும் விதமாகப் பாடினர். அனைவரிடத்திலும் ஒரு பதற்றம் தொற்றிக் கொண்டிருந்தபோது ஆசிரியரின் விசில் சப்தம் கேட்டது. ஓடிக்கொண்டிருந்தவர்கள் அப்படியே சிலைகள் போல நின்றனர். எங்கும் மயான அமைதி. வட்டத்தின் மீது நின்றிருந்தவர்கள் கீழே குனிந்து பார்த்தனர். ஒருவன் ஒரு காலை ஆற்றுக்குள்ளும் ஒரு காலை வெளியிலும் வைத்திருந்தான். ஆசிரியர் ஆற்றுக்குள் இருந்த மூவரையும் வெளியே அனுப்பினார். மீண்டும் கூட்டத்தில் ஆரவாரம் கூடியது.

“கும்தலக்கா கும்மாவா... எங்க எட்டாவதுனா சும்மாவா?” என்று திரும்பத் திரும்பப் பாடிக் கொண்டிருந்தனர். சிறுவர்கள் மிகுந்த ஆர்வத்துடன் ஆட்டத்தையே பார்த்துக் கொண்டிருந்தனர். அரசமரத்தில் பறவைகள் வந்தமர்வதும் பறப்பதுமாக இருந்தன. வெயில் மெல்ல சரிந்துகொண்டிருந்தது. மீண்டும் ஆசிரியர் விசிலை ஊதினார். மாணவர்கள் மெல்ல ஓடத் தொடங்கினர். வெகு சீக்கிரத்திலேயே அவர்களின் நடை மூர்க்கமாகி வேகமான ஓட்டமானது. கண் இமைப்பதற்குள் ஆற்றைக் கடந்தனர். ஒரு சிலர் கால்களை எட்டி எட்டி வைத்து ஓடினர். திடீரென ஆசிரியர் விசிலை ஊதினார். ஆற்றுக்குள் இந்த முறை யாரும் நின்று கொண்டிருக்கவில்லை. மீண்டும் ஆசிரியர் விசிலை ஊதினார். அவர்கள் வேகத்தோடு ஓடினர். கூட்டம் அவர்களை உற்சாகப்படுத்தப்படுத்த அவர்களின் வேகம் கூடியது. ஆசிரியர் விசிலை ஊதினார். இம்முறை ஆற்றுக்குள் ஐந்து பேர் மாட்டிக்கொண்டிருந்தனர். கூட்டத்தினர் அவர்களைப் பார்த்து கைதட்டிச் சிரித்தனர். ஆசிரியர் அவர்களை வெளியில் போகச் சொல்லி விட்டு மீண்டும் விசிலை ஊதினார். மீண்டும் எஞ்சியவர்கள் தலைதெறிக்க ஓடினர். ஆசிரியர் இப்போது உடனுக்குடன் விசிலை ஊதி ஒவ்வொருவராக வெளியில் அனுப்பிக் கொண்டிருந்தார். எவ்வளவுதான் கவனத்தோடு ஓடினாலும் அவர் ஊதும்போது ஒரு சிலர் ஆற்றுக்குள்தான் நிற்க வேண்டி வருகிறது.

கடைசியாக ஆட்டத்தில் விளையாடிக் கொண்டிருந்தவர்கள் வெறும் ஐந்து பேராக சுருங்கி விட்டிருந்தனர். ஆசிரியர் அந்த ஐவரையும் தனித்தனியாக பிரித்து நிற்க வைத்தார். பின் விசிலை

ஊதினார். விசில் சப்தம் கேட்டதுதான் தாமதம் புயலென சீறிப் பாய்ந்தனர் அவர்கள். காற்றைக் கிழித்துக்கொண்டு ஓடினர். சுற்றி நின்றிருந்த கூட்டம் அவர்களைக் கைதட்டி உசுப்பேற்றியது. தான் அகப்பட்டுக்கொள்ளக் கூடாது என்று அவர்கள் ஒவ்வொருவரும் நினைத்துக் கொண்டவர்களாக ஓடினர். ஆசிரியர் திடீரென விசிலை ஊத ஓடிக்கொண்டிருந்தவர்களில் மூன்றாவதாக நின்று கொண்டிருந்தவன் ஆற்றுக்குள் நின்று கொண்டிருந்தான். உடனடியாக அவன் அப்புறப்படுத்தப்பட்டான். மீண்டும் ஆட்டம் துவங்கியது ஆசிரியர் விசிலை ஊத எடுக்கும் போதே அவர்கள் ஓடத் தொடங்கினர். பின் எந்த சப்தமும் வராதது கண்டு நின்றனர். பின் ஆசிரியர் ஊதியதும் ஓடத்தொடங்கினர். இதற்குள்ளாக வெளியில் இருந்து ஆட்கள் விளையாட்டைக் காண வரத்தொடங்கியிருந்தனர். ஆசிரியர் அவர்களைப் பாராதது போல இருந்தார். மாணவர்களின் போக்கையே அவர் கூர்ந்து கவனித்துக் கொண்டிருந்தார்.

திடீரென விசில் சப்தம் எழவும் இருவர் ஆற்றுக்குள் சிக்கிக் கொள்ளவும் சரியாக இருந்தது. அந்நேரம் யாரும் எதிர்பாராதவகையில் அம்மாணவர்கள் "ஐயோ, அம்மா எங்களைக் காப்பாத்துங்க, வெள்ளம் அடிச்சிகினு போவுது" என்று கூக்குரலெடுத்துக் கத்தினர். கூட்டம் அரண்டடித்துக் கொண்டு ஓடியது. ஆற்றின் வேகம் யாராலும் கட்டுப்படுத்த முடியாதபடி இருந்தது. நீர் பெரிய சுழற்சியோடு ஆர்ப்பரித்தபடி பாய்ந்து கொண்டிருந்தது. பெரியவர்கள் அனைவரும் ஆற்றை நெருங்கிப் பார்த்தனர். அதீத வேகத்தோடு, பெருத்த சப்தத்தோடு ஆறு ஓடிக்கொண்டிருந்தது. யாரும் ஆற்றுக்குள் குதித்து மாணவர்களைக் காப்பாற்றத் துணியவில்லை. ஆசிரியர் பேயறைந்தது மாதிரி நின்று கொண்டிருந்தார். கூட்டம் அங்கொன்றும் இங்கொன்றுமாக கூடிக்கூடிப் பேசிக் கொண்டது. தண்ணீரின் சீற்றம் ரொம்ப தூரத்திற்கும் கேட்டபடியிருந்தது. இதற்குள் தலைமை ஆசிரியருக்கும் தகவல் போய் அவரும் பெரும் அதிர்ச்சியுடன் வந்தார். கொஞ்ச நேரத்திற்குள்ளாக ஊர்த்தலைவரும் வரவழைக்கப்பட்டார். என்ன நடந்தது என்று அவர்கள் உடற்கல்வி ஆசிரியரிடம் கேட்டனர். அவரால் எதுவும் பேச முடியவில்லை. சலசலவென வேகத்தோடு ஓடிக் கொண்டிருக்கும் ஆற்றையே பார்த்துக்கொண்டிருந்தார். அவரது உடல் மெல்ல நடுங்கிக் கொண்டிருந்தது. கண்களில் பயத்தின் ரேகைகள் படர்ந்திருந்தன. எவ்வளவு கேட்டும் அவரால் பேச

முடியவில்லை. பின் அங்கு கூடியிருந்த மாணவர்களிடம் விசாரித்தனர். மாணவர்கள் ஒவ்வொரு வரும் ஒரு மாதிரியாக கூறினார்கள். பெரியவர்கள் மெல்ல அவ்விடத்தை விட்டு நகர்ந்தனர். தண்ணீரில் அடித்துச் செல்லப்பட்டவர்கள் யார் என்று உறுதியாகத் தெரியவில்லை. விளையாட்டில் கலந்து கொண்டவர்கள் அனைவரும் இருந்தால்தானே கண்டுபிடிக்க முடியும். ஆற்றின் சீற்றத்தைக் கண்ட நொடியில் அனைவரும் சிட்டாகப் பறந்துவிட்டனர். அப்புறம் எப்படி யார் அடித்துக் கொண்டு சென்றார்கள் என்பதைக் கூற முடியும் என்று ஒரு சிலர் நினைத்துக் கொண்டனர். மெல்ல கூட்டம் கலையத் தொடங்கியது. ஆனால் செய்தி ஊருக்குள் பரவி ஒருவித அசாதாரண நிலையை ஏற்படுத்தியது.

அவர்கள் இருவரும் தண்ணீரின் போக்கிலேயே வெகுதூரம் செல்ல வேண்டியிருந்தது. ஆற்றின் வேகத்தை எதிர்த்து அவர்களால் எதுவும் செய்ய முடியவில்லை. எங்கு செல்கிறோம் என்பதைக்கூட அவர்களால் உணரமுடியவில்லை. சுற்றிலும் ஒரே வனாந்திரமாக இருந்தது. இரு கரைகளிலும் அடர்ந்தோங்கிய மரங்கள். பல்வேறு விதக் கொடிகள் அவற்றில் படர்ந்து கிடந்தன. குட்டைப் புதர்களும் மண்டிக் கிடந்தன. இதற்கு முன்னர் இவ்வகை மரங்களையோ செடிகொடிகளையோ அவர்கள் பார்த்தது கூடக் கிடையாது. ஆற்றின் வேகம் பெரும் பாய்ச்சலாகவே இருந்தது. மனித நடமாட்டம் இருப்பதற்கான எந்த சுவட்டையும் அவர்களால் உணரமுடியவில்லை. அவர்களுக்கு ஆறுதலான ஒரே விஷயம் மரங்களும் வானத்தின் இருக்கும் சூரியனும் தான். தொடர்ச்சியாகத் தண்ணீரில் இருப்பது அவர்களுக்கு அலுப்பை ஏற்படுத்தியது.

இருவரும் ஒருவரை ஒருவர் பார்த்துக் கொண்டனர். அதைத் தவிர வேறெதையும் அவர்களால் செய்துவிட முடியுமென்று தோன்றவில்லை. வீடு, பள்ளி, நண்பர்கள் என்ற எந்த சிந்தனையுமின்றி அவர்கள் ஆற்றின் போக்கில் நகர்ந்து கொண்டிருந்தனர். தாம் எங்கு கரைசேரப் போகிறோம் என்ற ஆர்வம் அவர்களிடம் மேலோங்கியபோது அவர்களுக்கு பசிக்க ஆரம்பித்திருந்தது. பசியை போக்கிக் கொள்ள ஆற்றுத் தண்ணீரைத் தவிர வேறெதுவும் இல்லை. கரைகளில் பழுத்து வெடித்துக் கிடக்கும் பழங்களைப் பார்த்துக் கொண்டிருந்தவர்களை ஆற்றின் வேகம் வேறிடத்திற்கு இழுத்து சென்று கொண்டிருந்தது. எதையும் அவர்கள் நிலையாக உணர்ந்து அனுபவிக்க முடியாமல் இருந்தது. மெல்ல இருள் கவியத் தொடங்கியபோது அவர்களை பயம் கவ்வத்

தொடங்கியது. சூரியன் மேற்கு நோக்கி சரிவதை அவர்களால் பார்க்க முடியாமல் இருந்தது. இப்போது அவர்களுக்கு இருந்த ஒரே ஆறுதல் ஆற்றின் சலசலப்பு மட்டுமே. அந்த சப்தத்தைக் கொண்டே அவர்கள், தனிமையைப் போக்கிக்கொள்ள வேண்டியிருந்தது. அவர்களுக்கு அசதி மேலிட்டது. உடல் நடுங்கத் தொடங்கியது. கை, கால்களை அவர்களால் அசைக்க முடியாமல் போனபோது கண்கள் மங்கின. அப்போது அவர்களால் எதையும் பார்க்க முடியவில்லை. மெல்ல சுயநினைவை இழந்தனர். இயல்புநிலைக்கு திரும்ப அவர்கள் எடுத்த முயற்சி எவ்வித பலனையும் தந்து விடவில்லை.

அவர்கள் பிணங்களைப்போல ஆற்றின் போக்கில் அடித்துச் செல்லப்பட்டனர். ஆற்றுக்கு மேலாக தோன்றிய நிலவையோ அதன் குளிர்ச்சியையோ உணர முடியாதபடி அவர்கள் ஆற்றின் போக்கில் சென்று கொண்டிருந்தனர்.

விழிப்பு வந்த போது அவர்கள் சொரசொரப்பான தரையில் படுத்திருப்பதை உணர்ந்தனர். கண்களை நன்றாகத் திறந்து பார்த்தனர். பிழைத்துக் கொண்டது அவர்களுக்கு மகிழ்ச்சியாக இருந்தது. எங்கு இருக்கிறோம், எப்படி வந்தோம் என்ற கேள்விகள் அவர்களுக்கு ஆச்சரியத்தை ஏற்படுத்தின. அவர்களால் படுக்கையிலிருந்து எழுந்திருக்க முடியவில்லை. படுத்துக்கிடந்த அவ்விடத்தைத் தாண்டி அவர்களால் வேறெதையும் பார்க்க முடியவில்லை. வெளியில் பலவிதமான சப்தங்கள் உலவுவதை அவர்களால் கேட்க முடிந்தது. அவர்கள் படுத்துக்கிடந்த அறைக்கு மேலாக இருந்த காற்றுவாரி வழியாக சூரிய வெளிச்சம் கசிந்து கொண்டிருந்தது. ஒரு மின்சாதனத்தைக்கூட அவர்களால் அந்த அறையில் காண முடியவில்லை. இந்த காலத்தில் எந்த வசதியும் இன்றி இப்படிக்கூட ஒரு வீடு இருக்க முடியுமா என்று அவர்கள் யோசித்துக் கொண்டிருக்கும் போது யாரோ ஒருவர் உள்ளே வருவதை அவர்களால் உணர முடிந்தது. அவர் கையில் ஒரு மண்பாத்திரம் இருந்தது. அருகில் வந்து அமர்ந்து மண்பாத்திரத்திலிருந்ததை சிறிய குவளையில் ஊற்றி இருவருக்கும் புகட்டினார். அப்போதுதான் கொஞ்சம் தெம்பு வந்தது போல உணர்ந்த அவர்கள், "நாங்கள் எங்கிருக்கிறோம்?" என்று அவரிடம் கேட்டனர்.

இவர்களின் கேள்வியை சட்டை செய்யாதவராக உதட்டில் விரலை மட்டும் வைத்துப் பேச வேண்டாம் என்பதுபோல

சைகை செய்தார். பின் சிறிது நேரம் இருந்து விட்டு எழுந்து செல்லும்போது நன்றாகத் தூங்குங்கள் என்று சைகையாலேயே காட்டி புன்னகைத்துச் சென்றார். இருவருக்கும் ஒன்றும் புரியவில்லை. தாங்கள் எப்போது இங்கு வந்தோம், இது எந்த இடம், நம் ஊருக்கும் இதற்கும் எவ்வளவு தூரம் என்று தங்களுக்குள்ளாகவே கேட்டுக் கொண்டனர். மீண்டும் அயர்வு காரணமாக இவர்களுக்கு கண்கள் செருக ஆரம்பித்தன. சற்று நேரத்திற்குள் உறங்கி விட்டிருந்தனர். சூரியன் உச்சிக்கு வந்து, பின் நகர்ந்து சரியத் தொடங்கிய போதுதான் இவர்களுக்கு விழிப்பு வந்தது. அப்போது ஓரளவிற்கு இவர்கள் களைப்பு நீங்கியவர்களாக இருந்தனர். அசதி குறைந்து, கண்களில் ஒருவித குதூகலம் தெரிந்தது.

அங்கு சென்று மூன்று நாட்கள் கழிந்த நிலையில் இவர்களுக்கு அவ்வூரைச் சுற்றிப் பார்க்க வேண்டும் என்ற எண்ணம் தோன்றியது. எந்நேரமும் படிபடி என்று அதட்டிக் கொண்டே இருக்கும் பெற்றோர்களும் ஆசிரியர்களும் இல்லாத இவ்வுலகம் இவர்களுக்கு அதீத சுதந்திரத்தைக் கொடுத்தது. ஆனாலும் எப்படி ஊருக்குத் திரும்புவது என்ற பயமும் இவர்களுக்குள் எழுந்து மறைந்து கொண்டிருந்தது. மேலும் இங்கு அனைவரும் அன்பொழுக இருப்பது இவர்களுக்கு ஆச்சரியத்தை ஏற்படுத்தியது. அறிவியலின் வளர்ச்சிக்கான எந்தத் தடத்தையும் அங்கு காண முடியவில்லை. இரண்டு மூன்று நாட்களில் இவர்களுக்குப் பழகிப் போனது. சூரியனையும் சந்திரனையும் ஒளி மூலங்களாகக் கொண்டு வாழ.

அன்று காலை உணவை முடித்துக்கொண்டு இவர்கள் அவ்வூரின் தெற்கே அமைந்திருந்த பள்ளிக்கூடத்திற்குச் சென்றனர். பள்ளிக்கூடம் பல்வேறு சப்தங்களின் களமாக இருந்தது. இவர்களுக்கு ஆச்சரியமாக இருந்தது. தயங்கித் தயங்கி உள்ளே நுழைந்தனர். இவர்களை யாரும் தடுக்கவில்லை. வகுப்பறைகள் நன்கு விசாலமாக இருந்தன. சுற்றிலும் ஜன்னல், வெளிச்சத்திற்கும் காற்றுக்கும் சிறிதும் பஞ்சமில்லாமல் இருந்தது. வகுப்பறைகளுக்கு மத்தியில் ஒரு பெரிய கூடம் இருந்தது. மாணவர்கள் அங்குதான் குழுமியிருந்தனர். பல்வேறு குழுக்களாகப் பிரிந்து கிடந்தனர். சிலர் தனித்தனியாக அமர்ந்து படம் வரைந்து கொண்டிருந்தனர். இன்னும் சிலர் களிமண் கொண்டு ஏதோ ஒரு உருவத்தை செய்து பழகிக் கொண்டிருந்தனர். இரு சிறுவர்கள் சிறுசிறு குச்சிகளைக் கொண்டு தேர் செய்து கொண்டிருந்தனர். இவர்களுக்கு ஆச்சரியம் தாங்கவில்லை.

“டேய் இது பள்ளிக்கூடமா இல்லை வெளையாடற எடமா?” தினேஷைப் பார்த்து சுந்தர்ராசு கேட்டான்.

“எனக்கும் அதான்டா புரியல. யாருமே படிக்காம வெளையாடிக்கினு இருக்காங்க. ஒருத்தர்கிட்டக் கூட புஸ்தகத்தக் காணோம். ஒரே டவுட்டா இருக்கு.” அவனுடைய கேள்விக்கு ஆர்வம் பீறிட தினேஷ் பதில் கூறினான்.

சுந்தர்ராசும் ஆமாம் என்பது போல தலையசைத்தான்.

இருவரும் ஒவ்வொரு குழுவாக நெருங்கிச் சென்று பார்த்தனர். அனைத்துக் குழுவும் இவர்களை அன்போடு வரவேற்றது. தங்களுடன் சேர்ந்து கொள்ளுமாறு கேட்டுக் கொண்டது. இவர்களுக்குத் தயக்கமாக இருந்தது. மெல்ல அனைத்தையும் பார்த்துக்கொண்டே சென்றவர்கள் தேர் செய்து கொண்டிருந்தவர்களின் அருகில் சென்று அமர்ந்தபடி பேச்சு கொடுத்தனர்.

“நீங்க எத்தனாவது படிக்கறீங்க?” என்று தினேஷ் கேட்டான்.

தேர் செய்வதில் ஈடுபட்டிருந்த அவ்விருவரும் மலங்க மலங்க விழித்தனர். இவர்களுடைய கேள்வியை அவர்களால் புரிந்துகொள்ள முடியவில்லை. மீண்டும் தினேஷ் கேட்டான்.

“நீங்க எத்தனாவது படிக்கிறீங்க?”

“படிக்கிறதுனா என்னன்னு தெரியலையே” என்று அப்பாவியாகச் சொன்னார்கள்.

“அப்ப இங்க பாடம் நடத்தமாட்டாங்களா?” என்று சந்தோஷத்துடன் சுந்தர்ராசு கேட்டான். இந்தக் கேள்வியின் அர்த்தத்தையும் அவர்களால் விளங்கிக் கொள்ள முடியாமல் கேட்டனர்.

“பாடம்னா என்ன?”

பாடம் என்று எதுவுமே இல்லாமல் ஒரு பள்ளிக்கூடமா என்று இவர்கள் ஆச்சரியப்பட்டார்கள். அவர்களிடம் வேறெப்படி கேட்டு விஷயத்தை தெரிந்துகொள்வது என்று இவர்களுக்குப் புரியவில்லை. சிறிது நேரம் தேர் செய்வதையே பார்த்துக் கொண்டிருந்தவர்கள், எழுந்து கூடத்தின் தெற்கு மூலைக்குச்

சென்றனர். அங்கு நான்கைந்து சிறுவர்கள் தனித் தனியாக அமர்ந்து ஓவியம் வரைவதில் ஈடுபட்டுக் கொண்டிருந்தனர். தூரிகையைக் கையாள்வதையும், வண்ணங்களைக் குழைக்கும் விதத்தையும் ஒருவித பரவசத்தோடு பார்த்துக் கொண்டிருந்தவர்களைக் கண்ட அச்சிறுவர்கள் சிரித்தபடி இவர்களை வரவேற்றனர். அவர்களில் ஒருவன் தினேஷிடம் தூரிகை தந்து "நீயும் வரையிறயா?" என்று கேட்டான்.

தனக்கு வரையத் தெரியாது எனும் விதமாக இவன் தலையாட்டினான். அதற்கு அவன் ஆச்சரியத்தோடு தோள்பட்டையை உலுக்கி விட்டுக் கொண்டான். அவர்களின் தீற்றலில் உயிர்பெறும் இயற்கையையே கூர்ந்து பார்த்துக் கொண்டிருந்தவர்களை "அம்மா" எனும் சத்தம் திடுக்கிடச் செய்தது. சத்தம் வந்த திசையை நோக்கி இருவரும் சென்றனர். இவர்களை ஒருவித பதற்றம் தொற்றிக் கொண்டது. ஏதாவது அசம்பாவிதம் நடக்கிறதோ என்றும் யோசித்துக் கொண்டே சென்றனர். விசாலமான அறையில் மூன்று நடுத்தர வயதுக்காரர்களும் சில இளைஞர்களும் தரையில் அமர்ந்து கொண்டிருந்தனர். ஒரு இளைஞர் மட்டும் அம்மா எனும் வார்த்தையை பல்வேறு ஏற்ற இறக்கங்களோடு சொல்லிக் கொண்டே முகபாவங்களை மாற்றிக் காண்பித்தார். மற்றவர்கள் அவரது குரலை, முகபாவங்களை கூர்ந்து கவனித்துக் கொண்டிருந்தனர். அந்த இளைஞர் தன்னுடைய முறையை முடித்துக் கொண்டதும் வேறு இரு இளைஞர்கள் எழுந்து சென்றனர். அவர்கள் கையில் சேலையை வைத்துக் கொண்டிருந்தனர். அவர்களைத் தொடர்ந்து இன்னும் மூன்று இளைஞர்கள் சென்றனர். நடுத்தர வயது மதிக்கத் தக்கவர் அவர்களை பார்த்து "ஆரம்பிங்கப்பா" என்று கூறினார்.

அங்கு சூழல் மெல்ல மாறத் தொடங்கியது. அவர்கள் கையில் இருந்த சேலை படகாக மாறியது. அவர்கள் மிகவும் தத்ரூபமாக படகை கடலில் ஓட்டிச்செல்வதை நடித்துக் காட்டினர். உண்மையில் கடலில் எப்படி படகு அசைந்தாடிச் செல்லுமோ அதைப்போல அவர்களது உடல் இயங்கியது. அவர்களைத் தொடர்ந்து சென்றவர்கள் கடல் மீன்களாக மெல்ல மெல்ல மாறி அங்கும் இங்கும் நீந்தத் தொடங்கியபோது படகை இயக்குபவன் உச்சஸ்தாயியில் குரலெடுத்துப் பாட ஆரம்பித்தான். அவன் பாடப்பாட, பின்னாலிருந்தவன் அவனைத் தொடர்ந்து பாடினான்.

கம்மம் பூவாம் ஏலேலே
கருகம் பூவாம் ...
காத்தடிச்சா ஏலேலே
உதிரும் பூவாம் ...”

என இருவரும் பாடிக்கொண்டே படகை இயக்கும் விதத்தைக் கண்ட இவர்கள், தாங்களும் அந்தப் படகில் ஏறிக்கொள்ள வேண்டும் என்று நினைத்தனர். கடல் அலையில் அப்படகு தத்தளிப்பதையும், வலை வீசி அம்மீன்களைப் பிடிக்க அவர்கள் முயற்சி செய்வதையும் மிக நுணுக்கமாக கண்முன் கொண்டுவந்தனர். அவர்களது வலையில் சிக்கிக் கொள்ளாமல் அம்மீன்கள்

“சலபுல சலபுல கடலுத் தண்ணி பல பல..
நாங்க வெள்ளி மீன் கூட்டம்
உங்க வலையில விழ மாட்டம்
சலபுல சலபுல கடலுத் தண்ணி பல பல”

எனக் கோரசாகப் பாடி நழுவிச் செல்வதைப் பார்த்த இவர்களுக்கு தாங்கள் மீன்களாக மாறி அவர்களுடன் சேர்ந்து சுதந்திரமாகத் தண்ணீரில் நீந்தித் திரியவேண்டுமெனத் தோன்றியது. சிறிது நேரத்திற்கு பிறகு அக்குழு அவர்களது நடிப்பை முடித்துக்கொண்டு அமர்ந்தபோது அவ்விடம் மிகவும் அமைதியானது. ஆனாலும் இவர்களது மனத்திரையில் கடல் அலையில் இன்னும் அப்படகு அலைமோதியபடி இருந்தது. அவர்களை அந்த நடுத்தர வயதொத்தவர்கள் பாராட்டினர். சிறிது நேரம் கழித்த பிறகு அறையை விட்டு கிளம்பியவர்கள் இவர்களைப் பார்த்து “நீங்க ஏதாவது நடிக்கறீங்களா?” என்று கேட்டனர்.

“சார் எங்களுக்கு நடிக்கலாம் வராது. ஒரே கூச்சமா இருக்கும்” என்று அவர்களைப் பார்த்து சுந்தர்ராசு கூறினான்.

“ஏன் கூச்சப்படனும். உங்களுக்கு மனசுல என்ன தோணுதோ அதச் செய்யுங்க” என்றார் அவர்களுள் ஒருவர்.

இவர்கள் எதையும் செய்ய முன்வராததால் அவர்கள் வெளியில் வந்தனர். அவர்களைத் தொடர்ந்து இவர்களும் வந்தனர். வெளியில் ஒரு பெரிய பனந்தோப்பு இருந்தது. அங்கும் சில பிள்ளைகள் விளையாடிக் கொண்டிருந்தனர். அவர்களை நோக்கிச் சென்றனர். அப்பிள்ளைகள் பெரிய பாத்திரங்களை வைத்து கூட்டாஞ்சோறு

சமைத்துக் கொண்டிருந்தனர். அவர்களைப் பார்த்து, "என்ன, சாப்பாடு ஆயிட்டுதா... சாப்புட வரலாமா?" என்று நடுத்தர வயதுக்காரரர் கேட்டார்.

அவர் கேட்டதற்கு "ஆயிட்டுது அய்யா" என்று அப்பிள்ளைகளுள் ஒருவன் கூறினான்.

அவர்களின் உரையாடலும் அந்தச் சூழலும் இவர்களுக்கு ஆச்சரியத்தையும் மகிழ்ச்சியையும் ஏற்படுத்தியது. அச்சிறுவர்கள் வேகவேகமாக இலைகளைப் பறித்துவந்து அவர்களுக்குப் பரிமாறினார்கள். இவர்களையும் அழைத்து சாப்பாடு கொடுத்தனர். அவ்வளவு சிறப்பாக கூட்டாஞ்சோறை சமைத்தவர்களை இவர்கள் கண் இமைக்காமல் பார்த்துக்கொண்டே சாப்பாட்டை ருசித்துச் சாப்பிட்டனர். சாப்பிட்டு முடித்தவுடன் அவர்கள் பனைமட்டையால் செய்யப்பட்ட தடுக்கில் சிறிது நேரம் படுத்து ஓய்வெடுத்தனர். இவர்கள் இருவரும் பனைமரத்தடியில் அமர்ந்து கொண்டு தங்களுடைய பள்ளிக்கூடத்தை நினைத்துக் கொண்டபடி பேசிக் கொண்டிருந்தனர்.

"தினேஷ் இங்க எப்படி இருக்குது பள்ளிக்கூடம். நம்ம பள்ளிக்கூடமும்தான் இருக்குதே. சும்மா படிபடின்னு உயிர எடுக்கரானுங்க" என சுந்தர்ராசு கூறினான்.

"படி படின்னு சொன்னாதான் பரவாயில்லையே. மாட்ட அடிக்கிறமாதிரி இல்ல போட்டு அடிக்கிறான் அந்த கணக்கு வாத்தி." அதற்கு தினேஷ் சற்று எரிச்சலுடன் பதில் சொன்னான்.

அவன் சொல்லி முடிக்குமுன், மீண்டும் சுந்தர்ராசு "கணக்கு வாத்தி மட்டுமா அடிக்கரான், அந்த இங்கிலீஷ் டீச்சர் கூடத்தான் போட்டு சாத்து சாத்துன்னு சாத்துது" என பதிலளித்தான்.

"பேசாம இங்கேயே படிக்கலாம்போல இருக்குதுடா" தினேஷ் சொன்னான்.

"நானும் அதத்தான் யோசிக்கிறேன். வட்டத்தின் பரப்பு காணும் சூத்திரம் சொல்லிச் சொல்லி போரடிச்சுப் போச்சுடா. கிளாஸ் ரூம்ல டஸ்டரால விளையாடினதுக்கு அந்த கணக்கு வாத்தியாரு என்னமா அடிச்சாரு தெரியுமா. ஆனா இங்க பாரு அவுங்க அவுங்களுக்கு புடிச்சதச் செய்யறாங்க" என மாறி மாறி இருவரும் பேசிக் கொண்டனர். சூரியன் மெல்ல மேற்கு நோக்கி நகர்ந்து

கொண்டிருந்தது. உக்கிரமான வெய்யிலின் தாக்கத்தை உணர முடியாதபடிக்கு ஓங்கி வளர்ந்திருந்தன மரங்கள். வகைவகையான பறவைகளைக் காண முடிந்தது. பயிர் வகைகள் இவர்கள் பார்த்திராத விதமாக இருந்தன. எங்கும் பறவைகளின் கீச்சொலிகள் பட்டு எதிரொலிக்க சூழல் ரம்மியமாக இருந்தது. சிறிது நேரத்திற்கு பின் உறக்கம் கலைந்து எழுந்து முகம் கழுவிக் கொண்டு இவர்களைப் பார்த்து. "என்னப்பா எங்க ஊரு எப்படி இருக்கு?" என சிலர் கேட்டனர்.

"ரொம்ப புடிச்சிருக்கு." அவர்கள் குதூகலத்துடன் சொன்னார்கள்.

"ஏன் அவ்ளோ புடிச்சிருக்கு" என்று அவர்களில் ஒருவர் கேட்டார்.

இருவரும் தலையைச் சொரிந்து கொண்டபடியே, "ஏன்னா இங்கதான் படிக்கவேணாமே" என்று கூறினர்.

இவர்கள் கூறியதைக் கேட்டு அவர்கள் புன்னகைத்துக் கொண்டே "அப்புறம்" என்றனர்.

"பெரிய புஸ்தகபை கெடையாது. அப்புறம் அந்த கணக்கு வாத்தியாரும் இங்கிலீஷ் டீச்சரும் கெடையாதே."

"ஏன் அவுங்க இன்னா பண்ணுவாங்க."

"அவுங்க இன்னா பண்ணுவாங்களா. படிக்கத் தெரியலைனா மாட்ட அடிக்கிற மாதிரி போட்டு அடிப்பாங்க."

"உங்க ஊர்ல இத யாரும் தட்டிக்கேக்க மாட்டாங்களா?" அவர்கள் இந்தக் கேள்வியைக் கேட்டதுமே, "எங்க அப்பாதான் பள்ளிக்கூடம் வந்து வாத்தியார் கிட்ட கண்ண மட்டும் உட்டுட்டு தோல உரிக்க சொல்றாறே" என்று சுந்தர்ராசு கூறினான்.

இவனுக்கு இதைக் கூறி முடிக்கும்போது மூச்சு வாங்கியது. அவர்கள் இவர்களை மிகவும் கனிவோடு பார்த்தனர். சிறிது நேரம் அங்கு யாரும் எதுவும் பேசிக்கொள்ளவில்லை. இவர்கள் இருவரும் சகஜ நிலைக்குத் திரும்ப சிறிதுநேரம் பிடித்தது. இயல்புநிலைக்குத் திரும்பியதும் தினேஷ் அவர்களைப் பார்த்து, "சார் நாங்களும் இங்கேயே படிக்கலாமா எங்களை சேர்த்துக்குவீங்களா?" என்று கேட்டான்.

“தம்பிகளா இங்க படிக்கிறது, சேத்துக்கிறதுன்ற பேச்சுக்கே எடமில்லை. உங்களுக்கு பிடிச்சிருந்தா இங்க இருந்து நீங்க எதவேனா செய்யலாம்.”

அவர் சொல்லச் சொல்ல இவர்களுக்கு சந்தோஷம் பீறிட்டுக் கிளம்பியது. கண்களில் புத்தொளி படர்ந்தது. அங்கேயே தங்கிவிடுவதாக அவர்கள் முடிவு செய்தபடியே “சார் ஒரு சந்தேகம். இங்க வாத்தியார் யாரும் கெடையாதா?” என்று அவர்களைப் பார்த்துக் கேட்டனர்.

“அவுங்க எதுக்கு” அவர்கள் திரும்பக் கேட்டனர்.

“கத்துக்கொடுக்கறதுக்கு”, இவர்கள் புரியாமல் கேட்டனர்.

“நாம கத்துகிடறதுக்கு வாத்தியாருங்க எதுக்கு?”

ஆசிரியர்கள் இல்லாத ஒரு பள்ளிக்கூடத்தைக் கற்பனை செய்து பார்த்து இவர்கள் மகிழ்ந்தனர். இனிமேல் நாம் நமக்கு விருப்பமானதை செய்யலாம். யாருக்காகவும் பயப்படத் தேவையில்லை என்று யோசித்துக் கொண்டனர். சூரியன் மெல்ல தன் உஷ்ணத்தை இழக்கத் தொடங்கியிருந்தபோது அவர்கள் நடந்து பனந்தோப்பிற்குள் சென்றனர். இவர்களையும் தங்களோடு அழைத்தனர். அங்கு விளையாடிக் கொண்டிருந்தவர்களும் அவர்களைப் பின்தொடர்ந்து சென்றனர். தோப்பிற்கு மத்தியில் சென்றதும் “தம்பிகளா இங்கேயே உட்காருங்க” என்று இவர்களைப் பார்த்துக் கூறினார்.

அங்கேயே உட்கார்ந்து கொண்டனர். பள்ளிக்கூடத்தில் பார்த்த குழுவினர் ஒவ்வொருவராகத் தோப்பிற்குள் வந்த வண்ணம் இருந்தனர். நல்ல வளர்த்தியாக இருந்தவர்கள் தங்கள் சட்டைகளைக் கழற்றி வைத்துவிட்டு பனைமரத்தின் மீது மடமடவென ஏறினார்கள். அவர்கள் மரம் ஏறுவதையும் அதிலிருந்து ஒரு மொந்தையுடன் கீழ் இறங்குவதையும் கண் கொட்டாமல் பார்த்துக்கொண்டிருந்தனர். அனைவரும் அங்கிருந்த பெரிய பானையில் கொண்டுவந்த மொந்தையைக் கவிழ்த்தனர். இவர்கள் அருகில் சென்று பார்த்தனர். ஒரே புளிப்பு நாற்றம். முகத்தைச் சுருக்கிக் கொண்டனர். கொஞ்ச நேரத்திற்குள் அனைவரும் வட்ட வடிவமாக அமர்ந்து கொண்டனர். அனைவரது கைகளிலும் பனை மட்டையால் செய்யப்பட்ட தொன்னை கொடுக்கப்பட்டது. அவர்களில் ஒருவர் ஒரு மொந்தையைக்

கொண்டு பானையில் இருந்த கள்ளை அனைவருக்கும் ஊற்றிக் கொண்டிருந்தார். அனைவரும் மிகுந்த ஆவலோடு குடிக்கத் தொடங்கினர். ஆனால் இவர்கள் இருவரும் தனித்து உட்கார்ந்து கொண்டிருந்தனர். அவர்களுள் ஒருவர் இவர்களைக் குடிக்க வருமாறு அழைத்தார். இவர்கள் வேண்டாம் என்பது போல தலையாட்டினர்.

"ஏன் புடிக்காதா" என ஊற்றிக்கொண்டிருந்தவர் இவர்களிடம் வந்து கேட்டார்.

"கள் குடிக்கிறது தப்பு இல்லையா, அதுவும் பெரியவங்க முன்னாடி" என இழுத்தனர் இருவரும்.

"கள் குடிக்கிறத தப்புன்னு யார் சொன்னா? இங்க யாரும் பெரியவங்களும் இல்லை சின்னவங்களும் இல்லை." அவர் மீண்டும் சொன்னார்.

அவர் அவ்வாறு கூறியபின் இவர்கள் சற்றுத் தயக்கத்துடனேயே சென்று அவர்களுடன் அமர்ந்தனர். இவர்களுக்கும் கொடுக்கப்பட்டது. இவர்கள் தொன்னை செய்யப்பட்ட விதத்தையே பார்த்துக் கொண்டிருந்தனர். அவர் ஒரு மொந்தை கள்ளை கொண்டுவந்து இருவருக்கும் ஊற்றினார். கஷ்டப்பட்டு இருவரும் குடித்தனர். லேசாக தலை கிறுகிறுப்பாக இருப்பதைத் தவிர வேறெதுவும் தெரியவில்லை இவர்களுக்கு. மேலும் வேண்டும் என்று கேட்டனர். இவர்களைப் பார்த்து சிரித்தபடி அனைவரும் கள்ளை மாறி மாறி உறிஞ்சிக் குடித்தனர். சிலர் போதை தலைக்கேற அங்கேயே சரிந்தனர். ஒருசிலர் எழுந்து அவர்களின் பாரம்பரிய நடனத்தை ஆடினர். கூட்டம் மெல்ல அவர்களோடு சேர்ந்து ஆடத்தொடங்கியது. அவர்களில் ஒருத்தன் ஒரு நாடோடிப் பாடலை உச்சஸ்தாயியில் பாடத் தொடங்கினான். ஒரே ஆரவாரமாக இருந்தது அந்த இடம். சூரியன் மறைந்து இருள் கவியத் தொடங்கியபோது அனைவரிடத்திலும் ஒரு தள்ளாட்டம் தென்பட்டது. இவர்களுக்கு பனந்தோப்பு வேக வேகமாக சுழல்வதாகப்பட்டது. நன்றாக இருட்ட ஆரம்பித்தபோது அனைவரும் தள்ளாட்டத்தோடு வீடு நோக்கி நடக்கத் தொடங்கினர். இருளில் நடப்பது இருவருக்கும் கஷ்டமாக இருந்தது. சில்வண்டுகளின் ரீங்காரம் தலைக்கேறியிருந்த போதையை அதிகப்படுத்திக் காட்டியது. ஒருவன் போதையின்

மயக்கத்தில் பனைமரத்தைக் கட்டித் தழுவிக் கொண்டிருந்தான். அவனைக்கண்டு அனைவரும் விழுந்து விழுந்து சிரித்தனர்.

“டேய் மொட்டையனுக்கு வெறியேறிடுச்சி... எல்லாரும் ஓடிடுங்க. மாட்டிகினிங்க, அவ்ளோதான் உறிஞ்சி எடுத்துடுவான்... எல்லாரும் ஓடுங்க,” அவர்களில் ஒருவன் கூறினான்.

அனைவரும் சிரித்துக் கொண்டே தலைதெறிக்க நாலா திசைகளிலும் கலைந்து ஓடினர். அவர்களுக்கு முன்பாக இருள் நீண்டு கொண்டே இருந்தது. இவர்கள் இருவரும் மூச்சுவாங்க ஓடினார்கள். மொட்டையனிடம் மாட்டிக் கொள்ளக் கூடாது என்பதில் குறியாக இருந்தனர். அவர்கள் வெகுதூரம் ஓடிவந்தபின் மூச்சுவாங்க நின்றனர்.

“டேய் தினேஷ் எவ்ளோ நேரம் அங்கயே நிப்ப, அதான் அவுட் ஆயிட்டியே வெளியில் வா. சுந்தர்ராசு உனக்கு மட்டும் என்ன தனியா சொல்லணுமா நீயும் வெளிய வா.” ஆசிரியர் சத்தமாகக் கூப்பிட்டார்.

ஆசிரியரின் கண்டிப்பான குரலைக் கேட்டுத் திடுக்கிட்ட இருவரும் சுற்றும் முற்றும் பார்த்தனர். மாணவர்கள் கரவொலி எழுப்பிக் கொண்டும் சப்தமாக கத்திக்கொண்டும் இருந்தனர். வட்டத்தைப் பார்த்த அவர்கள் தாங்கள் இருவர் மட்டும் ஆற்றுக்குள் இருப்பதை உணர்ந்து சலிப்படைந்தனர். ஆட்டத்தை விட்டு வெளியேறுவதில் சிறிதும் விருப்பமற்றவர்களாக இருந்தனர். இருந்தாலும் ஆசிரியரின் கட்டளைக்கிணங்க இருவரும் வெளியில் வந்தனர். மாணவர்கள் கை தட்டி மகிழ்ந்து கொண்டிருந்தனர். ஆசிரியர் மீண்டும் விசிலை ஊதினார். எஞ்சியிருந்தவர்கள் எப்படியாவது ஆற்றைக் கடந்துவிட வேண்டுமென்று ஓடிக் கொண்டிருந்தனர். இவர்கள் இருவருக்கு மட்டும் ஆற்றின் சலசலப்பு நுட்பமாகக் கேட்டுக்கொண்டே இருந்தபோது மெல்ல மலைகளுக்குப் பின்புறமாக ஒடுங்க ஆரம்பித்திருந்தது சூரியன்.

❋ ❋ ❋

வேட்டை

மழைவிட்ட பின் அவர்கள், நெற்றி விளக்கு, சில்லாக்கோல், கைத் தடிகளுடன் புறப்பட்டனர். நன்கு ஊறியிருந்த தரை சொத சொதவென்று இருந்தது. தெருவில் மழைநீர் கிழக்கு நோக்கி ஓடிக்கொண்டிருந்தது. அவர்கள் கவனமாக பாதங்களை வைத்தனர். அப்படி இருந்தும் சேற்றுக்குள் கால்கள் உள்வாங்கின. மின்சாரம் தடைப்பட்டிருந்தது. எங்கும் இருள் வியாபித்திருந்தது. இடது தோள்பட்டையில் மாட்டியிருந்த பேட்டரியை கழற்றி வலது புறம் மாட்டியவாறே கணேசன், ராமசாமியைப் பார்த்து கேட்டான். “எந்த பக்கமா போலாம்?” வானத்தை அண்ணாந்து பார்த்தபடி, “கோட்டி கல்லுக்கா போலாம்” என்றான் ராமசாமி. வெள்ளக்குளத் தெருவழியாக நடந்து, அவர்கள் ஐயர் வீட்டு சந்தை அடைந்தனர். பள்ளிக்கூடத்தில் நின்றிருந்த காட்டுவா மரம் இருட்டில் ஒருவித பயத்தை ஏற்படுத்தியது. பள்ளிக்கூடத்திற்கு பின்புறம் ஓடிக்கொண்டிருந்த சாக்கடை தெருவை அடைத்துக் கொண்டிருந்தது. அவர்கள் மூக்கை அழுத்திப் பிடித்துக்கொண்டே தெருவோரமாக நடந்தனர். கணேசனைப் பார்த்து, “எத்தினி பஞ்சாயத்து பிரசிரண்டு வந்தாலும் இத சரிபண்ண மாட்டாங்க” என்று அலுத்துக் கொண்டே நாப்பாளையத் தெருவழியாக நடந்து திருக்கோவிலூர் சாலையை பிடித்தனர். சாலையில் ஜல்லிக் கற்கள் பெயர்ந்து கிடந்தன. மழைநீர் ஆங்காங்கே தேங்கியிருந்தது. ஆண்டா செட்டிக்குளத்தின் கரையில் இருந்த இலுப்பை மரத்திலிருந்து வந்த பூவின் வாசனை எங்கும் பரவியிருந்தது. இலுப்பை மரத்தைப் பார்த்ததும் ராமசாமிக்கு கோனார் வீட்டு தில்லைக்கோவிந்தனின் ஞாபகம் வந்தது. கொஞ்ச நேரம் இலுப்பை மரத்தையே பார்த்துக் கொண்டிருந்தவன், ராமசாமியை சீண்டி, “தில்லைக்கோவிந்தன் மட்டும் உசுரோட இருந்திருந்தா வேட்டைக்கு நம்ம கூட வந்திருப்பான்டா” என்று

சொன்னவுடன், இவன் ஆண்டா செட்டிக்குளத்தையும், இலுப்பை மரத்தையும் மீண்டும் திரும்பி பார்த்தான். இலுப்பை மரத்தில் ஏறித்தான் அவர்கள் ஆண்டா செட்டிக்குளத்திற்குள் குதிப்பார்கள். ஓரி பிடிப்பதில் தில்லைக்கோவிந்தன் கெட்டிக்காரன் இலுப்பை மரத்திலிருந்து குதித்து நீருக்குள்ளாகவே நீந்தி இந்தக் கரையிலிருந்து அந்தக் கரையை அடையும் அவனது சித்திரம் இவன் மனதில் மெல்ல விரியத் தொடங்கியது.

"ஏய் சத்தம் போடாதிங்க" என்று தில்லைக்கோவிந்தன் எச்சரித்தவுடன் கணேசனும் ராமசாமியும் அவன் பார்த்துக் கொண்டிருந்த திசையை உற்றுப்பார்த்தனர். நெற்றி விளக்கின் வெளிச்சம் பட, ஓடாமல் நின்று கொண்டிருந்தன இரண்டு முயல்கள். அவற்றின் கண்களில் பட்டுத் தெறித்துக் கொண்டிருந்தது நெற்றி விளக்கின் வெளிச்சம். வளர்த்தியான முயல்கள். தில்லைகோவிந்தன் வெளிச்சத்தை தொடர்ந்து பாய்ச்சிக் கொண்டே, "ராமசாமி நீ அடிடா" என்று சொன்னான். கணேசன் சுற்றும் முற்றும் பார்த்தான். நீண்ட தொலைவிற்கு புல்வெளி பரந்து கிடந்தது. அவை எங்கும் தப்பியோட முடியாதென மனதுக்குள்ளாகவே எண்ணிக்கொண்டு, "ம், அடி" என்று மெதுவாக ராமசாமியிடம் சொன்னான். ராமசாமி மெல்ல நெருங்கி, கையில் வைத்திருந்த தடியை உயர்த்தி தன் வலு கொண்ட மட்டும் ஓங்கி அடித்தான். ஒன்று மட்டும் அடிபட்டு சுருண்டு விழுந்தது. இன்னொன்று வெளிச்சத்தை நோக்கி ஓடியது. தயாராக இருந்த கணேசன் தன் தடியால் அதைக் குறிபார்த்து அடித்தான். அதுவும் துள்ளிக் குதித்தபடி வீழ்ந்தது. கீழே குனிந்து பார்த்தான். அதுவும் இறந்து விட்டிருந்தது. மூவரும் தடிகளை கீழே வைத்துவிட்டு அருகிலிருந்த சிறிய பாறாங்கல்லின் மீது அமர்ந்தனர். முயலைத் தூக்கிப் பார்த்துக் கொண்டிருந்த ராமசாமியைப் பார்த்து, "பீடி இருந்தா குடுடா" என்று கையை நீட்டினான் தில்லைகோவிந்தன். "எனக்கும்டா" என்று கணேசனும் கை நீட்டினான். ராமசாமி தன் கால்சட்டை பையில் வைத்திருந்த பீடிக்கட்டை எடுத்து ஆளுக்கொன்று உருவிக்கொடுத்து, தானும் ஒன்றை எடுத்து பற்றவைத்துக்கொண்டான். மூவரும் புகையை ஆழ்ந்து இழுத்து விட்டனர். வளையம் வளையமாக புகை மேலெழுவதை வெளிச்சத்தில் பார்த்தவாரே ராமசாமி, "எப்ப வேட்டைக்கி போனலும் அந்த சானியாமுட்டு ஆளு மட்டும், பெரிய பெரிய உருப்படியா அடிச்சி எடுத்துட்டு வர்றாருடா. எப்படி அவருக்கு மட்டும் சிக்குதுனு தெரியலயே" என்று

ஆதங்கத்தோடு சொன்னான். அதற்கு தில்லைக்கோவிந்தன் புகையை வெளிவிட்டபடி, “உனக்கு அடுத்தவங்கள பாத்து பொறாமைபடறதே பொழப்பா போச்சு” என்று சொல்லிக் கொண்டிருக்கும்போதே கணேசன், ராமசாமியைப் பார்த்து “ரெண்டு மாசத்துக்கு முந்திகூட ஒரு பன்னிய அடிச்சி துட்டு பாத்தயே பத்தலையா” என்று கேட்டான். ராமசாமி அமைதியாக முயல்களைத் தூக்கி எவ்வளவு எடை தேரும் என்று கணித்துக் கொண்டிருந்தான். வீரங்கிபுரத்து ஏரிக்கரை அரசமரத்திலிருந்து காற்று சில்லென்று வீசியது. அவர்கள் தடிகளை எடுத்துக் கொண்டு, பச்சபுள்ளா குளம் வழியாக திருவண்ணாமலை சாலையில் ஏறினார்கள். பச்சபுள்ளா குளத்தில் பாதியளவு மழைநீர் தேங்கியிருந்தது. சாலை நெடுக நின்று கொண்டிருந்த புளிய மரங்களை இருட்டில் பார்ப்பதற்கு ரம்மியமாக இருப்பதாக உணர்ந்தான் ராமசாமி. சில்வண்டுகளின் சத்தம் கேட்டுக்கொண்டே இருந்தது. தொடர்மழையால் முட்டிச்செடியும் கொஞ்சிச் செடியும் பூக்க ஆரம்பித்திருந்தன. கொஞ்சிப் பூவின் வாசனை தில்லைக்கோவிந்தனுக்குள் ஒரு வித இனிப்பு பலகாரத்தின் சுவையை ஏற்படுத்திய போது அவன் ராமசாமியைப் பார்த்து, “செங்குறிச்சாமுட்டு பானு ஓட்டேரி தெரு சாமிக்கண்ணு கூட ஓடிடிச்சாமே?” என்று கேட்டான். “அந்த கதயை ஏன் கேக்கற இத்தனைக்கும் நானும் சாமிக்கண்ணும் தான் அன்னிக்கு ஈசை புடிச்சிட்டு வந்து பாளத்தாமுட்டு திண்ணையில படுத்தம். எப்பதான் போனாங்க. எப்படிதான் போனாங்கன்னு தெரியல. காலையில எழுந்தா ஊரே களேபரமா கெடக்கு. என்ன புடிச்சி உண்மைய சொல்லுடான்னு கேட்டா, நான் என்னத்த சொல்றது?” என்று அலுத்துக்கொண்டே சொன்ன ராமசாமி. கையில் பிடித்திருந்த முயல்களை கணேசனிடம் கொடுத்தான்.

“நீ தான சாமிக்கண்ணுகூட கடைசி வரைக்கும் இருந்த, அப்புறம் உனக்கு தெரியலனா எப்படி?” என்று மறுபடியும் கேட்டான் தில்லைக்கோவிந்தன். அதை ஆமோதிப்பது போன்று, “இவனுக்கு எல்லாம் தெரியும். திருடன் தெரியாத மாதிரி நடிக்கிறான்” என்றான் கணேசன். “அட ஏன்டா நீங்களே நம்ப மாட்றீங்க” என்று சொல்லி, சிறிது நேரம் மௌனமாக இருந்தான். சாலையோரத்தில் இருந்த பனைமரத்தில் காய்ந்து தொங்கிய பனை ஓலை காற்றின் போக்கில் ஆடிக்கொண்டிருந்தது. சனி மூலையில் மின்னல் கீற்று தோன்றி மறைந்தது. ஈரமேறி இருந்தது காற்று. அதன் சில்லிப்பு ராமசாமிக்கு சிலிர்ப்பை ஏற்படுத்த அவன், அவர்களிடம் மறுபடியும் சொல்லத்

தொடங்கினான். “ராத்திரி பத்து பத்தரை இருக்கும். எங்க வூட்டாண்ட வந்து சாமிக்கண்ணு கூட்டான். ஒரு கையில பெட்ரமாக்ஸ் வெளக்கும் இன்னொரு கையில தட்டுக்கூடையும் வச்சிகினுருந்தான். அப்பதான் மழை வுட்டிருந்தது. இப்பபோனா ஈச நெறைய கெடைக்கும்னு சொன்னான். அவன் பேச்ச கேட்டு மருந்து பொடியும் தட்டுக்கூடையும் எடுத்துக்குணு கல்லாங்குத்து வழியால நாங்க வாசியாத்தா கோயில் பக்கம் போனம். ஏரிக்கரை ஓரமா ரெண்டு மூணு புத்தும் இலுப்பை மரத்துங் கீழ ஒரு பெரிய புத்தும் இருந்திச்சி. பெரிய புத்த அவன் புடிச்சிகினான். புத்த சுத்தி சீர் பன்னி, பக்கத்துல பள்ளம் போட்டு பெட்ரமாக்ஸ் வெளக்க பக்கத்துல வச்சம்” என்று கூறி செருமிக்கொண்டான். தில்லைக் கோவிந்தன் தோளில் மாட்டிக் கொண்டிருந்த பேட்டரியை சரி செய்து கொண்டான். கணேசன் ராமசாமியைப் பார்த்து “இன்னும் மெயின் பாயிண்ட்டுக்கே வரலேயே” என்று எதையோ எதிர்ப்பார்ப்பவன் போலக் கேட்டான். சாலையோரத்து மரத்திலிருந்து மழைத் தண்ணீர் சொட்டிக் கொண்டிருந்தது. ஒரு பீடியை எடுத்து பற்றவைத்துக் கொண்டு ராமசாமி விட்ட இடத்திலிருந்து தொடர்ந்தான். “கொண்டு போயிருந்த பையில இருந்த மருந்த எடுத்து புத்து கண்ணபாத்து ஊதனோம். அவ்ளோதான். எங்க தான் இருந்திச்சோ அவ்ளோ ஈசைங்க. வந்து தொபதொபனு அவனோட பள்ளத்துல விழ ஆரம்பிச்சிது. நாங்க ஒரு வெப்பால மரத்துக்கு கீழ போயி, பனமட்டய எடுத்து போட்டு உட்கார்ந்துட்டோம். அவன் இடுப்பு மடிப்புல வச்சிருந்த ஹான்சை எடுத்து வாயில் போட்டுகினு எங்கிட்ட கேட்டான்.” என்று நிறுத்தி பெட்ரமாக்ஸ் வெளிச்சத்தை பார்த்தான். ஆவல் தாங்காமல் கணேசன் “என்ன கேட்டான்?” என்றான். “சொல்லிக்கினு தான வரான், அதுக்குள்ள ஏன் பறக்கிற” என்று கணேசனைப் பார்த்து தில்லைக்கோவிந்தன் கேட்டான். செட்டியார் வீட்டு மோட்டார் கொட்டகையில் முகப்பு விளக்கு எரிந்து கொண்டிருந்தது. வயலுக்கு யாராவது நீர் பாய்ச்சுவார்கள் என்று மனதில எண்ணிக்கொண்டே அவர்களிடம் மீண்டும் கூறத் தொடங்கினான். குளுமையான காற்று வீசிக்கொண்டிருந்தது. “பான பத்தி நீ என்ன நெனக்கிற? என்றான். நா எந்த பானுன்னு கேட்டேன். ஆமாண்டா செங்குறிச்சாமூட்டு பானுன்னாதான் ஒனக்கு தெரியுமான்னு கேட்டான். அவளுக்கென்ன சூப்பரான பிகர் ஆச்சேன்னு சொன்னேன். அவன் மூஞ்சி போன போக்க பாக்கணுமே, ஆனா அத அவன் வெளிக்காட்டிக்கல. ஒனக்கு அவள ரொம்ப புடிக்குமான்னு வேற கேட்டான். ஏன்டா இதலாம் கேக்கறேன்னு கேக்கணும்னு தோணிச்சி.

ஆனா கேக்கல. அவங்கிட்ட அவள ரொம்ப புடிக்கும்னு மட்டும் சொன்னேன். மறுபடி மறுபடி அவன் எங்கிட்ட கேள்வி மேலகேள்வி கேட்டுட்டே இருந்தான். அவகிட்ட ஒனக்கு எதுலாம் புடிக்கும்னு கேட்டான். அவ கலரு புடிக்கும் என்று சொல்லிக்கினு இருக்கும்போதே என் மனதில் கெம்பு கலர் தாவணி கட்டிக்கினு காதுல ஜிமிக்கியும், ஒத்த ஜடையும் போட்டுகினு அவ டியூஷன் வாத்தியார் கூட ஒன்னா கட்டல்ல கட்டிபுடிச்சிகினு படுத்திருந்த காட்சி ஞாபகத்துக்கு வந்திச்சி. ஆனா அதலாம் அவன்கிட்ட சொல்லல. அவன் எதுவும் பேசாமல் என் கண்களையே பார்த்துகினு இருந்தான். நான் அவனிடம் இதலாம் ஏங்கேக்கிற என்றேன். அவன் சும்மாதான்னு சொன்னான். அவள ஒனக்கு புடிக்குமானு நா திரும்ப கேக்க அவன் லேசா சிரிச்சி தலைய மட்டும் ஆட்னான். அப்ப ஜொலிச்ச அவனுடைய கண்கள் இப்பவும் எனக்கு நல்லா ஞாபகத்துல இருக்கு" என்று நிறுத்தி எச்சியை கூட்டி விழுங்கினான். முக்கியமான கட்டத்தில் அவன் நிறுத்தி விட்டதாக அவர்கள் உணர்ந்தார்கள். முயலை தில்லை கோவிந்தனிடம் கொடுத்துவிட்டு, ராமசாமியிடம் ஒரு பீடியை வாங்கி பற்ற வைத்துக்கொண்டு, "வேற எதுவும் சாமிக்கண்ணு சொல்லலையா?" என்றான். லேசாக தூற ஆரம்பித்திருந்தது. சில்லு வண்டுகளின் சத்தம் அதிகரித்திருப்பதாக உணர்ந்த ராமசாமி அவர்களிடம் மீண்டும் சொன்னான். "வேற எதுவும் சொல்லலை. எனக்கு மட்டும் பானு ஞாபகமாவே இருந்துச்சி. அப்புறம் எழுந்து புத்துகிட்ட போனம். என் குழியில ஈசல் கொறச்சலா தான் விழுந்திருந்திச்சி. அவனுக்கு மூனு மரக்கா கிட்ட கெடைச்சிருக்கும். எனக்கு ஒருமாதிரியா இருந்திஞ்சி. இதுக்காடா இம்மா நேரம் காத்து கெடந்தோம்னு தோணிச்சி. சாமிக்கண்ணு எம்புட்டு கூடையை கொடுன்னு கேட்டான். எனக்கு ஏன்னு புரியல. நானும் கொடுத்தேன். அவன் குழியில கெடந்த மொத்த ஈசையையும் எங்கூடையில போட்டு நீ எடுத்துக்குனு போன்னு சொன்னான். உனக்குடான்னு கேட்டேன். நாளக்கி கெடைக்கறத நா எடுத்துக்குறேனு சொன்னான். அப்பறம் பெட்ரமாக்ஸ் விளக்க எடுத்துக்குனு வூட்டுக்கு வந்து ஈசையை வச்சிட்டு பாளத்தாமுட்டு திண்ணையில போயி படுத்தோம். தூங்கறவரைக்கும் அவள பத்தி தொணதொணன்னு எங்கிட்ட கேட்டுகுனே இருந்தான். எப்ப தூங்கனமுன்னே தெரியல" என்று கூறிவிட்டு தில்லைக்கோவிந்தனிடம் "நான் செத்த நேரம் தூக்கியாரட்டா?" என்று கேட்டான். "நா கூட ஏதோ பலான பலான கதனு நெனச்சன் கடைசில சப்னு ஆயிடுச்சி" என்று கணேசன்

அலுத்துக் கொண்டான். அவர்கள் மாந்தோப்புக் கொல்லை வழியாக ஊருக்குள் செல்லும் வண்டி பாட்டையில் இறங்கினர். செம்மண் பாதை மழை ஈரத்தினால் சொத சொதவென்றிருந்தது. மாந்தோப்பு கழனி முழுக்க வெறும் கரம்பாகவே இருந்தது.

மாந்தோப்பு கழனியின் தெற்கு பக்கமிருந்த சப்பாத்தி புதரிலிருந்து எதுவோ அவர்களைப் பார்த்தவுடன் வெளியில் ஓடிவந்தது. அவர்கள் சட்டென்று சுதாரித்துக்கொண்டு நெற்றி விளக்கை அதன் மீது பாய்ச்சினர். எதுவும் அவர்களுக்கு தட்டுப்படவில்லை. தில்லைக்கோவிந்தன் கூர்ந்து பார்த்தான். "கண்டிப்பா எதுவோ, அங்கருந்து ஓடியாந்திச்சி" என்று அவர்களிடம் கணேசன் சொன்னான். மூவரும் அங்குலம் அங்குலமாகத் தேடினர். எதுவும் தென்படவில்லை. "பாத்துகுனு இருக்கும்போதே எங்கடா போயிருக்கும்?" என்று அவர்களிடம் கேட்டுக்கொண்டே அருகில் கிடந்த சிறு பந்து போன்ற கல்மீது தில்லைக்கோவிந்தன் தன் காலை வைத்தான். பாதம் பட்ட உடன் கல் நகர்வது போன்று உணர்ந்தவன், காலை எடுத்துவிட்டு வெளிச்சத்தை அக்கல்லின்மீது அடித்தான். அதில் சிறு அசைவு தென்பட, கீழே குனிந்து கையில் வைத்திருந்த கைத்தடியால் சீண்டியபடியே அவர்களைப் பார்த்து, "பாத்திங்கலாடா, நம்ம கிட்டயே இது வேலைய காட்டுது" என்று சொல்லி அதைப் புரட்டிப் போட்டான். அவர்களும் அவனருகே வந்து குனிந்து அதைப்பார்த்தனர். "என்னன்னு தெரியுதா?" என்று தில்லைக்கோவிந்தன் ராமசாமியைப் பார்த்து கேட்க, அவன் "நலுங்கு" என்று மெல்லிய குரலில் பதில் சொன்னான். அதைப் பார்ப்பதற்கு பனை மரத்தின் மேற்பரப்பை போல சொரசொரப்பாக இருந்தது. வெளிச்சத்தை கண்டதும் பந்துபோல அது சுருட்டிக்கொள்வதை இவர்கள் சிறிது நேரம் ரசித்தபடி இருந்தனர். சனிமூலையில் மேகம் திரளத் தொடங்கியது. "மீண்டும் மழை வரும்போல இருக்குடா" என்று நலுங்கைப் பார்த்துக் கொண்டே கணேசன் அவர்களிடம் கூறினான். தில்லைக்கோவிந்தன் அண்ணாந்து வானத்தைப் பார்த்த பின் அவர்களிடம் கேட்டான். "இத என்ன பண்றது?" என்று அவன் கேட்டு முடிக்கவும், "இத இங்கயே உட்டுடலாம்டா. வெளியில தெரிஞ்சா பிரச்சனையாயிடும்" என்று கணேசன் சொன்னான். தில்லைக்கோவிந்தனிடமிருந்து முயல்களை வாங்கியபடியே, "கெடைக்காத சரக்கு கெடச்சிகிது. அதபோயி இங்கயே உட்டு வான்னு சொல்றயே" என்று கணேசனைப் பார்த்துச் சொன்னான். அதற்கு "அப்ப என்ன பண்லாம்னு சொல்ற?" என்று அவனைப்

பார்த்து தில்லைக்கோவிந்தன் கேட்டான். காற்றில் மாமரங்கள் சலசலத்தன. சில்லுவண்டுகளின் சத்தம் ஓய்ந்திருந்தது. ராமசாமி ஒரு கையில் முயலை வைத்துக்கொண்டு, ஒரு கையால் பீடியை எடுத்து வாயில் வைத்துக்கொண்டு கணேசனைப் பார்த்து, "கொஞ்சம் பத்த வைடா" என்றான். கணேசனும் பற்றவைத்துக்கொண்டே "நேரமாவுது சட்னு என்ன பண்றதுன்னு யோசிங்க" என்றான். "இதுல யோசிக்கறதுக்கு என்ன இருக்கு? கறியாக்கிட வேண்டியதுதான்" என்றான். தில்லைக்கோவிந்தன் ராமசாமியைப் பார்த்து, "இப்ப ஆவுற காரியமாடா இது. சீக்கிரத்துல இத சாக அடிக்க முடியாதே" என்றான். "உன்னால முடியாதுதான். என்னால முடியாதுனு நா சொன்னனா" என்று சொல்லி கணேசனிடம் முயல்களை கொடுத்துவிட்டு, கைத்தடியால் அதை புரட்டிப் போட்டு தன் வலு கொண்ட மட்டும் ஓங்கி இரண்டு மூன்று தடவை அடித்தான். அவர்கள் அவனையே பார்த்துக் கொண்டிருந்தனர். கீழே குனிந்து அதைப்புரட்டிப் பார்த்துவிட்டு "அதுங்கதை குளோஸ்" என்று சந்தோஷத்தோடு சொல்லி, "சரி சட்டுபுட்டுனு ஆவ வேண்டியத பாருங்க" என்று பக்கத்தில் கிடந்த துரிஞ்சி மிளாரை எடுத்து மடக்மடக்கென ஒடித்தான். தில்லைக்கோவிந்தன் விளக்கை நாளா திசையிலும் அடித்தான். அவனுக்கு வலது பக்கம் சப்பாத்திக் கள்ளி காய்ந்து கிடந்தது. அதை எடுத்து வந்து அந்த மிளாரின் மீது போட்டு நெருப்பைப் பற்றவைத்தான். கையில் முயலை வைத்தபடி அவர்கள் என்ன செய்கிறார்கள் என்று பார்த்துக் கொண்டிருந்தான் கணேசன். தவளைச் சத்தம் சட்டென அதிகரிக்கத் தொடங்கியது. அதைத் தொடர்ந்து குளிர்ந்த காற்று வீச, "டேய் மழவர மாதிரி இருக்கு சீக்கிரம்" என்று அவர்களை அவசரப்படுத்திக் கொண்டிருந்தான் கணேசன். சப்பாத்திக் கள்ளியும் துரிஞ்சி மிளாரும் நன்கு கொழுந்து விட்டு எரியத் தொடங்கின. ராமசாமி நலுங்கைத் தூக்கி அதில் போட்டு, கையில் வைத்திருந்த தடியால் இப்படியும் அப்படியுமாக அதைத் திருப்பித் திருப்பி நெருப்பில் வாட்டினான். "டேய் தீஞ்சிட போவுது போதும்" என்று தில்லைக்கோவிந்தன் சொன்னதும் அவன் நெருப்பிலிருந்து அதை எடுத்து தரையில் போட்டான். கணேசனுக்கு கால் வலிக்கத் தொடங்கியது. அவன் தரையில் அமர்ந்து கொண்டான். அவனைப் பார்த்து, "நல்லா சப்ளாங்கோல் போட்டு உக்காரதாண்டா நீ லாயிக்கி" என்று கிண்டலடித்தான் ராமசாமி. பின் தரையில் கிடந்த நலுங்கைத் தொட்டுப்பார்த்தான். சூடு குறைந்திருந்தது. மெல்ல அதன் மீதிருந்த ஓடுகளை பெயர்த்தெடுத்தான். அவை சுலபமாக வந்தன. வெந்த

கறியின் வாடை அவர்களின் மூக்கைத் துளைத்தது. கணேசனும் அருகில் வந்து பார்த்தான். ஒவ்வொரு ஓடுகளாக அகற்றிய பின் கணேசனைப் பார்த்து, "அந்த வரப்புல இருக்கிற தேக்கமரத்தில இருந்து கொஞ்சம் இலைங்கள பறிச்சிட்டு வாயேன்" என்று கையைக் காட்டிச் சொன்னான். அங்கு இரண்டு மூன்று தேக்கு மரங்கள் ஓங்கி வளர்ந்திருந்தன. லேசாகத் தூறத் தொடங்கியது. அவன் இலை பறித்துக் கொண்டு சடுதியில் திரும்பினான். ஓடுகள் அகற்றப்பட்ட நலுங்கை மூன்று பாகமாக்கி மூன்று இலைகளிலும் வைத்து "எடுத்துக்குங்க" என்று சொன்னான் ராமசாமி. இலையில் இருந்ததை முகர்ந்து பார்த்த தில்லைக்கோவிந்தன் "எனக்கு இது மட்டும் போதும்டா. நீங்க ஆளுக்கொரு மொசல எடுத்துக்குங்க" என்றான். அதற்கு கணேசன் ராமசாமியைப் பார்த்து, "அப்ப நாளக்கி உங்காட்ல மழைதான். ஊட்ல வாங்கியாந்து வச்சிகினு சுதி கொறைய கொறைய ஊத்திகினு இருப்ப?" என்று சொன்னான். தில்லைக்கோவிந்தன், கணேசனின் பேச்சைக் கேட்டு விழுந்து விழுந்து சிரித்தான். "இன்னாத்துகுடா இவன் இப்படி உழுந்து உழுந்து சிரிக்கறான்?" என்று தில்லைக்கோவிந்தனைக் காட்டி கணேசனிடம் கேட்டான். வேகமாகத் தூற ஆரம்பித்தது. அவர்கள் நடையைத் துரிதப்படுத்தினர். பள்ளிக்கூடத்து முகுட்டை அடைந்ததும் தில்லைக்கோவிந்தன் வெள்ளக்குளத் தெருப்பக்கம் திரும்பி நடந்தான். அவர்கள் இருவரும் ராமலிங்கசாமி மடம் வழியாக ஓட்டேரி தெருவுக்குள் நுழைந்தனர்.

மழை வலுத்தது. தவளைச் சத்தம் நாலா திசையிலும் கேட்டது. தில்லைக்கோவிந்தன் வீட்டிற்கு வந்து படலைத் திறக்க கையைத் தூக்கினான். படல் திறந்தே கிடந்தது. எப்போதும் சாத்தியே இருக்கும் படல் ஏன் திறந்து கிடக்கிறது என்று மனதுக்குள் எண்ணிக்கொண்டான். மழை பெய்து கொண்டிருந்ததால் சாத்த மறந்து அவள் தூங்கி இருக்கலாம் என்று யோசித்தபடியே நடந்தான். சொத சொதவென்றிருந்த தரையில் பாதங்கள் புதைந்தன. கூரையில் இருந்து மழைநீர் ஒழுகிக் கொண்டிருந்தது. மாட்டுக் கொட்டகையில் மாடுகள் கால்களை தரையில் உதைத்துக்கொள்ளும் சத்தம் கேட்டது. கூரையில் இருந்து ஒழுகும் மழை நீரில் நனையாமல் சட்டென்று குனிந்து கையில் வைத்திருந்த கறியை திண்ணையில் வைத்தபோது அருகில் யாரோ பேசிக் கொண்டிருக்கும் சத்தம் கேட்டது. கூர்ந்து கேட்டான். வீட்டினுள் இருந்துதான் குரல் வந்தது. இந்நேரத்தில் யாருடன் பேசிக்கொண்டிருக்கிறாள் என்று யோசித்தபடியே மெல்ல நடந்து

சாவி துவாரத்தின் வழியாகப் பார்த்தான். வேறொருவனுடன் தன் மனைவி அம்மணமாய்ப் படுத்திருப்பதை பார்த்தவனுக்கு சப்த நாடியும் ஒடுங்கியது. நா வறண்டு உடல் முழுக்க நடுக்கம் பரவியது. அவன் கதவைப் பிடித்துக் கொண்டு நின்றான். வெளியே மழை அமைதியாகப் பெய்து கொண்டிருந்தது. சற்று நேரம் அடங்கியிருந்த பேச்சொலி மீண்டும் கேட்கத் தொடங்கியது. என்ன பேசிக்கொள்கிறார்கள் என்று அவனுக்கு கேட்கத்தோன்றியது. "சரி நா கௌம்பட்டா" என்று ஆண் குரல் கேட்டது. யாருடைய குரல் என்று அவன் ஆழ்ந்து யோசித்தான். வண்டிகாரமுட்டு தொப்புளான் குரல்தான் அது என்று தெளிவாகத் தெரிந்தது. "எப்பவும் இப்படி தான் உன் வேல முடிஞ்சிடுச்சினா நீ பாட்டுக்கு கௌம்பிடுவ. எனக்கு எவ்ளோ கஷ்டமா இருக்கு தெரியுமா?" என்று இவனுடைய மனைவி சிணுங்கினாள். வளையல் சப்தம் நன்றாகக் கேட்டது. அவளின் பேச்சிக்கு தொப்பளான், "உன் வீட்டுக்காரன் வர நேரம். எதாவது பிரச்சனையாயிட போவுது" என்றான். "அந்தாளு இப்ப வர மாட்டாரு. இன்னொரு தடவ செய்யி" என்று அவனை இழுத்தாள். இவனது கால்கள் நடுங்கத் தொடங்கின. தன்னைப் பார்த்து எப்போதும் சிரிக்கும் அவளின் அந்த முகத்தை நினைவுகளின் அடுக்குகளில் இவன் கலைத்துக் கலைத்துத் தேடினான். அந்த முகம் மெல்ல விகாரமடையத் தொடங்கியது. இனி அவள் முகத்தில் முழிப்பதே பாவம் என்று யோசித்துக்கொண்டே கீழே இறங்கினான். கூரை அவனது தலையில் இடித்தது. அவன் சுவாசம் சீரற்று இருந்தது. இந்த உலகம் பொய்யானது என்று அவன் நினைத்தான். அவனது சிந்தனையோட்டம் தாறுமாறாக இருந்தது. உள்ளே சிரிப்புச் சத்தம் கேட்டது. மழை சற்று அடங்கி லேசாகத் தூறிக் கொண்டிருந்தது. இவன் மாட்டுக் கொட்டகை நோக்கி நடந்தான். தண்ணீர் சேந்துவதற்காக வைத்திருந்த கயிறு ராட்டினத்தை எடுத்து, ராட்டினத்தை கழற்றி வைத்துவிட்டு மூலையில் கவிழ்த்து வைத்திருந்த நெல் அவிக்கும் அண்டாவைப்போட்டு கயிற்றைத் தூக்கி உத்திரத்தில் போட்டான். தான் வாழ்ந்த பதினைந்தாண்டு கால குடும்ப வாழ்க்கையை நினைத்தபடி கழுத்தில் சுருக்கிட்டுக்கொண்டு அண்டாவை எட்டி உதைத்தான். சுருக்கு மெல்ல இறுகியது. அப்போதுகூட உறங்கிக்கொண்டிருக்கும் தன் குழந்தைகளைப் பற்றி அவனுக்கு எண்ணத்தோன்றவில்லை.

பேருந்து சத்தம் கேட்டதும் தூக்கி வாரிப்போட்டது கணேசனுக்கு. கண்களை கசக்கிக்கொண்டான். எல்லாம் நேற்று நடந்ததைப்

போன்று இருப்பதாக உணர்ந்தவன் மெல்லப் பழைய நிலைக்குத் திரும்பினான். தில்லைக்கோவிந்தன் மாட்டு கொட்டகையின் உத்திரத்தில் தூக்கில் தொங்கிக் கொண்டிருக்கும் காட்சியே அவன் மனதில் கொஞ்ச நேரம் நிலைத்திருந்தது. மீண்டும் அவன் திரும்பி இலுப்பை மரத்தைப் பார்த்தான். பார்ப்பதற்கு பயமாகவே இருந்தது. மீண்டும் மீண்டும் அவனுக்கு தில்லைக்கோவிந்தனின் முகமே மனக் கண்முன் தோன்றிக் கொண்டிருந்தது. பேருந்து அவர்கள் இருவரையும் கடந்து செல்லும்போது தேங்கியிருந்த மழைநீர் இவர்கள் மீது தெறித்தது. "தேவிடியா பையன் எப்படி ஓட்றாம்பாரு" என்றான் ராமசாமி. "வேகமாக நடடா" என்று கணேசனைப் பார்த்துச் சொன்னான். கோணமலை பக்கமாக வானில் மின்னல் தோன்றி மறைந்தது. குளிர்ந்த காற்று வீசியது. கணேசன் வானத்தையே பார்த்துக் கொண்டிருந்தான். அதற்கு ராமசாமி "எல்லாம் பொய் மப்பு டா. மழை அவ்ளோதான்" என்று ஒருவித நம்பிக்கையுடன் சொன்னான்.

அவர்கள் இருவரும் ஆண்டாசெட்டி குளத்திற்கு எதிர்புறம் இருந்த சந்து வழியாக ஏரிக்கு செல்லும் பாதையில் இறங்கினர். சமீபத்திய மழையால் ஏரியில் ஓரளவிற்கு தண்ணீர் இருந்தது. மேலும் ஆங்காங்கே பள்ளங்களில் கொஞ்சம் கொஞ்சம் தண்ணீர் தேங்கியிருந்தது. அவர்கள் மாட்டு வண்டிப்பாதையில் கவனமாக நடந்தனர். பாதையெங்கும் கருவேலமுட்கள் சிதறிக் கிடந்தன. மழையில் ஊறியிருந்த களிமண் பாதைநெடுகிலும் கொழ கொழப்பாக கிடந்தது. சற்று ஏமாந்தால்கூட, வழுக்கி விட்டு விடும். கணேசன் வானத்தைப் பார்த்தான். கோணமலை பக்கம் திரண்டிருந்த மேகக் கூட்டம் மெல்ல சனிமூலை நோக்கி நகர ஆரம்பித்திருந்தது.

அவர்கள் ஏரியைக்கடந்து சித்தாத்தூர் செல்லும் கூட்ரோடு சாலையைப் பிடித்து மேற்குப் புறமாக நடந்து கோட்டிக்கல்லை அடைந்தனர். இருவரும் தங்களது நெற்றி விளக்குகளை எடுத்து அணிந்து கொண்டனர். கணேசன் பேட்டரியை தோளில் மாற்றிக்கொண்டே ராமசாமியைப் பார்த்து, "மழை பெஞ்சதால எங்க கால் வச்சாலும் சொத சொதன்னு இருக்கு" என்று சொன்னான். ஆமோதிப்பதுபோல இவனும் தலையாட்டினான். கோட்டிக்கல் பாறை இருளில் கம்பீரமாக நின்று கொண்டிருந்தது. கார்த்திகை தீபத்தன்று அதன் மீது தீபமேற்றினால் சுற்றுவட்டத்தில் உள்ள ஊர்களில் இருப்பவர்கள்கூட காணலாம் அவ்வளவு உயரம். பக்கத்தில் இருந்த பாறைகள் வெடிவைத்து தகர்க்கப்பட்டுக்

கொண்டிருந்தன. கோட்டி கல்லின் எதிர்புறமும், பின்புறமும் இருந்த நிலங்கள் சமப்படுத்தப்பட்டு வீட்டு மனைகளாகி விற்பனைக்குத் தயார்நிலையில் இருந்தன. எப்போதுமே கோட்டி கல் பகுதி வானம் பார்த்த பூமிதான். சாமையும் தினையும்தான் அதில் விளையும். ராமசாமியிடம் ஒரு பீடியை வாங்கிப் பற்றவைத்துக்கொண்டே “என்னடா ஒண்ணையுமே காணம்?” என்று கேட்டான் கணேசன். “இப்பதான மழை உட்டுகிது. இனிமேதான் அதுக வெளியில வரும்” என்று இவன் கூறினான். “மழை எங்க வுட்டுது மீண்டும் வரும்போல இருக்குது” என்று மீண்டும் கணேசன் சொன்னான். வெகு தொலைவிற்கு கரம்பாகக் கிடந்த செம்மண் பூமி இவன் மனதை என்னவோ செய்தது. சிறுவயதுகளில் தீபாவளியன்று வீட்டில் செய்யும் பலகாரங்களை ஒரு தூக்குவாளியில் போட்டுக்கொண்டு நண்பர்களோடு அங்கு வந்து விளையாடிவிட்டு சாப்பிடும் காட்சி கணேசனது மனதில் சில கணங்கள் வந்து சென்றது. இப்போது யாரும் அதுபோல வருவது கிடையாது. ஆனால் சில இளைஞர்கள் விழாக்காலங்களில் இங்கு வந்து மது அருந்துவதாக அவன் கேள்விப்பட்டிருக்கிறான். கோட்டி கல் பற்றித் தெரியாமலேயே ஒரு தலைமுறை உருவாகிக் கொண்டிருப்பது குறித்து எப்போதும் அவனுள் ஒரு நெருடல் இருந்துகொண்டே இருந்தது. “ஏன்டா என்ன யோசிக்கிற?” என்று ராமசாமி கேட்டவுடன் அவன் இயல்பு நிலைக்குத் திரும்பினான்.

நேரம் கடந்து கொண்டிருந்தது. ராமசாமி புகைத்துக்கொண்டே “எம்மா நேரந்தான் கோட்டிக்கல்லையே சுத்திகினு கெடக்கறது? வா அந்த பக்கம் போவம்” என்று மாட்டாஸ்பத்திரி பக்கம் கையை நீட்டிச் சொன்னான். “கோட்டிக்கல்லுல கெடைக்காததா அங்க கெடச்சிடும்?” என்று திரும்பக் கேட்டு, “சாதாரணமா இந்நேரத்துக்கு மூணு நாலு உருப்படிக ஆட்டுருக்கும்” என்று அலுப்புடன் சொன்னான். மெல்ல இருவரும் நடக்கத் தொடங்கினர். எதுவும் கிடைக்காததால் அவர்கள் சோர்வடைந்தனர். கால்களில் வலி தெரிந்தது. வழியில் இருந்த குற்றுச் செடிகளை கைத்தடியால் ஆட்டிப் பார்த்தனர். எதுவும் அகப்படவில்லை. சிவன் கோயில் விளக்கு வெளிச்சம் பிரகாசமாக ஒளிர்ந்து கொண்டிருந்தது. நரிமுட்டு வாய்க்காலில் தண்ணீர் ஓடிக் கொண்டிருந்தது. “இந்நேரத்திற்கு யார் பாசறது?” என்று ராமசாமியை கணேசன் கேட்டான். “நாத்து உட்டுருப்பாங்க. மழை வரமாதிரி இருக்குல்ல, அதால எறைப்பாங்க” என்று கூறினான். அவன் சொன்னதுபோல நரிமுட்டு மோட்டார்

கொட்டகையில் மின்விளக்கு எரிந்து கொண்டிருந்தது. மோட்டார் கொட்டகை ஓரம் உயரமாக வளர்ந்து நின்று கொண்டிருந்த நீலகிரி மரங்கள் ஒடிந்து விழுவதுபோல காற்றில் ஆடிக்கொண்டிருந்தன. நடந்தபடியே அவர்கள் உற்றுப்பார்த்துக்கொண்டு வந்தனர். எதுவும் அகப்படவில்லை. ராமசாமி மீண்டும் இடுப்பு மடிப்பிலிருந்து ஒரு பீடியை எடுத்து பற்றவைத்துக்கொண்டான். "டேய் எனக்கும் ரெண்டு இழுப்பு கொடுடா" என்று கேட்ட கணேசன் "நாம இன்னிக்கு வந்திருக்கக்கூடாது டா" என்று அவனிடம் சொன்னான். அவர்கள் மாட்டாஸ்பத்திரியின் பின்புறமிருந்த பனந்தோப்பில் நுழைந்தனர். பனைமரங்களைப் பார்த்ததும் ராமசாமிக்கு தில்லைக்கோவிந்தனுடன் அங்கு கள்குடித்தது ஞாபகத்திற்கு வந்தது. அப்போது அவர்கள் பள்ளி இறுதி வகுப்பு படித்துக் கொண்டிருந்தனர். கள் சீசன் தொடங்கிவிட்டால் போதும் விடுமுறை நாட்களில் மூவரும் சாயந்திரம் அங்கு தான் இருப்பார்கள். விலைபேசி ஒரு பானையில் கள்ளை எடுத்துக்கொண்டு, தொட்டுக்க வறுத்த கருவாட்டையும், அவித்த முட்டையையும் ராமசாமி வாங்கிக்கொண்டு வருவான். கணேசனும் தில்லைக்கோவிந்தனும் கொஞ்சம் தூரம் தள்ளி இருக்கும் ஒரு புளிய மரத்தின் கீழ் அமர்ந்து கொண்டிருப்பார்கள். கணேசன் மட்டும் எப்போதும் குடிக்க மாட்டான். ஆனால் அதற்குப் பதிலாக அவர்கள் வாங்கும் அசைவ உணவுகளை வெளுத்து வாங்குவான் "குடிக்காதவனுக்கு எதுக்குடா கருவாடும் முட்டையும்? எம்மாத்தரம் திண்ணாலும் வெடியாது டா ஒனக்கு" என்று திட்டுவான் ராமசாமி. "சரி போறான் விடுடா" என்பான் தில்லைக்கோவிந்தன். ஆளுக்கொரு மொந்தையில் கள்ளை ஊற்றிக் குடிக்கத் தொடங்கினால் நேரம் போவதே தெரியாது அவர்களுக்கு. அதுவரை பீடி அவர்கள் கைகளில் புகைந்துகொண்டே இருக்கும். அதீத போதை தலைக்கேறி கண்கள் சொருகத் தொடங்கியதும் தள்ளாடியபடியே அவர்கள் நடக்கத் தொடங்குவர். போதையின் தள்ளாட்டத்தில் அவர்கள் பேசும் பேச்சுகளை மறுநாள் கணேசன் அவர்களிடம் சொல்லி கிண்டல் செய்வான். "இதுக்கு தாண்டா இவன குடிக்கற எடத்துக்கு கூட்டுகினு போகக்கூடாது. தின்றதோட இல்லாம நக்கலுவேற" என்று கணேசனைப் பார்த்து சொல்லுவான்.

"ஏய் மழை வரமாதிரி இருக்கு. வீட்டுக்கு போலாம்" என்று ஏமாற்றத்தோடு அவனைப்பார்த்து சொன்னவுடன்தான் பழைய நினைவுகளில் இருந்து மெல்ல மீண்டான் ராமசாமி. அண்ணாந்து வானத்தைப் பார்த்தான். வானம் இருட்டிக்கொண்டிருந்தது.

தூறல் அதிகரிக்கத் தொடங்கியபோது ராமசாமி, “அடச்சே, வந்ததுக்குநாச்சும் எதாவது கெடச்சிருக்கலாம்” என்று இவனைப் பார்த்துச் சொன்னான். பனந்தோப்பு முழுக்க அவர்கள் அலசோ அலசென்று அலசினர். ஒரு சிறிய எலியைக்கூட காணவில்லை. அவர்களுக்கு சோர்வாக இருந்தது. கடுங்காலில் வலி அதிகரிக்கத் தொடங்கியது வீட்டிற்குத் திரும்பிவிட முடிவு செய்து மாட்டாஸ்பத்திரி வழியாக நடந்து திருக்கோயிலூர் சாலையை அடைந்தனர். சாலையோரம் இருந்த ஓடையில் வீரங்கிபுரத்து ஏரியிலிருந்து மடவிளாகம் ஏரிக்கு மழைநீர் வந்து கொண்டிருந்தது. மழை வேகமாய் பெய்யத் தொடங்கியது. அவர்கள் நடையை துரிதப்படுத்தினர். சாலையின் இருபுறங்களிலும் மழைநீர் ஓடிக் கொண்டிருந்தது. அவர்கள் ஆண்டாசெட்டி குளத்தை அடைந்தபோது ஊரில் மின்சாரம் நின்றுபோயிருந்தது தெரிந்தது. “கொஞ்சம் மழவரக்கூடாதே சட்டுனு புடிங்குடுவானுவலே” என்று ராமசாமி கணேசனைப் பார்த்துச் சொன்னான். திரௌபதி அம்மன்கோயில் மேடையில் படுத்திருந்த நாய் அவர்களைப் பார்த்து குரைத்தது. டல்லா ஐயர் வீட்டுத் தெரு வந்ததும் ராமசாமி வடக்கே செல்லும் சந்து வழியாகத் திரும்பி வெள்ளகுளத்தெரு நோக்கி நடந்தான். கணேசன் ஐயர் வீட்டுப் பின்புறம் வழியாகப் பிரியும் செட்டியார் வீட்டுச் சந்துப் பக்கம் சென்றான். மழை நின்று பெய்து கொண்டிருந்தது.

தொப்பலாக நனைந்தபடியே அலமேலுவின் வீட்டு கதவைத் தட்டினான் ராமசாமி. இந்நேரத்துல யாராயிருக்கும் என்று யோசித்தபடியே கதவைத் திறந்தவள் இவனைப் பார்த்துத் திடுக்கிட்டாள். இவன் குளிரில் நடுங்கிக் கொண்டிருந்தான். “சொல்லாம கொள்ளாம வரக்கூடாதுன்னு எத்தன மொற சொல்றது உங்கிட்ட” என்று அவனைப் பார்த்துக் கேட்டாள். அவன் மௌனமாக நின்று கொண்டிருந்தான். “என்ன நான் கேட்டுட்டு இருக்கேன். நீ பாட்டுக்கு அமைதியாக இருக்க. அவுரு இருந்திருந்தா இந்நேரம் என்னாயிருக்கும் தெரியுமா?” என்று பதட்டத்தோடு பேசினாள். அவன் எதுவும் பேசாமல் அவளையே பார்த்தபடி அமைதியாக நின்று கொண்டிருந்தான். அவன் கையிலிருந்து நீர் தரையில் சொட்டிக்கொண்டிருந்தது. குளிரில் அவனது உதடுகள் படபடவென அடித்துக்கொண்டிருந்தது. “சரி வா. வந்து தொலை யாராவது பாத்துட போறாங்க” என்று அவனை உள்ளே அழைத்தாள். எதுவும் பேசாமல் அவன் உள்ளே வந்தான். துவட்டிக் கொள்ள துண்டைக் கொடுத்தாள். இவன் நெற்றி

விளக்கையும். பேட்டரியையும் கழற்றி ஓரமாக வைத்துவிட்டு தலைதுவட்டத் தொடங்கினான்.

தோட்டத்திற்கு சென்று வந்தவள். "வேட்டைக்குப் போயிட்டு வரியா?" என்றாள். இவன் ஆமாம் என்பதுபோல தலையாட்டினான். நெற்றி விளக்கு, பேட்டரி வைக்கப்பட்டிருந்த இடத்தைச் சுட்டிகாட்டி, "எங்க ஒண்ணையும் காணோம்?" என்று கேட்டாள். அதற்கு அவன் "ஒண்ணும் ஆப்புடல மழை வந்து கெடுத்திடுச்சி" என்றான். "அதான பாத்தன், ஏதாவது கெடச்சிருந்தா ஏன் இங்க வரப்போற, உன் வீட்டுக்கில்ல போயிருப்ப" என்று சொன்னாள். சுருக்கென்றது அவனுக்கு. "இப்பிடிலாம் பேசாத" என்று அவளை நெருங்கினான். "இதுக்கு மட்டும்தான் நானு உனக்கு வேணும்" என்று அவனை மீண்டும் சீண்டினாள். இருட்டு அவனுக்கு வசதியாக இருந்தது. அவளை இறுக அணைத்தான். உதட்டில் முத்தமிட்டான். "எப்படித்தான் உன் பொண்டாட்டி இந்த கருமம்புடிச்ச நாத்தத்த சகிச்சிக்கிறாளோ?" என்று அவன் வாயிலிருந்த வந்த பீடி நாற்றத்தை உணர்ந்து கேட்டாள். அவன் அவளுடைய ஆடைகளைக் களைய ஆரம்பித்தான். வெளியில் மழை இன்னும் பெய்து கொண்டிருந்தது.

சூலப்பிடாரி

திருக்கச்சூரிலிருந்து சாமி சிலையை ஊருக்குள் கொண்டு வரும்போது நன்கு இருட்டிவிட்டிருந்தது. சாமி சிலைக்குப் பின் இளைஞர்களும் முதியவர்களும் திரண்டிருந்தனர்.தெருவோரங்களில் பெண்கள் கூட்டம் அலைமோதியது. கையில் வேப்பிலையுடன் சிலைக்கு முன்பாக ஆறுமுகம் சாமி வந்து ஆடிக்கொண்டிருந்தார். பம்பையும் உடுக்கையும் அதிர்ந்தபோது இவர் ஆட்டத்திலும் வேகம் கூடியது. சுற்றி நின்றிருந்தவர்களெல்லாம் கன்னத்தில் போட்டுக் கொண்டனர். எங்கும் சாராயத்தின் நெடி பரவியிருந்தது. பெரும்பாலானவர்களின் விழிகள் குடித்துக் குடித்துச் சிவந்திருந்தன. போதையில் அவர்கள் பம்பை உடுக்கை வாசிப்பவர்களை வேகமாக வாசிக்கும்படி நச்சரித்தனர். பம்பை உடுக்கைக்காரர்கள் வாசிப்பில் வேகம் கூட்டக்கூட்ட இவரின் நாடி நரம்புகள் முறுக்கேறின. சுற்றிச் சுற்றி ஆடினார். நிலம் அதிர்ந்தது. சூழலை ஒரு இறுக்கம் கவ்விக்கொண்டது. கூட்டம் பெருங்குரலெடுத்து “தாயே மகமாயி” என்று தொடர்ச்சியாகக் கூவிக்கொண்டிருந்தது. தெரு சிறியதாக இருந்ததால் கூட்டத்தைத் தாண்டி சிலையைக் கொண்டு செல்ல அதிக நேரம் பிடித்தது. சிலையைத் தொடர்ந்து வந்தவர்கள் மிகுந்த அயர்வோடு காணப்பட்டனர். தொடர்ச்சியான நடை அவர்களுக்குள் சோர்வை உண்டு பண்ணியிருந்தது. நேரம் ஆக ஆக கோயிலை நோக்கிச் செல்ல அனைவரும் வேகம் காட்டினர். ஒரு கட்டத்தில் இவர் வேக வேகமாக ஆடிக் கொண்டே வேப்பிலையை வாயில் போட்டு நறநற என மென்றபடி கோயில் நோக்கி ஓட ஆரம்பித்தார். கூட்டம் விழுந்தடித்து ஓடியது. ஈடுகொடுக்க முடியாத சிலர் பின் தங்கினர். அவர்களின் விழிகள் மதுவினால் நிரம்பியிருந்ததை உணர முடிந்தது. கோயிலை நெருங்க நெருங்க இவரின் ஆட்டத்தில் மீண்டும் வேகம் கூடியது. பம்பையும் உடுக்கையும் அதிர்ந்தன. மீண்டும் சூழல்

இறுக்கமானது. கூட்டம் ஒருவித சிலிர்ப்போடு கட்டுண்டிருந்தது. உடுக்கை ஒலி உச்சத்தை அடையும் போதெல்லாம் கூட்டம் கன்னத்தில் போட்டுக்கொண்டது. கோயில் முகப்பு விளக்கு ஏற்றப்பட்டபோது வாசிப்பு படிப்படியாக குறையத் தொடங்க, இவரின் உடல் மெல்ல தளர்ச்சியுற்றது. பூசாரி கற்பூரத்தை ஏற்றி இவரிடம் கொடுத்தார். இவர் அதை வாயில் போட்டு விழுங்கியவுடன் மெல்லக் கீழே சரிந்தார். அருகிலிருந்தவர்கள் அவரைத் தாங்கிப்பிடித்து பின் தோதாக படுக்க வைத்தனர். அவர் சுவாசத்தில் வேகம் குறைந்திருக்கவில்லை. சாமி சிலை இறக்கப்பட்டு மேற்கிலிருந்த வேப்பமரத்தின் பக்கத்திலிருந்த பீடத்தின் மேல் வைக்கப்பட்டது. சிலைக்குத் தென்புறம் மலைத்தொடர் நீண்டும் உயர்ந்தும் இருந்தது. அண்மையில் பெய்த மழையால் எங்கும் பச்சை கட்டியிருந்ததை வெளிச்சத்தில் உணர முடிந்தது. கோயிலைச் சுற்றி நின்றிருந்த வேம்பின் அசைவுகள் காற்றில் குளிர்ச்சியை ஏற்படுத்தின. இவருக்கு மயக்கம் தெளிய கொஞ்ச நேரமானது. எழுந்து சென்று தண்ணீர் குடித்துவிட்டு கோயிலுக்கு வெளியில் வந்து அமர்ந்தபோது, சூளக்காரர் வீட்டு தெய்வசிகாமணி இவரைப் பார்த்து சொன்னான்.

“சாமி உங்கள சாப்பிடறதுக்கு தலைவர் வூட்டுக்கு வரச் சொன்னாங்க.” அவன் கூறியதைக் கேட்டுக் கொண்டவராகத் தலையை ஆட்டினார். அவன் போன சிறிது நேரம் கழித்து மஞ்சள் துண்டை உதறித் தோளில் போட்டுக்கொண்டு தலைவர் வீடு நோக்கி நடக்க ஆரம்பித்தார்.

தலைவர் வீடு ஒளி வெள்ளத்தால் பகலைப்போன்று இருந்தது. காம்பவுண்டுக்கு உட்புறம் இரண்டு நாய்கள் கட்டப்பட்டிருந்தன. தெரு வராண்டாவில் ஊர் பிரமுகர்கள் கூடியிருந்தனர். இவர் தெரு கேட்டை திறந்துகொண்டு உள்ளே வருவதற்குள் வீட்டினுள் இருந்து தலைவரும் அவர் மனைவியும் வேகமாக வந்து அவரது காலில் நீர் ஊற்றிக் கழுவி மஞ்சளும் சிவப்புமிட்டு உள்ளே அழைத்துச் சென்றனர். வராண்டாவில் அமர்ந்திருந்தவர்கள் எழுந்து நின்றனர். இவர் ஒருமுறை அனைவரையும் பார்த்தபடியே உள்ளே சென்றார். நடுக்கூடம் ஒரு கல்யாண மண்டபம் போல இருந்தது. ஒரே நேரத்தில் குறைந்தது நூறு பேராவது அமர்ந்து சாப்பிட்டுவிட முடியும். அந்த அளவிற்குப் பரந்து விரிந்திருந்தது. கூடத்தில் நிறுத்தப்பட்டிருந்த வேலைப்பாடு மிக்க தூண்கள் வீட்டின் பழமையை உணர்த்திக்கொண்டிருந்தன. இவர் அத்தூண்களின் அழகையே பார்த்துக் கொண்டிருந்தபோது தலைவர் பேசினார்.

“சாமி வந்து உக்காருங்க நேரமாவுது இல்ல.”

இவர் மென்மையாகச் சிரித்தபடி தலைவர் காட்டிய இடத்தில் அமர்ந்தார். உடல் தளர்ந்து கண்கள் ஒடுங்கியிருந்தன. காலையும் மதியமும் விரதம். இரவு ஒரு வேளைதான் சாப்பாடு. பகல் முழுக்க நடந்த களைப்பு. ஊர் பிரமுகர்கள் இவருக்கு இருபுறமும் அமர்ந்து கொண்டனர். தலைவாழை இலையில் விதவிதமான உணவு வகைகள் பரிமாறப்பட்டன. தலைவரும் அவர் மனைவியும் இவரைக் கவனித்துக் கொண்டிருந்தனர். இவர் சாப்பிடுவதற்காக எல்லோரும் காத்துக்கொண்டிருந்தனர். கண்களை மூடி கைகளைக் கூப்பி சில நிமிடங்கள் முணுமுணுத்தபடி இருந்தவர் பின் மெல்ல சாப்பிட ஆரம்பித்தார். அனைவரும் சாப்பிடுவதில் வேகம் காட்டினர். அவர்கள் சாப்பிடுவதையே தலைவர் பார்த்துக் கொண்டிருந்தார். இவர் மெதுவாக சாப்பிட்டார். இவரது கண்களில் இனம்புரியாத வலியின் ரேகைகள் ஓடிக் கொண்டிருந்தன. எதையும் வெளிக்காட்டிக் கொள்ளாமல் இவர் சாப்பிட்டுக் கொண்டிருந்தார். வேண்டாம் என்று சொன்னால் கூட விடாமல் தலைவர் மனைவி இவருக்கு உணவு வகைகளைப் பரிமாறிக் கொண்டே இருந்தாள். சாப்பிட்டுவிட்டு எழுந்தபோது இவருடன் அனைவரும் எழுந்தனர். கை அலம்பிக்கொள்ள தலைவர் செம்பில் தண்ணீர் கொண்டுவந்து கொடுத்தார். இவர் கை கழுவி விட்டு மற்றவர்களிடம் கொடுத்தார். சிறிது நேரம் வராண்டாவில் அமர்ந்து பின் அனைவரிடமும் கூறிவிட்டு கோயில் நோக்கி நடந்தார். கோயில் பிரகாரத்தில் ஏற்கனவே சிலர் படுத்துக்கொண்டிருந்தனர். இவர் கிழக்குப் பக்கமாகப் போடப்பட்டிருந்த பந்தலுக்குக் கீழே படுத்துக்கொண்டார். படுத்த கொஞ்ச நேரத்திற்குள் உறங்கியும் போனார்.

கோலக்காரர் வீட்டு நிலம் கண்ணுக்கெட்டிய தூரம் பரந்து விரிந்து கிடந்தது. ஆடிப்பட்டத்துக்காக நிலத்தை உழுது கொண்டிருந்த ஆறுமுகத்தை கோலக்கார வீட்டு அங்கமுத்து பெரியவர் கையசைத்துக் கூப்பிட்டார். பெரியவரின் சத்தம் கேட்டதும் ஏர் கலப்பையை அப்படியே விட்டுவிட்டு தலையில் கட்டியிருந்த துண்டை அவிழ்த்து உதறி இடுப்பில் சுற்றிக்கொண்டு பெரியவர் முன் வந்து நின்றார். சூரியனின் கதிர்கள் நெருப்பை உமிழ்ந்து கொண்டிருந்தன. பெரியவர் வெயில் தாங்க முடியாமல் அமர்ந்துகொண்டார். கொஞ்சம் தள்ளியே கைகளை கட்டிக்கொண்டு நின்றார் இவர். பெரியவர் தொண்டையை செருமிக்கொண்டபடியே இவரிடம் பேசினார்.

“நாளுவேற நெருங்கிடுச்சி எப்ப ஓட்டி எருவு அடிக்கிறது, எப்ப வெதைக்கிறது, கொஞ்சம் சுருக்கா பார்டா.”

“எல்லாம் கரெக்டா முடிஞ்சிடும் சாமி.”

“நீ இருக்கிற தெகிரியம்தான்” என அவர் கூறியதும் இவருக்கு உச்சி குளிர்ந்துவிட்டது. காது ரோமங்கள் சிலிர்த்துக்கொண்டன. மாமரத்தில் பறவைகள் சடசடத்துக் கொண்டிருந்தன. ஏர் கலப்பையில் பூட்டப்பட்டிருந்த மாடு கத்தத் தொடங்கியதும் அவர் இவரிடம் கூறினார்.

“அப்ப நான் கெளம்புறேன். ஆவவேண்டியத பாரு புரியுதா?”

இவர் அப்படியும் இப்படியுமாகத் தலையை ஆட்டினார். அவர் கட்டிலைவிட்டு இறங்கி நடக்கத் தொடங்கினார். சேறும் சகதியும் நிறைந்த நிலத்திற்குள் இறங்கி விட்ட இடத்திலிருந்து உழத் தொடங்கினார் இவர். வெயிலின் தாக்கம் கடுமையாக இருந்தது. மாடுகள் சோர்ந்து கலப்பையை இழுப்பதில் தயக்கம் காட்டின. இவர் அவற்றை விரட்டிக்கொண்டே இருந்தார். இவராலும் வெப்பத்தை தாங்க முடியவில்லைதான். என்ன செய்வது? உழுதாக வேண்டுமே. சாயுங்காலம் திரும்பி வந்து பார்க்கும்போது உழுது முடித்திருக்காவிட்டால் கோபம் பீறீட்டு வரும் பெரியவரின் முகத்தை எப்படி எதிர்கொள்வது என்ற எண்ணமே களைப்பைப் பொருட்படுத்தாமல் இவரை இயங்கச் செய்தது. மாடுகளோடு மாடாய் சேற்றுக்குள் உழன்று கொண்டிருந்தபோது கிணற்று மேட்டிலிருந்து தனது பெயர் சொல்லி யாரோ கூப்பிடுகிறார்கள் என்பதை உணர்ந்தவர் திரும்பிப் பார்த்தார். மரத்து நிழலில் பெரியவரின் இளையமகன் தலையில் கூழ்ப்பானையுடன் நின்று கொண்டிருந்தான். கலப்பையிலிருந்து மாட்டை தறித்து விட்டுவிட்டு, தலையில் கட்டியிருந்த துண்டை உதறி இடுப்பில் கட்டிக்கொண்டு ஓடி வந்தார். அதற்குள் பெரியவரின் மகன் கூழ்ப்பானையை இறக்கி வைத்துவிட்டு அமர்ந்து கொண்டான். அருகில் வந்த இவர் அவனைப் பார்த்துக் கேட்டார். “சின்னவரே இந்த வெயில்ல நீங்க ஏன் வரனும்? சொல்லி அனுப்பியிருந்தா நானே வந்திருப்பேனே.”

“இல்ல ஆறுமுகம் கொல்லி காட்ட பாக்கணும்னு ஆசை. அதான் நானே புறப்பட்டு வந்தேன்.”

மரத்தின் நிழல் குளிர்ச்சியாக இருந்தது. வெயில் எங்கும் வியாபித்திருந்தது. இவர் அருகிலிருந்த மாமரத்தின் கீழ் வந்தமர்ந்தார். அவன் பானையைத் தூக்கி இவரின் கையில் கூழை ஊற்றினான். இவர் அதை ருசித்துக் குடித்தார். இவரது விரல்களில் பானையின் விளிம்பு பட்டுவிடக் கூடாது என்ற ஜாக்கிரதை உணர்வோடு கூழை ஊற்றினான். சாப்பிட்டு முடித்து கைகளின் இருபுறமும் தனது நாவால் சுத்தம் செய்து கொண்டே தொட்டிநோக்கிச் சென்றார்.

"ஆறுமுகம் எச்ச கைய அதுல கழுவாத நா மொண்டு ஊத்தறேன்" என்று அவன் கூறிக்கொண்டே தொட்டிக்கருகில் வந்து தண்ணீர் மொண்டு தூக்கி ஊற்றினான். இவர் கைகளை கழுவிக் கொண்டு அவனிடம் சொன்னார்.

"சின்னவரே போயி கட்டல்ல படுங்க வெய்ய சாயறப்ப போலாம்."

அவனுக்கும் கிணற்று மேட்டில் மரக்கட்டிலில் படுத்துக் கொள்ள வேண்டுமென்ற ஆசை. இவர் சொன்னதும் அவன் சென்று படுத்துக்கொண்டான். இவர் மண்வெட்டியை எடுத்து வரப்பு மடிக்க மீண்டும் நிலத்திற்குள் இறங்கினார்.

சூரியன் மெல்ல மேற்கு நோக்கிப் பயணித்தது. வெயிலின் தாக்கம் படிப்படியாகக் குறைந்தபோது குளிர்ந்த காற்று வீசத் தொடங்கியது. மரக்கட்டிலில் நன்றாக தூங்கிக் கொண்டிருந்தான் அவன். கலப்பை மண்வெட்டிகளை மோட்டார் கொட்டகைக்குள் வைத்துவிட்டு,

"சின்னவரே நேரமாயிட்டது எழுந்திருங்க" தூங்கிக் கொண்டிருந்தவனை எழுப்பும் விதமாகக் கூப்பிட்டார்.

அவன் புரண்டு படுத்து கண்களைத் திறந்து பார்த்தான். வெயில் முற்றிலுமாகக் குறைந்துவிட்டிருந்தது. கண்களை கசக்கியபடியே கட்டிலை விட்டு கீழிறங்கி பானையைத் தூக்கித் தலையில் வைத்துக் கொண்டான். இவர் மாடுகளைப் பிடித்துக் கொண்டார். ஏற்கனவே அறுத்து வைத்திருந்த புல்லுக்கட்டை தலையில் தூக்கிக்கொண்டு அவனை பின்தொடர்ந்து நடந்தார்.

கோலக்காரர் வீட்டு மாட்டுக் கொட்டகையில் சாணத்தின் நெடி எங்கும் பரவியிருந்தது. புல்லுக்கட்டை இறக்கி தொட்டி மேடையில் வைத்தார். தவிட்டைக் கொண்டுவந்து தொட்டியில் கரைத்தார். அக்கம் பக்கத்து வீடுகளில் கழிவுநீர் பானைகளில்

இருந்த தண்ணீரை கொண்டு வந்து தவிட்டோடு ஊற்றி நன்கு கலக்கினார். பின் ஒவ்வொரு மாடுகளாக அவிழ்த்து தண்ணீர் காட்டிவிட்டு மீண்டும் கட்டினார். தெற்கு பக்கமிருந்த வைக்கோல் போரிலிருந்து வைக்கோலை பிடுங்கி மாடுகளுக்குப் போட்டுவிட்டு நிமிர்ந்தபோது முதுகில் கடுமையான வலி ஏற்பட்டதை உணர்ந்தார். தினம் தினம் செய்யும் வேலை தான் என்றாலும் அவருக்கு மிகவும் களைப்பாக இருந்தது. கண்கள் மங்கலாகிக் கொண்டு வந்தபோது மாட்டுக் கொட்டகையின் படலை சார்த்திவிட்டு வீடு நோக்கி நடக்க ஆரம்பித்தார்.

வீட்டில் சிம்னி விளக்கு எரிந்து கொண்டிருந்தது. தன் மனைவி ஆக்கி வைத்திருந்ததை சாப்பிட்டுவிட்டு படுத்தவர் உடனே தூங்கிப் போனார். அந்த அளவிற்கு அவர் களைப்பை உணர்ந்தார். அவர் மனைவி பிற வேலைகளை முடித்துக்கொண்டு படுத்த சிறிது நேரத்திற்குப் பிறகு கதவு தட்டும் சத்தம் கேட்டு எழுந்து கதவைத் திறந்தாள். தலைவர் வீட்டு வேலைக்காரன் நின்று கொண்டிருந்தான். அவள் வெளியில் வந்து அவனிடம் கேட்டாள்.

"இந்த நேரத்தில் ஏது இவ்ளோ தூரம்."

"ஆறுமுகத்த தலைவர் கையோட கூட்டாரச் சொன்னாரு."

அவன் வார்த்தைகளில் தடுமாற்றம் இருந்தை உணர்ந்தவள் அவன் கண்களைப் பார்த்தாள். நன்கு சிவந்திருந்தன. அவன் மீது சாராயத்தின் நெடி குப்பென அடித்தது. மீண்டும் அவள் கேட்டாள்.

"எதுக்குனு சொன்னாங்களா?"

அவன் தெரியாது எனும் விதமாகத் தலையாட்டினான். அவள் உள்ளே சென்று தூங்கிக் கொண்டிருந்தவரை எழுப்பினாள். இவர் புரண்டு புரண்டு படுத்தார். சுலபத்தில் இவரால் கண்களைத் திறக்க முடியவில்லை. கண்கள் பிசு பிசுத்தன. மெல்ல முனகிக்கொண்டே எழுந்தார். கண்களில் தூக்கம் அப்படியே இருந்தது. என்ன செய்வது தலைவர் வீட்டு அழைப்பு போகாமல் இருக்க முடியாது. துண்டை எடுத்துக்கொண்டு கீழேகுனிந்து வாசற்படியைத் தாண்டி வெளியில் வந்தார். இவரைப் பார்த்து அவன் மெல்லிய சிரிப்பை உதிர்த்தான். இவர் தன் மனைவியிடம் சொல்லி விட்டு நடக்கத் தொடங்கினார். அவன் சலசலவென பேசிக் கொண்டே வருவதை இவரால் பொறுத்துக் கொள்ள முடியவில்லை. தூக்கக்கலக்கம்

சூலப்பிடாரி | 123

வேறு. கோபம் கோபமாக வந்தது. எதுவும் சொல்லமுடியாதவராக நடந்தார்.

வேலைக்காரன்தான் என்றாலும் அவன் தலைவர் வீட்டு வேலைக்காரனாச்சே. ஆகவே அவனிடம் எதிர்ப்புகாட்டாமல் அமைதியாக நடந்து கொண்டிருந்தார். காலனியைத் தாண்டி ஊருக்குள் நுழையும் போதுதான் பாதை சீராக இருந்தது. தெருவிளக்குகள் பிரகாசமாக எரிந்துகொண்டிருந்தன. மஞ்சள் வெளிச்சம் இரவை ரம்யமாக்கிக் கொண்டிருந்தது. நாடக மேடையில் ஒரு கும்பல் அமர்ந்து பேசிக்கொண்டிருந்தது. அதற்கு எதிர்ப்புறமிருந்த மாரியம்மன் கோயில் வாசலில் கோலக்காரர் மற்றும் சிலர் அமர்ந்திருந்தனர். "ஆறுமுகம் என்ன இந்தப் பக்கம்" இவர் வருவதைப் பார்த்து அவர் கூப்பிட்டார்.

இவர் துண்டை எடுத்து இடுப்பில் கட்டிக்கொண்டு "தலைவர் வூட்டுக்கு சாமி" என்று தூரத்திலிருந்தே கூறினார்.

எதற்கு தலைவர் வீட்டுக்கு என்று சிறிது நேரம் யோசித்த பெரியவர் மீண்டும் பேசினார்.

"திருவிழா பத்தி சொல்றதுக்கா இருக்கும் போ போ" எனக் கூறி அனுப்பி வைத்தார்.

தலைவர் வீட்டு முன் வந்து நின்ற ஆறுமுகம் உள்நோக்கி சொன்னார்.

"சாமி ஆறுமுகம் வந்திருக்கேன்."

கூறிவிட்டு கதவு திறக்கிறதா என்று பார்த்தார். எந்த அசைவுமின்றி இருந்தது கதவு. மீண்டும் சொன்னார். இம்முறை குரலில் கொஞ்சம் வலு கூடியிருந்தது.

"சாமி ஆறுமுகம் வந்திருக்கேன்."

கூறி முடிக்குமுன் தெருவிளக்கு போடப்பட்டது. கதவு திறந்து கொண்டு தலைவர் நடந்து வந்தார். இவர் இடுப்புத்துண்டை சரிசெய்து கொண்டார். தெருவில் நாய்கள் குரைத்துக் கொண்டிருந்தன. காம்பவுண்ட் கேட்டுக்கு உட்பக்கமாகவே நின்றுகொண்டு அவர் சொன்னார்.

“நாளன்னிக்கி சூலப்பிடாரிக்கு காப்பு கட்றது. வழக்கம் போல பத்துநாளும் ஊருக்குள்ளேயே இருந்திட வேண்டியது. எந்த வேலையா இருந்தாலும் நாளக்கே முடிச்சிடு. இங்க வந்துட்டா திருவிழா முடிஞ்சாதான் காலனிக்குள்ள போக முடியும். அதாலதான் சொல்றேன் என்ன வெளங்கிச்சா?”

தலைவர் படபடவென்று பேசியதையே இவர் உற்றுப் பார்த்துக் கொண்டிருந்தார். கணக்குப்பிள்ளைத் தெரு முக்கில் நாய்கள் ஓலமிட்டுக் கொண்டிருந்தன. மீண்டும் தலைவர் கேட்டார்.

“வேற எதாவது சொல்றதுக்கு இருக்கா ஆறுமுகம்.” இல்லை என்பதுபோல் இவர் தலையாட்டியதும் உள்ளே சென்று கதவைச் சாத்தி விளக்கை அணைத்தார்.

நாதஸ்வரம் ஊதும் சப்தம் கேட்டு திடுக்கிட்டு விழித்தார். தான் எங்கு இருக்கிறோம் என்று உணர்ந்துகொள்ள இவருக்குக் கொஞ்ச நேரம் பிடித்தது. இவ்வளவு நேரமாக தூங்கிக் கொண்டுதான் இருந்தோமா என யோசித்தவாறே கையைப் பார்த்தார். காப்பு கட்டப்பட்டிருந்தது. தான் கண்ட நீண்ட கனவை நினைத்தபடியே மேளக்காரரிடம் கேட்டார்.

“ஏன்னே செத்த முன்னாடியே எழுப்பியிருக்கக் கூடாது. நடந்து வந்த களைப்பு அடிச்சி போட்ட மாதிரி இருந்திச்சி அதான்...”

இவர் சொல்லி முடித்ததும் நாதஸ்வரம் வாசிப்பவர் சொன்னார்.

“தலைவர் வூட்டு சாப்பாடுன்னா சும்மாவா?”

எல்லோரும் சிரித்தனர். மேளமும் நாதஸ்வரமும் தயார் நிலையில் இருந்தது. தீவட்டி கோயிலில் இருந்து கொண்டு வரப்பட்டு இவரிடம் கொடுக்கப்பட்டது. தாளம் போடுபவரை எல்லோரும் எதிர்பார்த்தபடி இருக்க, அவர் மூச்சு வாங்க நடந்து வந்தார். அம்மன் ஊர்வலம் ஆரம்பமாகியது. தீவட்டியைக் கொளுத்தி இவர் தாழ்த்தி பிடித்துக் கொண்டார். இரண்டு மேளக்காரர்கள், இரண்டு நாதஸ்வரம், ஒரு தாளம், கூட இருவர் என எட்டு பேர்கள் ஊர்வலத்தில் கலந்து கொண்டர். மேளச் சப்தம் கேட்டதும் ஊரார் யாரும் எதிரில் வந்துவிடாமல் வீட்டிற்குள்ளேயே பதுங்கிக் கொண்டு பார்த்தனர். மேளமும், நாதஸ்வரமும் ஒரே சீராக வாசிக்கப்பட்டன. தெரு வெறிச்சோடிக் காணப்பட்டது. தங்கள் வீட்டைக் கடந்த பிறகே ஒவ்வொரு வீட்டிற்குள்ளிருந்தும்

ஆட்கள் வந்து ஊர்வலத்தைப் பார்த்தனர். தீவட்டிக்கு எதிரில் யார் வந்தாலும், அடுத்த நாள் ரத்தம் கக்கிச் சாக நேரிடும் என்பது ஐதீகமாக இருந்ததால் மக்கள் அவரவர் வீடுகளிலேயே இருந்தனர்.

ஊர்முழுக்க சுற்றி கோயிலை வந்தடைந்தபோது மணி இரண்டைத் தாண்டிவிட்டிருந்தது. அனைவரும் பந்தலடியிலேயே படுத்துக்கொண்டனர். இவருக்கு மட்டும் தூக்கம் வரவேயில்லை மனைவியின் ஞாபகம் வர மனது கனத்தது. புரண்டு புரண்டு படுத்தார்.

மக்களால் நிரம்பி வழிந்தது கிராமம். மக்கள் எங்கும் கூட்டம் கூட்டமாக நின்று பேசிக்கொண்டிருந்தனர். இசை கச்சேரி, நாடகம் மற்றும் ஆடல் பாடல் போன்ற கேளிக்கைகளால் அன்றாட இரவுகள் திணறிக்கொண்டிருந்தன. தற்காலிக கடைகள் நிறைய தோன்றியபோது ஊரின் பிரதானக் கொண்டாட்டமாக மது அருந்துதல் மாறிவிட்டிருந்தது. எங்கும் சாராயத்தின் நெடி பரவியிருந்தது. வயது வித்தியாசமின்றி இளைஞர்களும், முதியோர்களும் ருசித்து குடித்துக் கொண்டிருந்தனர். ஊரின் நிறம் மாறி வேறொன்றாக மாற்றம் கொண்டிருந்தது. விழாவின் அனைத்துக் கூறுகளும் புதுமையின் வெளிப்பாட்டைக் கொண்டிருந்தன. எல்லா வேலைகளையும் ஒதுக்கி வைத்துவிட்டு, மிகுந்த ஆர்வத்தோடு தங்களையும் கொண்டாட்டத்தில் பிணைத்துக் கொண்டிருந்த மக்களின் கண்களில் மகிழ்ச்சியைப் பார்க்க முடிந்தது. இரவையும் பகலையும் பிரித்தறிய முடியாதபடி எந்நேரமும் பேச்சுக் குரலைக் கேட்க முடிந்தது. தொடர்ந்து ஊரை வலம் வந்தபடியேயிருந்தது வாத்தியங்களின் ஒலி. வாணவேடிக்கைகளால் காற்றில் கந்தகத்தின் மணம் கூடிக்கிடந்தது.

ஒவ்வொரு நாள் திருவிழாவும் மாலை ஐந்து மணிக்குத் தொடங்கி நள்ளிரவு வரை நீண்டது. இரவை கொண்டாடுவது என்ற அளவில் திருவிழா புரிந்துகொள்ளப்பட்டு, ஒரு சாராரிடம் புணர்ச்சியின் சுகிப்பை அதிகப்படுத்தியிருந்தது. இளைஞர்கள் தங்கள் ஸ்நேகிதிகளுடன் அடர்ந்து பரவியிருந்த இருளில் ஆங்காங்கே நின்று பேசிக் கொண்டிருந்தனர். சில இடங்களில் அடர்ந்திருந்த இருள் அவர்களுக்கு அதிக சுதந்திரத்தை வழங்கியிருந்தது. தப்பையும், சரியையும் பிரித்துப் பார்க்க முடியாமல் மக்கள் திணறிக் கொண்டிருந்தனர். அனைத்துமே கொண்டாட்டத்தின் சிறுசிறு பகுதிகளாகத் தோன்றின.

தீவட்டியோடு ஊரை சுற்றி வரும்போது மட்டுமே ஊர் அமைதியின் பிடியில் இருந்தது. மற்ற நேரங்களில் ஊரை மெல்ல வருடிக்கொண்டே இருந்தது சப்தத்தின் நீண்ட நாவு. இதில் எதிலுமே அகப்பட்டுக்கொள்ளாமல் மிகுந்த பயபக்தியுடன் ஒரு குழுவினர் தேரை உருவாக்கிக் கொண்டிருந்தனர். ஒவ்வொரு நாளும் தேரின் வளர்ச்சியை பார்க்க முடிந்தது. பத்தாம் நாள் காலையில் தேர் பிரமாண்டமாக ஓங்கி நின்று கொண்டிருந்தது. வண்ணத்துணிகளும், தோரணங்களும் தேரின் பொலிவைக் கூட்டிக் காட்டின. உச்சியில் ஓர் வெண்கலக் குடையும் அதற்கு மேலாக ஒரு கொடியும் கட்டப்பபடடிருந்தது. காற்றின் போக்கில் பறக்கும் கொடியைத் தொடர்ந்து பார்க்கமுடியாதபடி இருந்தது தேரின் உயரம். தேரைச் சுற்றி மக்கள் கூட்டம் அலை மோதியது. தேரை இழுப்பதற்குக் கூட்டம் முண்டியடித்துக் கொண்டிருந்தபோது, கூட்டத்திற்குள்ளாக சலசலப்பு தெடர்ந்து கேட்டபடியே இருந்தது. ஆறுமுகம், கோயிலிருந்து அம்மன் சிலையைத் தூக்கிக் கொண்டு கூட்டத்திற்குள்ளாக நடந்து வந்து கொண்டிருந்தார். கண்கள் உக்கிரத்தோடு சிவந்திருந்தன. முகம் இறுகிக் காணப்பட்டது. இவர் சிலையை எடுத்து வருவதைக் கண்ட கூட்டம் ஒதுங்கி வழி விட்டது. சிலை தங்களைக் கடக்கும்போது கூட்டம் கன்னத்தில் போட்டுக்கொண்டது. தேருக்கருகில் சென்றதும் அவர் தேரை மூன்று முறை சுற்றி வந்தார். கூட்டம் திணறிக் கொண்டிருந்தது. வாத்தியங்களின் ஒலிகள் மக்களிடம் அதிர்வை ஏற்படுத்திக் கொண்டிருந்தன. தங்களை மறந்த நிலையில் பலர் சாமிவந்து ஆடிக்கொண்டிருந்தனர். வாத்தியங்களின் ஒலி கூடத் தொடங்கியபோது, அவர்களின் ஆட்டத்திலும் ஆக்ரோஷம் கூடியது. அவர் சிலையைத் தேருக்குள் வைத்தார். கற்பூரம் ஏற்றி தேருக்குப் படைத்த போது கூட்டம், “தாயே மகமாயி” என்று பெருங்குரல் எடுத்துக் கத்தியது. தேர் நோக்கி பிதுங்கிக் கொண்டிருந்த கூட்டத்தை கட்டுப்படுத்த முடியவில்லை. துண்டை எடுத்து இடுப்பில் கட்டிக்கொண்டு சாமியை கைகூப்பி வணங்கி தேரின் வடத்தை ஆறுமுகம் பிடித்தார். ஆவலோடு எதிர்பார்த்துக்கொண்டிருந்த கூட்டம் திமுதிமுவென ஓடிவந்து வடத்தைப் பிடித்தது. தேர் மெல்ல நகர்ந்தபோது மக்கள் வெள்ளம் ஆர்ப்பரித்தது. “தாயே மகமாயி” எனும் ஒலி எங்கும் எதிரொலிக்கத் தொடங்கியது.

பிரதான தெருக்களைச் சுற்றிக்கொண்டு தேர் நிலைக்கு வந்துசேர இரவு எட்டு மணியாகிவிட்டது. கூட்டம் குறைந்த பாடில்லை.

சுற்றுவட்டாரத்திலிருந்து நிறைய பேர் வந்திருந்தனர். மின்சாரம் நிறுத்தப்பட்டிருந்ததால் ஊரை இருள் சூழ்ந்திருந்தது. கோயில் மற்றும் தேர் நிற்கும் இடத்தில் பெட்ரோமாக்ஸ் விளக்கின் வெளிச்சத்தைக் காண முடிந்தது. கூட்டம் கூட்டமாக நின்று பேசிக்கொண்டிருந்தனர் மக்கள். எங்கும் பேச்சின் ஒலி கேட்டுக்கொண்டே இருந்தது. இருட்டுக்கு எத்தனை வாய்கள்; இத்தனை நாட்கள் இந்தப் பேச்சுகள் யாருக்காகச் சேமித்து வைக்கப்பட்டிருந்தன என்று யோசித்தபடியே பந்தலடியில் இருந்த பெஞ்சின் மீது அவர் அமர்ந்திருந்தார்.

இரவு ஒன்பது மணி சுமாருக்கு மக்கள் பந்தலடியில் குவியத் தொடங்கினர். மந்தவெளியில் ஒரு பிரிவினர் வானவேடிக்கைகளை நிகழ்த்திக் கொண்டிருந்தனர். தெருவில் இரு முனைகளையும் தொட்டபடி நீண்ட சர வெடிகளை வைத்து வெடித்து மகிழ்ந்தது ஒரு கூட்டம். அனைவரிடத்திலும் பயத்தையும் அதிர்வையும் ஏற்படுத்தியது வெடிச்சத்தம். ஒரே புகை மண்டலம். கந்தகநெடி, மந்தவெளிக்கு சட்டென மயானத்தின் தோற்றத்தைக் கொடுத்தது. தேரடியிலிருந்த கூட்டம் மெல்ல கலைந்தது. சிலர் வீட்டிற்கும், கோயிலுக்குமாகப் பிரிந்து சென்றனர். தொடர்ச்சியாக பகல் முழுக்க காய்ந்த வெயிலினால் ஒரே நசநசப்பாக இருந்தது பந்தலடி.

ஆறுமுகம் குளித்துவிட்டு தயாராக வந்தபோது மணி பத்தாகியிருந்தது. கூட்டத்தைக் கட்டுப்படுத்த முடியவில்லை. அம்மன் திருமணத்தைக் காண கூட்டம் அலைமோதியது. சுற்றியிருந்த கட்டடங்கள், மரங்கள் மீதெல்லாம் மக்கள் ஏறி நின்று கொண்டிருந்தனர். தர்மகர்த்தா வீட்டிலிருந்து கொண்டுவரப்பட்ட பட்டும், காசு மாலையும் சாமிக்கு அணிவிக்கப்பட்டது. பட்டு வேட்டியை ஆறுமுகம் உடுத்திக் கொண்டார். தவிலும் நாதஸ்வரமும் மென்மையாக வாசிக்கப்பட்டன. இரண்டின் இசையும் சூழலை ரம்யமாக்கிக் கொண்டிருந்தது. இருளும் ஒளியும் கலந்த சூழல் ஒருவித ஈர்ப்பை ஏற்படுத்தின. ஏதோ கனவில் நடப்பதைப் போன்றிருந்தது. தர்மகர்த்தா கை உயர்த்தி நேரம் பார்த்தார். பின் ஆறுமுகத்திடம் திரும்பி சொன்னார்.

“சாமி நேரம் நெருங்கிடுச்சி, மாங்கல்யம் சாத்திடலாங்களா?”

ஆழ்ந்து யோசித்து கொண்டிருப்பவரைப் போல நின்று கொண்டிருந்த ஆறுமுகம் மௌனமாகத் தலையாட்டினார். மாங்கல்யம் இருந்த தட்டை எடுத்து ஆறுமுகத்திடம் கொடுத்தார்

தர்மகர்த்தா மாங்கல்யத்தை கையில் எடுத்துக்கொண்டு அம்மனை நோக்கிச் சென்றவர் மேளக்காரர்களை நிமிர்ந்து பார்த்தார். கூட்டம் வேகமாக அடிங்கப்பா என்று வாத்தியக்காரர்களை நோக்கிக் கூவியது. வாத்தியங்களின் வேகம் கூட்டப்பட்டது. தாலி கட்டுவதை பார்க்க முட்டி மோதிய கூட்டத்தில் சலசலப்பு அடங்கி ஒருவித அமைதி நிலவியது. வாத்தியங்களை ஆவேசத்துடன் வாசித்துக் கொண்டிருந்தனர். அம்மனுக்கு அருகில் சென்றவர் கூட்டத்தை ஒருமுறை சுற்றிப் பார்த்தபின் மாங்கல்யத்தை அம்மன் கழுத்தில் அணிவித்தார். வாத்தியங்களின் பேரிசை கூட்டத்தில் அதிர்வை ஏற்படுத்தியது. தொடர்ந்து கேட்டுக் கொண்டே இருந்தது வெடிச்சத்தம். வாத்தியங்கள் எழுப்பும் அதிர்வைத் தாங்காமல் மூலவீட்டு கனகாம்பாள் ஆடிக் கொண்டே அம்மன் சிலைக்கு முன்பாக வந்தாள். அவளிடம் தர்மகர்த்தா பேசினார்.

“வந்திருக்கிறது யாருன்னு சொன்னா வசதியா இருக்கும்.”

உக்கிரத்தோடு ஆடிக்கொண்டிருந்த அவள் கூறினாள். “நா ஆத்தா வந்திருக்கேன்டா.”

கூட்டம் கன்னத்தில் போட்டுக்கொண்டு ஆர்வமாகப் பார்த்துக் கொண்டிருந்தது. மீண்டும் தர்மகர்த்தாவே பேசினார். ஆத்தா குத்தம் கொற ஏதுமில்லையே?

குறை இருப்பதைப்போல அவள் தலையாட்டினாள். கூட்டத்தில் சட்டென ஒரு பதற்றம் தொற்றிக்கொண்டது. அவள் ஆடிக்கொண்டே இருந்தாள். அவளுக்கு உக்கிரத்தைக் கூட்ட மேளக்காரரால் அதற்கு மேல் ஈடுகொடுக்க முடியவில்லை. பம்பையும் உடுக்கையும் வரவழைக்கப்பட்டு வாசிக்கப்பட்ட போது சூழலில் மீண்டும் இறுக்கம் கூடியது. அவள் உக்கிரத்தோடு ஆடினாள். உடுக்கை வாசிப்பவரின் குரல் காத்திரம் மிக்கதாக இருந்தது. பம்பையும் உடுக்கையும் உச்சத்திற்கு சென்ற போது தர்மகர்த்தா அவளிடம் பேசினார்.

“ஆத்தா எந்த கொற இருந்தாலும் உம் பசங்ககிட்ட சொன்னாதான தெரியும்.”

“அத எப்படிடா நான் சொல்வேன்” மூச்சு வாங்க அவள் பேசினாள்.

“மனசிலே வச்சிக்கிட்டா எப்படி ஆத்தா, சொன்னாதான் தெரியும்.”

இன்னும் சுவாசம் அவளுக்கு சீராகியிருக்கவில்லை கண்கள் சிவந்திருந்தன. மீண்டும் தர்மகர்த்தாவே பேசினார்.

“ஆத்தா நேரமாவுது இல்ல. சீக்கிரம் சொல்லிடு ஆத்தா.”

“டேய் இவ்ளோ நாளாகியும் எனக்குனு ஒரு கோயில் உங்களால கட்ட முடியலயே.” அவள் உக்கிரத்தோடு பேசினாள்.

அவளின் வார்த்தைகள் கூட்டத்தில் அதிர்ச்சியையும் சலசலப்பையும் ஏற்படுத்தின. கோயில் கட்டப்படாததற்கு ஒரு பிரிவினர் மற்றொரு பிரிவினரை காரணமாக்க அங்கு பேச்சு தடித்து கைகலப்பு ஏற்படும் போல தோன்றியது. ஆறுமுகம் எதுவும் பேசாது அமைதியாக இருந்தார். ஆடிக்கொண்டேயிருந்த அவளுடன் தர்மகர்த்தா மீண்டும் பேசினார்.

“ஆத்தா வேற ஏதாச்சும் கொற இருக்குதா?”

“மொத இந்தக் கொறைய போக்குங்கடா.” அவள் கன்னத்தில் அறைவதுபோலச் சொன்னாள்.

“சரிதாயி அத பூர்த்தி செஞ்சிடறோம்.” கூட்டம் அவளின் வார்த்தையை ஆமோதித்தது.

அவளது ஆட்டத்தில் வேகம் குறையத் தொடங்கியபோது கூட்டத்தில் இருந்து யாரோ ஒருவர் கேட்டார்.

“இந்த வருஷமாவது மழை உண்டா?”

மெல்ல ஆடிக் கொண்டே, “எட்டுன தூரத்துக்கு மழை பெய்ற வாய்ப்பே இல்ல” என கூறி அவள் இரு கைகளையும் நீட்டினாள். தர்மகர்த்தா சூடம் ஏற்றி கொடுக்க அதை வாயிலிட்டபடியே மயங்கிச் சரிந்தாள். கூட்டம் தங்களுக்குள்ளாக பேசிக்கொண்டது. ஆறுமுகம் அமைதியாகவே அமர்ந்திருந்தார். ஊர் பெரியவர்கள் யாரும் எதுவும் பேசிக்கொள்ளவில்லை. பேசிக் கொண்டே கூட்டம் நாலா திசைகளிலும் கலைந்து சென்றது. ஆறுமுகம் எழுந்து மரத்தடியில் போய் அமர்ந்தபோது, “சாமிக்கு யாரு மாங்கல்யம் சாத்தறதுன்னு வெவஸ்தை இல்லாமப் போச்சு” என்று யாரோ ஒருவர் பேசிக் கொண்டே இருளுக்குள்ளாக மறைவதை இவர் பார்த்தார். அதைக் கேட்ட இவரது உடல் அதிர்ந்தது. கைகள் நடுங்கின. முச்சந்தியில் நிறுத்தி சவுக்கால் அடிப்பது போல உணர்ந்தார். சிறிதுநேரம் தனித்திருக்க வேண்டுமெனத் தோன்றியது

இவருக்கு. உடல் சோர்வு காரணமாக அங்கேயே படுத்துக் கொண்டார். வீட்டிற்குச் சென்றுவிடலாமா என்று யோசித்தவர், கையில் கட்டப் பட்டிருந்த காப்பை தடவிப் பார்த்தார். காப்பை அவிழ்த்த பின்தான் வீட்டிற்குச் செல்ல வேண்டும் என்று யோசித்தவர், அறுத்தெறிந்தால் என்ன நடந்துவிடும் என்றும் யோசித்தார். மெல்ல தலை உயர்த்தி கோயிலடியைப் பார்த்தார். யாரையும் காணோம். தனித்து விடப்பட்டதாக உணர்ந்தார். இந்த ஒன்பது நாள் இரவுகளையும் நினைத்துப் பார்த்தவருக்கு மனது கனத்தது. கண்களில் நீர் கோர்த்துக் கொண்டது. தான் ஏன் அழ வேண்டும் என யோசித்துக் கொண்டவர், துண்டால் கண்களைத் துடைத்துக் கொண்டார். உடல் சோர்வு காரணமாக அங்கேயே படுத்துக்கொண்டார். உறக்கம் வராமல் நெடுநேரம் புரண்டு படுத்துக் கொண்டே இருந்தவருக்குள் அவ்வார்த்தைகள் ஒரு புழுவைப் போல நெளிந்தபடியே இருந்தன.

மறுநாள் காப்பை அவிழ்க்கும் போதுகூட யாருடனும் அவர் எதுவும் பேசிக்கொள்ளவில்லை. மெல்ல வன்மம் உருக்கொள்கிறதோ என்ற அச்சம் ஆறுமுகத்தின் மனதில் தோன்றியபோது, அவர் காப்பை அவிழ்த்து நடப்பட்டிருந்த சூலத்தில் மாட்டிவிட்டு மெல்ல நடக்க தொடங்கினார். ஊர் பிரமுகர்கள் அவரிடம் அவரின் நிலைகுறித்து கேட்டதற்குகூட அவர் எந்த பதிலையும் கூறாமல் அமைதியாக இருந்தார். யாருக்கும் எதுவும் புரியவில்லை. ஆனால் அவரின் அமைதி அனைவரையும் சங்கடப்படுத்திக் கொண்டிருந்தபோது அவர் நடக்கத் தொடங்கியிருந்தார். ஊரைக்கடந்து காலனிக்கு செல்லும் பாதையில் கால் வைத்தபோது ஒருவித பதற்றத்தோடு கூடிய சுதந்திரத்தை அவரால் உணர முடிந்தது. அவரின் உறவினர்கள் ஆறுமுகத்தின் வரவை ஆவலோடு எதிர்ப்பார்த்துக் கொண்டிருந்தனர். ஆனால் யாருடனும் அவர் பேசாமல் நேராக வீட்டிற்குள் சென்று படுத்துக்கொண்டார். வீட்டுமுன் கூடியிருந்த கூட்டம் எதுவும் புரியாமல் மெல்ல கலைந்து சென்றது.

அவர் தூங்கி எழுந்தபோது நன்கு இருட்டிவிட்டிருந்தது. முகம் கழுவிக் கொண்டு தெருவில் வந்து அமர்ந்தார். வேலைகளை முடித்துக்கொண்டு அவர் மனைவி அவருக்கு அருகில் வந்து அமர்ந்து கொண்டாள். அவரின் மௌனம் அவளுக்கு கஷ்டத்தை கொடுத்த போது அவரிடம் கேட்டாள்.

"ஏன் ஒரு மாதிரி இருக்கீங்க ஏதாவது பிரச்சனையா?"

அவர் இல்லை எனும் விதமாக தலையாட்டினார். பின் இருவரும் எதுவும் பேசிக்கொள்ளாமல் நெடுநேரம் அமைதியாகவே அமர்ந்து கொண்டிருந்தனர். ஆனால் அவருக்குள் ஏதோ ஒன்று மிகுந்த சங்கடத்தோடு துடிதுடித்துக் கொண்டிருந்ததை அவளால் உணர முடிந்தது. அன்று இரவு பெருமழை பெய்து ஏரி குளமெல்லாம் நிரம்பி வழிந்தது. மறுநாள் விடியலில் ஊரைச்சுற்றி ஆக்ரோஷத்தோடு துளிர்விட்டிருந்த வன்மத்தின் கொடியை ஆறுமுகத்தைத் தவிர வேறு யாருமே அங்கு உணர்ந்திருக்கவில்லை.

❋ ❋ ❋

உயிர்த்தெழல்

அடர்ந்தோங்கிய வனம் அது. விண்ணை முட்டும் அளவிற்கு மரங்கள் ஓங்கி உயர்ந்திருந்தன. நண்பகலில் கூட அடர்ந்த இருள் பரவிக் கிடந்தது. சூரிய வெளிச்சத்தைக் கொண்டுதான் ஓரளவு திசைகளை அறிந்து கொள்ள முடிந்தது. காட்டின் ஊடே பெரிய காட்டாறு ஓடிக் கொண்டிருந்தது. வெளியில் இருந்து பார்ப்பவர்களுக்கு குன்றும் மலைகளுமாகத் தெரிந்தாலும் மலையைத் தாண்டி உள் நுழைந்து விட்டால் வனத்தின் விஸ்தீரணத்தை உணர்ந்து கொள்ள முடியும். மனித நடமாட்டம் அற்றிருந்ததால் உயிரினங்கள் அனைத்தும் சுதந்திரமாக வனத்தை வலம் வந்து கொண்டிருந்தன.

வனத்தின் தலைவராக இருந்த சிங்கம் அனைத்தையும் ஓர் ஒழுங்கின் கீழ் நடத்திக் கொண்டிருந்தது. ஒவ்வொன்றும் தனக்கு அளிக்கப்பட்ட வாழ்க்கையில் எவ்வித சிக்கலுமின்றி நாட்களைக் கடத்திக் கொண்டிருந்தன. அந்த வனத்திற்கு ஒரு நரி வந்து சேரும் வரை அனைத்தும் அமைதியாகவே இருந்தது. நரிக்கு எப்போதுமே தந்திரம் அதிகம். அதுவும் அது ஒரு கிழட்டு நரிவேறு. வந்ததும் அது தன் வேலையைத் துவங்க ஆரம்பித்தது. சிங்கத்திற்கு அளிக்கப்படும் மரியாதையைக் கண்டு பொறாமை கொண்டது.

சிங்கம் எதையும் வேண்டிப் பெறுவதில்லை என்றாலும் கூட பிற மிருகங்கள் தானே வலிய வந்து சிங்கத்தை வணங்குவதை முறையாகக் கொண்டிருந்தன. நாளாக நாளாக நரிக்கு பொறாமையின் அளவு பெருகிக் கொண்டே இருந்தது. சுலபத்தில் அதை நரியால் சகித்துக் கொள்ள முடியவில்லை. சிங்கத்தை விட தந்திரத்திலும் வயதிலும் தான் தான் மூத்தவன் என்று நினைத்த அதற்கு இன்னும் ஆத்திரம் கூடியது. எப்படியும் தான் வனத்தின் ஆஸ்தான இடத்தை அடைந்தே தீருவது என்று கங்கணம் கட்டிக் கொண்டு அதற்கான வேலைகளைத் தொடங்கியது.

மறுநாளில் இருந்து நரியின் நடை மாறிவிட்டிருந்தது. அது தோள்பட்டையை உயர்த்தி, கைகளை வீசி வீசி எம்பி எம்பி நடக்க ஆரம்பித்தது. மிகவும் தனித்துவமானவன் என்று தன்னை பிரஸ்தாபித்துக் கொள்ள அது மிகவும் கஷ்டபட்பட வேண்டியிருந்தது. அது அவ்வாறு நடந்து செல்வதைக் கண்ட முயல், மரக்கிளையில் அமர்ந்திருந்த குருவியிடம் "நரிக்கு மூலம் வந்துடுச்சா.... இல்ல கால்ல ஆணியான்னு தெரியல. எம்பி எம்பி நடந்து போவுது" என்று கூறியது.

முயல் கூறியதைத் தொடர்ந்து குருவி நரியைத் திரும்பிப் பார்த்து ஓங்கிச் சிரித்தது. நரியின் நடையைப் பார்த்து அவை விழுந்து விழுந்து சிரித்தன. தனக்கு அளிக்கப்படும் கௌரவமாக நினைத்துக் கொண்ட நரி இன்னும் கூடுதலாக தோள்பட்டைகளை உயர்த்தியபடி நடக்க ஆரம்பித்தது.

சில நாட்கள் கழிந்த நிலையில், நரியின் நடை உடை பாவனைகளில் மயங்கிய ஒரு ஓநாய் நரியின் சினேகிதத்திற்காக காத்துக் கிடந்தது. அதை உடனடியாகப் பார்ப்பதைத் தவிர்த்து ரொம்பவும் பிகுசெய்வதன் மூலம் தான் இந்த வனத்தின் மிகப்பெரிய சக்தி என்பதை நிறுவ நரி முயற்சித்தது. ஓநாய்க்கு நரியின் மீதான மரியாதை மேலும் கூடியது. அதை சந்திக்கவே இத்தனை நாட்கள் காத்துக் கொண்டிருக்க வேண்டுமென்றால் அது எவ்வளவு சக்திவாய்ந்தது என எண்ணி புளகாங்கிதம் அடைந்தது. திடீரென ஒருநாள் ஓநாயை வரச்சொல்லி நரி சந்தித்தது. ஓநாய்க்கு நரியை சந்தித்து விட்டதில் ஒரே சந்தோஷம். நரியைப் பார்த்து பலவித வார்த்தைகளால் அதன் புகழ்பாடியது. நரிக்கு ஒரே உற்சாகம். சந்தோஷம் பீறிட இன்றிலிருந்து நீ தான் என் காரியதரிசி என்று ஓநாயிடம் கூறியது. ஓநாய்க்கு ஒன்றும் புரியவில்லை. அதனால் மிகுந்த பணிவுடன் நரியிடம் திரும்பக் கேட்டது.

"ஆமா, காரியதரிசினா என்னன்னு தெரிஞ்சுக்கலாமா?"

"இதுகூட தெரியாத மக்கா இருக்கியே. காரியதரிசினா, என்னோட வேலைகளை ஒழுங்குபடுத்தறவன்னு அர்த்தம். ஒன்ன வச்சிக்கினு நான் எப்படித்தான் சமாளிக்கப் போறனோ?"

நரி அலுத்துக் கொண்டது. இருந்தாலும் தன்னுடைய அணிக்கு வந்த முதல் நபர் என்பதால் அதிகம் கடிந்து கொள்ளவில்லை. நரிக்கு நிறைய நேரம் பேசிக் கொண்டிருந்தது அலுப்பாக இருந்த போது அது, ஓநாயை அழைத்துக் கொண்டு வனத்தைச் சுற்றிப் பார்க்க

கிளம்பியது. அப்போது "எனக்கு சரிசமமா நடந்து வரக் கூடாது. என் பின்னாடி தான் வரணும் புரியுதா?" என ஓநாயிடம் கூறியது.

ஓநாய் மிகவும் கீழ்ப்படிந்த நிலையில் தலைதாழ்த்தியபடி "அப்படியே செய்றேன்" என்றது.

ஒன்றன் பின் ஒன்றாக நடக்க ஆரம்பித்தன. வழியில் அவற்றால் எந்த விலங்குகளையும் காணமுடியவில்லை. ஓங்கி வளர்ந்திருந்த மரங்களில் மட்டும் குரங்குகளும் பறவைகளும் அமர்ந்து கொண்டு அவற்றைப் பார்த்துக் கொண்டிருந்தன. குரங்குகளும் பறவைகளும் தன்னைப் பார்ப்பதை அறிந்த நரிக்கு மீண்டும் தோள்பட்டை ஏறிக் கொண்டது. வனத்தின் அதிபதி போல இருந்தது அதன் நடை. ஓநாய்க்கு அதை பின்தொடர்வதில் ஒரு கௌரவம்.

தனது தலையைக் கோதிக் கொண்டு அதுவும் நரி போலவே நடக்க ஆரம்பித்தது. கொஞ்ச நேரத்தில் நரிக்கு சோர்வாக இருந்த போது, ஆலமரத்தின் கீழிருந்த ஒரு பாறையின் மீது அமர்ந்து கொண்டது. ஓநாய் அதற்கும் கீழாக உட்கார எண்ணி பின் வேண்டாம் என நினைத்து நின்று கொண்டே இருந்தது. அப்போது ஓநாயைப் பார்த்து "டேய் நாம ரெண்டு பேர் மட்டும் இருந்தா போதுமா? காட்ட நம்ம கட்டுப்பாட்டுக்கு கொண்டுவர..." என்று கேட்டது நரி.

"எனக்கென்ன தலைவரே தெரியும். நீங்க என்ன செய்யச் சொல்றீங்களோ அதை செய்யறதுக்கு தான நான் இருக்கிறேன்." ஓநாய் நரியைப் பார்த்து கூறியது.

தன்னைத் தலைவன் என்று ஓநாய் சொன்னதில் நரி மிகுந்த சந்தோஷத்தில் இருந்தது. கம்பீரமும் தனி மிடுக்கும் கூடியது. இம்மாபெரும் அடர்ந்த வனத்தின் தன்னிகரற்ற தலைவனாக அது தன்னை எண்ணி உள்ளூர மகிழ்ச்சி அடைந்தது. அப்பாறையின் மீது சிறிது நேரம் கம்பீரமாக அமர்ந்து அப்படியும் இப்படியும் திரும்பி ஓங்கி குரலெழுப்பியது. பின் ஓநாயிடம் கேட்டது. "டேய் என்ன பாக்க எப்படி இருக்கு?" "அசப்புல ஒரு ராஜா மாதிரியே இருக்கீங்க" ஓநாய் மிகுந்த சந்தோஷத்தோடு கூறியது.

"இன்னும் நெறைய பேரு சேர்ந்தாதான நாம அந்த சிங்கத்த தீத்துக்கட்ட முடியும்" நரியும் மிகுந்த உற்சாகமடைந்தபடி ஓநாயிடம் கூறியது. நரி பேசப்பேச அமைதியாகக் கேட்டுக் கொண்டிருந்த ஓநாய் "அதுக்கு நான் என்ன செய்யணும்?" என்று பணிவுடன் கேட்டது.

“முந்திரிக் கொட்ட மாதிரி அவசரப்படாத. நா சொல்றத மொதல்ல கேளு.” “நாம மொதல்ல ரகசியமா ஒரு கூட்டத்தைக் கூட்டணும். அதுக்கு நீ தான் எல்லார் கிட்டயும் போயி என்னப்பத்தி எடுத்து சொல்லணும் புரிஞ்சுதா?” என நரி மிக அமைதியாகவும் காத்திரமாகவும் பேசியது. தன் தலைவரது பேச்சை மிக கவனமாகக் கேட்டுக் கொண்டது ஓநாய். பின் இருவரும் நடந்து அதனதன் இடங்களை அடைந்தன.

நரியின் தந்திரம் அரசல் புரசலாக சிங்கத்தை அடைந்தது. சிங்கம் அதை ஒன்றும் பெரிதாக எடுத்துக் கொள்ளவில்லை. ஆனாலும் அந்நரியின் நடமாட்டத்தை தனது ஒற்றர்கள் மூலம் கண்காணிக்கத் தொடங்கியது. இதற்குள்ளாக வனத்தில் வனவிழா கொண்டாட்டம் வேறு தொடங்கியது. சிங்கத்தின் தலைமையில் விழாவிற்கான அனைத்து வேலைகளும் நடந்தன. நரிக்கு கொஞ்சமும் பிடிக்கவில்லை. தானே வலிய வந்து நரி வேலை செய்தாலும் கூட அதை பொருட்படுத்தாமல் சிங்கத்தின் பெருமையையே அனைத்தும் பேசிக் கொண்டிருந்தன. அதனால் சிங்கத்தின் மீதான வெறுப்பு தீராத பகையாகவும் வன்மமாகவும் உருக்கொண்டது நரிக்கு. ஆகவே மிகுந்த கோபத்தோடு அவ்விடத்தை விட்டு அகன்று சென்றது. இவை அனைத்தையும் பார்த்துக் கொண்டிருந்த சிங்கம் எதையும் காணாதது போல காட்டிக் கொண்டது.

கோபத்தோடு சென்ற நரி உடனடியாக தனது தூதுவன் மூலம் ஓநாயை வரச்சொன்னது. ஏதோ பிரச்சினை என்று உணர்ந்து கொண்ட ஓநாய் வேகவேகமாக நரியின் இருப்பிடத்தை அடைந்தது. மிகுந்த சினத்தோடு இருந்த நரியைப் பார்த்த ஓநாய்க்கு பதற்றம் தொற்றிக் கொண்டது. அது தன்னிடம் என்ன கேட்கப் போகிறதோ என்ற பயத்தில் ஓநாய் மெல்ல நடுங்க ஆரம்பித்த போது நரி பேச ஆரம்பித்தது.

“நம்முடைய குழுவில் இப்போது எத்தனை பேர் இருக்கிறார்கள்?”

நரியின் கேள்வி ஓநாயை கலவரப்படுத்தியது. மிகுந்த தயக்கத்துடன் அது கூறியது. “மூன்று பேர் தலைவரே”

ஓநாயின் பதில் நரிக்கு மிகுந்த கோபத்தை ஏற்படுத்தியது. கண்கள் சிவந்தன. இதைப் பார்த்த ஓநாய்க்கு மூச்சு முட்டியது. என்ன நடக்கப் போகிறதோ என்ற பயம் அதை பீடித்துக் கொண்டது. ஆனாலும் உற்ற தோழனாக இருக்கும் ஓநாயையும் பகைத்துக் கொண்டால் என்னாவது என்று நரி யோசித்தபடியே,

“அந்த மூணு பேர் யார் யாரு?” என்று கேட்டது.

“ஒரு வௌவால், ஒரு குரங்கு, அப்புறம் ஒரு காக்கா” என்று மிகுந்த தயக்கத்துடன் கூறியது ஓநாய்.

ஓநாய் கூறிய பட்டியல் நரிக்கு கவலையை ஏற்படுத்தியது. இருந்தாலும் முதன்முதலாக வந்தவர்களை ஏன் வேண்டாம் என்று சொல்வது என்று எதுவும் பேசாமல் இருந்தது. சிறிது நேர மௌனத்திற்கு பின் “அதுக்கு மேல யாரும் நம்ம கூட சேர விரும்பலயா?” என்று கேட்டது.

“அப்படிலாம் ஒண்ணும் இல்ல தலைவரே. எப்படி செயல்படறோம்னு பார்த்துட்டு அப்புறமா சேர்ரம்னு சொல்றாங்க” அவசர அவசரமாக ஓநாய் பதில் அளித்தது.

இதைக் கேட்ட நரிக்கு சற்று ஆறுதலாக இருந்தது. தன்னுடைய செயல்பாட்டை மற்றவர்களுக்கு எப்படியும் நிரூபித்துக் காட்டிவிட வேண்டும் என்று மனதில் நினைத்துக் கொண்டது. அதற்கான வேலைகளில் உடனுக்குடன் இறங்கிவிட வேண்டும் என்று நினைத்த அதன் மனதில் சிங்கத்தின் பிம்பம் ஒரு விஷச் செடியைப் போன்று மெல்ல வளர்ந்து கொண்டிருந்தது.

“நம்முடைய சகாக்களை சந்திக்க விரைவில் ஏற்பாடு செய்” பல்வேறு சிந்தனைகளுடன் அது ஓநாயிடம் கூறியது. நரியின் கட்டளையை கேட்ட ஓநாய் அதனிடம் விடைபெற்று வனத்திற்குள் சென்றது. ஓநாய் சென்றவுடன் நரி தனது இருப்பிடத்திற்கு சென்றது. உணவு உண்டபின் அதற்கு களைப்பாக இருந்தது. கண்கள் செருக ஆரம்பித்தன. தான் சிம்மாசனத்தில் வீற்றிருப்பது போன்றும் ஓநாய், வௌவால், குரங்கு மற்றும் காகம் ஆகியன கீழே இருக்கையில் அமர்ந்திருப்பது போன்றும் நினைத்துக் கொண்டிருந்த நரியை தூக்கம் மெல்ல தழுவ ஆரம்பித்தது.

பொழுது விடிந்தும் விடியாததுமாக இருந்தது. இருள் சூழ்ந்து கிடந்த அக்காலையில் நரி பல்துலக்கிக் கொண்டிருந்தபோது ஓநாய் அம்மூவரையும் அழைத்துக் கொண்டு வந்தது. சிறிது நேரத்திற்குள்ளாக நரி அவர்களை சந்திக்க தயார் நிலையில் வர, ஓநாயுடன் சேர்ந்து அம்மூன்றும் எழுந்து நின்று வணங்கின. உட்காருங்கள் என்று அவற்றைப் பார்த்து நரி கூறியதும் “ஒவ்வொருவரும் தலைவரிடம் அறிமுகம் செய்து கொள்ளுங்கள்” என்று ஓநாய் அம்மூன்றிடமும் கூறியது.

அதைக் கேட்ட அம்மூன்றும் மிகப்பணிவுடன் தலைதாழ்த்தி, நரியின் புகழ்பாடி தங்களை அறிமுகம் செய்து கொண்டன. “தலைவருக்கு வணக்கம், எம்பேரு வௌவால்”

“தலைவருக்கு வணக்கம், எம்பேரு குரங்கு”

“தலைவருக்கு வணக்கம், எம்பேரு காக்கா”

ஒவ்வொன்றும் இவ்வளவு தாழ்மையுடன் நடந்து கொள்வதைக் கண்ட நரி மிகுந்த சந்தோஷம் அடைந்தது. கால்மேல் கால் போட்டு சிங்கத்தைப் போல கர்ஜிப்பதாக நினைத்து ஊளையிட்டது. கம்பீரமாக அண்ணாந்து வானத்தைப் பார்த்தது. அம்மூன்றையும் இரண்டு மூன்று முறைகள் பார்வையாலேயே நோட்டம் விட்டது. அம்மூன்றும் தங்களுடன் தலைவர் ஒரு வார்த்தை கூட பேசமாட்டாரா என ஏங்கிய போது நரி பேச ஆரம்பித்தது.

“உங்க கிட்ட ஓநாய் எல்லாத்தையும் சொல்லியிருக்கும்னு நெனைக்கிறேன்” எனக் கூறி ஓநாயைப் பார்த்தது. ஓநாயும் ஆமோதிப்பது போல தலை அசைத்தது. பின் மீண்டும் நரி பேச ஆரம்பித்தது.

“இந்த காட்ல சிங்கத்தின் எதேச்சாதிகார ராஜ்ஜியம் நடக்கிறது. எவ்ளோ நாளக்கித்தான் நாம அடங்கி நடப்பது. நமக்குன்னு சுய கௌரவம் இருக்கு. எத்தன நாளக்கி சிங்கத்துக்கிட்ட கேட்டு கேட்டு எல்லாத்தையும் செய்யணும். அதனால நாமே சுயமா முடிவெடுக்க நாம போராடி ஆவணும். அதுக்கு உங்க உதவி தேவைப்படுது என்ன புரிஞ்சுதா?”

நரிப் பேசப் பேச அவை நான்கும் கூர்ந்து கவனித்துக் கொண்டிருந்தன. அவை கவனிப்பதை கண்ட நரி தன் பேச்சின் சாதுர்யத்தை எண்ணி மகிழ்ந்தது. பின் அவற்றிடம் மீண்டும் பேசியது. “நாம என்னன்ன வழிகள்ல சிங்கத்தை எதிர்க்கலாம்னு உங்களுக்கு தோன்றதையும் சொல்லலாம்.”

அவை மிகுந்த சந்தோஷம் அடைந்தன. தங்களின் அபிப்பராயத்தைக் கூட கேட்கிறாரே என நரியை நினைத்து பெருமைப்பட்டுக் கொண்டன. ஒவ்வொன்றும் வெகுநேரம் யோசித்த பின் நரியிடம் தங்களது யோசனைகளை கூறத் தொடங்கின. முதலில் வௌவால் நரியிடம் பேசத் தொடங்கியது.

“நம்மள பாத்து சிங்கம் என்ன செய்யணும்னு நெனைக்கிறீங்க?” அதற்கு நரி உற்சாகத்தோடு கூறியது.

“இது என்ன கேள்வி. நம்மள பாத்து பயந்து ஓடணும். நம்மளுக்கு அடங்கி நடக்கணும்.” நரி அவ்வாறு கூறியவுடன், வௌவால்

புன்னகையுடன் சொன்னது. “ஒருத்தங்கள அடிபணிய வைக்கிறது ரொம்ப சுலபம்.” அதன் முகத்தில் ஒரு பொலிவு தென்பட்டது.

“அதெப்படி?” நரி ஆவலோடு கேட்டது.

“நீங்க இங்கிலீஷ் கத்துக்கணும்”

“நா இங்கிலீஷ் கத்துகறதால எப்படி சிங்கத்தை அடக்க முடியும்?” எதுவும் புரியாமல் நரி கேட்டது.

“இன்னிக்கி ஊரு ஒலகத்துல எல்லாம் இங்கிலீஷை காட்டிதான் மத்தவங்கள பயமுறுத்துறாங்க.”

“நிஜமாவே இங்கிலீஷ்னா எல்லோரும் பயப்படுவாங்களா?” என்று கேட்ட நரிக்கு வெளவால் துடிப்புடன் சொன்னது.

“நீங்க இங்கிலீஷ்ல பேசிப்பாருங்க... அப்புறம் புரிஞ்சுக்குவிங்க”

“எல்லாம் சரிதான். யார்கிட்ட போயி கத்துக்கிடறது?”

“அது ஒரு கஷ்டமே கெடையாது. இன்னைக்கு டவுன்ல நெறைய ஸ்போக்கன் இங்கிலீஷ் கோர்ஸ் நடத்துறாங்க. அங்க போயிட்டா போதும்” என்று வெளவால் கூறக்கூற நரி தன்னை வேறுமாதிரி கற்பிதம் செய்து பார்த்துக் கொண்டது. நுனி நாக்கு ஆங்கிலம் பேசுவதாகவும், தன்னைப் பார்த்து சிங்கம் பயந்தடித்து ஓடுவதாகவும் நினைத்துப் பார்த்தபோது, அதற்கு சிரிப்பு பீறிட்டெழுந்தது. இந்த யோசனையை கூறிய வெளவாலை அருகில் அழைத்து வெகுவாக பாராட்டியதுடன் அனைவருக்கும் உணவு கொடுத்து மகிழ்ச்சியில் ஆழ்த்தியது. சிறிது நேரத்திற்கு பின் அது குரங்கை அழைத்து சொன்னது.

“குரங்காரே உமது ஐடியாவை கூறும்”

நரிக்கு கும்மாளம் வந்து விட்டால் அது வார்த்தைகளில் தெரிந்து விடும். எப்படியும் தன்னால் சிங்கத்தை வீழ்த்திவிட முடியும் என நரி நினைத்துக் கொண்டிருக்கும் போதே குரங்கு எழுந்து தன்னுடைய யோசனையைக்கூற ஆரம்பித்தது.

“இங்கிலீஷ் படிக்கிறதால எதுவும் செய்துட முடியும்னு எனக்கு தோணல” குரங்கு இவ்வாறு கூறியதும் வெளவாலுக்கு ஆத்திரம் வந்தது. கோபத்துடன் அது குரங்கைப் பார்த்துக் கேட்டது.

“பின்ன எப்படி சிங்கத்த அடக்கிட முடியும்னு நெனைக்கிற?”

நரிக்கும் ஆவலாய் இருந்தது. வௌவாலின் யோசனையைவிட, குரங்கின் யோசனை சிறப்பானதாக இருக்கும் என்று நினைத்தது. அதனால் குரங்கை சீக்கிரம் கூறுமாறு கேட்டுக் கொண்டது. நரியே தன்னை கூறுமாறு அவசரப்படுத்துவதை குரங்கு பெருமையாக நினைத்தபடி சொல்லத் தொடங்கியது.

"நீங்க இங்கிலீஷ் கத்துக்கறத விட துப்பாக்கிச்சுட கத்துக்கிட்டா ரொம்ப வசதியா இருக்கும்." புரிந்தும் புரியாததுமாக நரி திரும்பக் கேட்டது.

"எப்படி?"

சற்று நேரம் ஆழ்ந்து யோசித்த குரங்கு பின் பேசத் தொடங்கியது.

"நீங்க இங்கிலீஷ்ல பேசறத பார்த்துட்டு, சிங்கமும் இங்கிலீஷ் பேச கத்துக்கிட்டா என்ன பண்ணுவீங்க?" குரங்கின் இந்த கேள்வியில் அர்த்தம் இருப்பதாக நரி உணர்ந்தது. அதன் கேள்விக்கு பதில் சொல்லத் தெரியாமல் நரி கூறியது.

"எனக்கு ஒண்ணும் தோணல நீயே சொல்லிடு."

குரங்கு குதூகலத்தோடு கூறியது.

"இங்கிலீஷ் அது இதுன்னு சொல்லி எதுக்கு பிரச்சினையை வளக்கணும், பேசாம துப்பாக்கி சுடக்கத்துக்கிட்டீங்கனா சிங்கத்த ஒரே அடியா அடிச்சி தூக்கிடலாம் இல்ல" குரங்கு கூறி முடித்ததும் நரிக்கு மிகவும் சந்தோஷமாக இருந்தது. அதை அடி பணிய வைப்பதைவிட ஒட்டுமொத்தமாக இல்லாமல் செய்துவிடுவது புத்திசாலித்தனமென்று யோசித்தது. வௌவால் தன் யோசனை நிராகரிக்கப்படுமோ என்ற ஐயத்தில் இருந்தது. காகம் எதுவும் பேசாமல் ஆழ்ந்த யோசனையில் நரியையே பார்த்துக் கொண்டிருந்த போது மீண்டும் நரி கேட்டது.

"துப்பாக்கி சுட எங்க கத்துக்குடுக்கிறாங்க?" "அதப்பத்தி நீங்க ஏன் கவலைப்படுறீங்க பக்கத்து டவுன்ல கத்துக்குடுக்கிறாங்க" நரியின் கஷ்டத்தைப் புரிந்து கொண்ட குரங்கு சொன்னது.

நரிக்கு சந்தோஷமாக இருந்தாலும், ஒரு சந்தேகம் எழுந்தது. அதைத் தீர்த்துக் கொள்ள வேண்டி அது குரங்கிடம் பேசியது. "துப்பாக்கி வச்சிகினு இருக்கிறது தப்பு இல்லையா?" இதைக் கேட்ட குரங்கு விழுந்து விழுந்து சிரித்தது. ஒருவித அலட்சியத்துடன் நரியைப் பார்த்து,

"இது கூட தெரியாம இருக்கீங்களே அரசாங்கத்துக்கு தெரியாம வச்சிருந்தா தான் தப்பு. நாம லைசன்ஸ் வாங்கிதான வச்சிக்கப் போறோம். எந்தப் பிரச்சினையும் வந்துடாது" எனக் கூறியது.

குரங்கின் பதில் நரிக்கு மிகவும் தெம்பாக இருந்தது. துப்பாக்கியைக் கொண்டு சிங்கத்தை நேருக்கு நேராக நின்று சுட்டு வீழ்த்துவதாகவும், சிங்கம் ரத்த வெள்ளத்தில் துடிதுடித்து வீழ்ந்து இறப்பதாகவும் கற்பனை செய்து மகிழ்ந்தபோது அதன் கண்கள் மினுங்கின. மயிர்க்கால்கள் சிலிர்த்துக் கொண்டன. அதன் மகிழ்ச்சி அதன் உடலில் தெரியும்படி மிகவும் கம்பீரமாக அமர்ந்து கொண்டிருந்தது. பரந்துபட்ட வனத்திற்கு தான் தான் அரசன் எனவும், தனது ஆளுகைக்கு உட்பட்டது தான் அனைத்தும் எனவும் எண்ணிக் கொண்ட நரி மகிழ்ச்சி வெள்ளத்தில் தத்தளித்தபடி காக்கையை அழைத்தது.

காகம் சுற்றும் முற்றும் பார்த்தபடி எழுந்து நரியைப் பார்த்து தலை தாழ்த்தி மீண்டுமொரு முறை வணக்கம் தெரிவித்து தேர்ந்த ஒரு அரசியல் தலைவரைப் போன்று பேச ஆரம்பித்தது. அதன் பீடிகைகளைப் பார்த்த மற்ற அனைத்தும் சற்று கலக்கம் கொண்டன. தங்களுடைய யோசனைகளை நரி நிராகரித்து விடக்கூடும் எனவும் யோசித்தன. காகம் தனது தொண்டையை செருமிக் கொண்டு பேசத் தொடங்கியது.

"நரியாரே நான் இந்த விஷயத்தில் கொஞ்சம் தொலை நோக்கோட சிந்திக்க விரும்புகிறேன். இங்கிலீஷ் கத்துக்கிறது, அப்புறம் துப்பாக்கி சுடறது இதுலாம் ஒரு கால கட்டத்துக்கு வேணா பிரயோஜனமா இருக்கலாம். ஆனா காலத்துக்கும் பயன்படுமா?" எனக் கேட்டு அது நரியையும் மற்ற அனைத்தையும் பார்த்தது.

அவற்றிற்கு காகத்தின் பேச்சு புரியாமல் இருந்தது. இது நம்மோடு தானே இருக்கிறது. ஆனால் ஏதேதோ புதுவிஷயங்கள் நிறைய சொல்கிறதே, எங்கு படித்திருக்கும் என எண்ணிக் கொண்டன. நரிக்கு ஒரே ஆவலாக இருந்தது.

வௌவால், குரங்கைக் காட்டிலும் காகம் கொஞ்சம் புத்திசாலி என நினைத்தது. அதன் யோசனை நிச்சயம் மிக உயர்ந்ததாக இருக்குமென நினைத்து யோசனையை உடனடியாகக் கூற காகத்தை அவசரப்படுத்தியது.

"என் யோசனை உங்களுக்கு உதவாதது போலத் தெரியலாம். ஆனா அது தான் சாத்தியமான வழி. நம்மை வலுவாக ஊன்றிக் கொள்ள அது தான் கை கொடுக்கும்" என பீடிகையுடன் கூறக்கூற,

பொறுக்கமாட்டாமல் நரி சீக்கிரம் கூறுமாறு அவசரப்படுத்தியது. காகம் மீண்டும் தன் தொண்டையை செருமிக் கொண்டபடி பேசத் தொடங்கியது.

“நாம ஒரு அரசியல் கட்சிய உடனடியா தொடங்கணும் எவ்ளோ சீக்கிரம் முடியுமோ அவ்ளோ சீக்கிரம் தொடங்கணும் அத எல்லார்கிட்டயும் உடனே கொண்டு போவணும். நமக்குன்னு ஒரு கொடி, கொள்கை, எல்லாத்தையும் வடிவமைக்கணும் வர தேர்தலுக்குள்ள நாம எல்லார்கிட்டயும் ரீச்சாகிட்டா நம்மள அசைக்க அப்புறம் யாராலும் முடியாது” என்று வேகவேகமாக கூறிவிட்டு காகம் ஒரு தம்ளர் தண்ணீரைக் குடித்து ஆசுவாசப்படுத்திக் கொண்டது.

அவை அனைத்தும் இப்போது காகத்தை உண்மையிலேயே ஒரு புத்திசாலியாக நினைத்துப் பார்த்தன. நரிக்கு இருப்புக் கொள்ளவில்லை. அதன் மனத்திற்குள் பல்வேறு சிந்தனைகள் எழுந்து மறைந்தன. தான் மெல்ல மெல்ல பெரிய தலைவராக உருவாகிக் கொண்டு வருவதாக நினைத்தது. காகத்தின் யோசனை தன்னுடைய வளர்ச்சியை இன்னும் அதிகப்படுத்துமென நரி நினைத்தபடியே காகத்தின் பேச்சை கேட்க ஆரம்பித்தது.

“கட்சி ஆரம்பிச்ச உடனேயே ஒரு டிவி சேனல் ஒண்ணு ஆரம்பிக்கனும். அப்பதான் நம்ம கொள்கைகளை மக்கள்கிட்ட சுலபமா கொண்டு போகமுடியும்” என காகம் கூறியதும் அனைத்தும் ஒன்றை ஒன்று பார்த்துக் கொண்டன.

இதில் தன்னுடைய பங்கு என்ன என்பது ஓநாய்க்குப் புரியவில்லை. எப்படியும் தான் புறக்கணிக்கப் படமாட்டோம் என்று அது நினைத்துக்கொண்டது. தன் முகம்கூட டி.வி.யில் தெரியும் என்பதை நினைத்து நரிக்கும் மிகவும் சந்தோஷமாக இருந்தது. அடிக்கடி தனது முகம் டி.வி.யில் தோன்றினால் சுலபத்தில் எல்லோர் மனதிலும் இடம் பிடித்திட முடியும் என்றும், காகம் மட்டும்தான் தன்னுடைய உண்மையான வலிமையை உணார்ந்திருக்கிறது என்றும் எண்ணிக் கொண்டது. காகம் சற்று நேரம் ஆசுவாசப்படுத்திக் கொண்டு மீண்டும் தன் யோசனையைக் கூறியது.

“நமக்குனு ஒரு டி.வி. ஆரம்பிச்ச பின்னாடி நியூஸ்பேப்பர் ஒன்ன ஆரம்பிக்கணும். அது மூலமாகவும் நம்மோட கருத்துகளை நாம கொண்டு போவணும். இன்னிக்கு இது தான் வழியே. ஒரு கட்சி, ஒரு டி.வி, ஒரு பத்திரிக்க இருந்தா போதும். நாம நெனைச்ச

சாதிக்க முடியும். இது மட்டும் நடந்திருச்சினா ஒரு சிங்கம் என்ன ஒம்பதாயிரம் சிங்கம் வந்தாலும் பாத்துடலாம்... புரியுதா?" எனக் கொஞ்சம் கம்பீரத்தோடு கேட்டது.

யாரும் கூறாத, யாருமே யோசித்திராத யோசனையைக் கூறியதில் காகம் கொஞ்சம் கர்வப்படத்தான் செய்தது. இது செயல் வடிவம் பெற்றால் நிச்சயம் தனக்கான பங்கு மிகவும் முக்கியத்துவம் வாய்ந்ததாகவும், யாராலும் நிராகரிக்கப்பட முடியாததாகவும் இருக்கும் என்று காகம் நினைத்தபடி நரி உள்ளிட்ட மற்ற அனைத்தையும் பார்த்துக் கேட்டது.

"என் யோசனையில் ஏதாவது டவுட்னா கேக்கலாம்."

காகத்தின் போக்கு நரிக்கு மிகவும் பிடித்திருந்தது. வெளவாலோ குரங்கோ இது மாதிரி திறந்த மனதுடன் விவாதிக்கும் திறனற்றவை என நரி நினைத்தது. காகத்தின் அதீதமான படிப்பும் அதன் பரந்து பட்ட அறிவும் தான் இதற்கு காரணமாக இருக்குமென்று நினைத்தது. இருந்தாலும் தனக்கு ஏற்பட்ட சந்தேகத்தை தீர்த்துக் கொள்ள நினைத்து காகத்திடம் கேட்டது. "கட்சிலாம் நடத்த ரொம்ப பணம் தேவைப்படுமே அதுக்கு நாம எங்கபோறது?"

நரியின் கேள்விக்கு மிகவும் அலட்சியத்துடன் பதில் கூறியது காகம்.

"கட்சி ஆரம்பிக்கிறது மட்டும்தான் நம்மோட வேலை? அப்புறம் பணம் தன்னால வந்து சேரும்", என நரியின் கேள்விக்கு மிகவும் அலட்சியத்துடன் பதில் கூறியது காகம். காகத்தின் பதில் நரிக்கு சரியாக விளங்கவில்லை. "கொஞ்சம் புரியும் படியாச் சொல்லு" என மீண்டும் அது காகத்திடம் கேட்டது. நரி கேட்டதும், "ரெண்டு மூணு தரம் எதப்பத்தியும் யோசிக்காம யாரு அதிகமாக பணம் குடுக்கறாங்களோ அவங்களோட கூட்டு வச்சிக்கிடணும்," என்று காகம் கூற ஆரம்பித்தது.

காகம் இவ்வாறு கூறியதும் நரி குறுக்கிட்டு, "அப்ப நம்ம கொள்கை என்னாவது" என்று கேட்டது.

காகம் நரியைப் பார்த்து தலையில் அடித்துக் கொண்டது. தன்னை எதுவும் செய்துவிட முடியாது எனும் தோரணையில் "என்ன இதுகூட தெரியாம இருக்கீங்களே. கொள்கைலாம் நமக்கில்லை. அது மத்தவங்களுக்காக சொல்லறது அதப் போயி பெருசா பேசிகினு இருக்கிறீங்களே" என காகம் பதில் அளித்தது.

தங்களின் யோசனைகள் எடுபடாது எனும் விதமாக வௌவாலும், குரங்கும் அமர்ந்து கொண்டிருந்தன. வெகு நேரம் உட்கார்ந்திருப்பது அவற்றை சோர்வடையச் செய்தன. இருந்தும் எதுவும் செய்துவிடமுடியவில்லை. ஓநாய் மிகவும் அமைதியாக அனைத்தையும் கேட்டுக் கொண்டிருந்தது.

“கொள்கையைப் பத்தி நான் கவலைப்படல ஆனா மத்தவங்க அதப்பத்தி கேப்பாங்கன்னு தான் பாக்கறேன்”

“பொது வாழ்க்கைன்னு வந்துட்டா எதப்பத்தியும் கண்டுக்ககூடாது. மத்தவங்க கருத்துக்கு காதுகுடுத்தம்னா நம்மால எதுவும் செய்ய முடியாது.”

காகத்தின் கறாரான பேச்சு நரிக்கு புதுவித தெம்பை அளித்தது. தான் மட்டும் எவ்வளவு நேரம் பேசாமல் இருப்பது என்று ஓநாய் நினைத்தது. தன் கருத்தையும் பதியும் விதமாக அது நரியிடம் கேட்டது.

“நம்மள கட்சி ஆரம்பிக்கணும்னு சொல்றாரு. அப்படியே ஆரம்பிக்கறம்னு வச்சிக்குங்க. மத்தவங்க நம்ம திட்டங்கள தெரிஞ்சுக்கிட்டு நம்பள பத்தி மத்தவங்க கிட்ட தாறுமாறா ஏதாவது சொல்லிட மாட்டாங்களா?”

“எந்த திட்டத்த?”

எதுவும் விளங்காததைப் போல நரி கேட்டது.

“அதான் நீங்க இங்லீஷ் கத்துக்கப்போறது அப்புறம் துப்பாக்கி சுடப்பழகிக்கறது.”

ஓநாயின் கேள்வியிலும் நியாயம் இருப்பதாக உணர்ந்தது நரி. அதற்கு என்ன பதில் கூறுவதென்று தெரியவில்லை. நரி ஒன்றும் புரியாமல் விழிப்பதை பார்த்த காகம் அனைவரையும் ஒரு முறை பார்த்துவிட்டு பேசத் தொடங்கியது.

“மத்தவங்க நம்மள பேசிடுவாங்கன்னு கவலைப்பட வேணாம். வளரனும்னா அப்படி பேசிதான் ஆகணும். அப்படி பேசறவங்க எல்லாருமே கண்டிப்பா இங்கிலீஷ் படிச்சிருப்பாங்க. அவங்க படிக்கலைன்னா கூட அவங்களோட பசங்கள படிக்க வைப்பாங்க. மொழியச் சொல்லி அரசியல் பண்றதலாம் ஒரு தந்திரம். அத நாம்பளும் கத்துக்கிடணும். அதவிட்டுட்டு ஏதாவது

சொல்லிடுவாங்கனு பயப்படறது நம்மோட வளர்ச்சிக்கு எந்த விதத்திலும் பயன்படாது.''

காகம் இவ்வளவு விஷங்களை எங்கு தான் தெரிந்து கொண்டதோ என்று நினைத்து நரி ஆச்சரியப்பட்டது. மற்ற அனைத்தும் காகத்திற்கு தெரிந்த இவ்வளவு விஷயங்கள் தங்களுக்கு எப்படி தெரியாமல் போனது என நினைத்து தங்களை நொந்து கொண்டன. அவை அனைத்தும் காகத்தின் மீது மரியாதையையும் பொறாமையையும் கொண்டன. நரி எதுவும் பேசாமல் அமைதியாக யோசித்துவிட்டு காகத்திடம் கேட்டது.

"எவ்ளோ நாளக்கித்தான் இங்கவும் அங்கவும் மாறிகினே இருக்கிறது. நாம எப்ப அந்த எடத்துக்கு போறது?''

"கட்சி ஆரம்பிச்ச உடனே மேலெடத்துக்கு போயிடணும்னு நெனைக்கக் கூடாது. அடிமட்டத்த மொதல்ல ஸ்ட்ராங் பண்ணனும். அப்புறம் தன்னால மேல போயிடலாம்'' என காகம் கூறியது.

காகத்தின் தொலைநோக்கான பார்வையை நரி மிகவும் ரசித்தது. ஆனாலும் அது காகத்திடம் கேட்டது. "எல்லாம் சரிதான். நாம மேலிடத்த அடையிறதுக்கே ரொம்பகாலம் ஆனாக்கா, இந்த சிங்கத்த எப்படி அடக்கறது?''

"ஒங்களுக்கு எவ்ளோ சொன்னாலும் புரியமாட்டுது. உங்க வளர்ச்சிய கண்டு தன்னால அந்த சிங்கம் ஓடிடும். இந்த காடே உங்க காலடியில கிடக்கும்னு சொல்றேன். நீங்க இன்னான்னா அந்த சிங்கத்த உடாம புடிச்சிகினு இருக்கீங்க.'' காகம் மிகவும் உரிமையுடன் சொன்னது.

காகத்தின் பேச்சு நரியை மேலும் மேலும் கிறங்கடித்தது. எல்லாம் நடந்துவிட்டால் எப்படி இருக்கும் என யோசித்துப் பார்த்தது. தனக்குள்ளாகவே சிரித்துக் கொண்டது. மெல்ல மெல்ல ஒரு அரசனுக்கான கம்பீரம் அதை தழுவ ஆரம்பித்தது. தான் எப்போது அந்த பதவியை அடையமுடியும் என்ற ஆவல் அதற்கு எழுந்த போது அது காகத்திடம் கேட்டது. நரியின் அவசரத்தை உணர்ந்த காகம் சற்று விரிவாகவும் பொறுமையாகவும் பேச ஆரம்பித்தது.

"கட்சி மாறிகினே இருந்தா நமக்கு நாம நெனைக்கிறத விடவும் அதிகப் பணம் வரும். அத வச்சி ஒரு டி.விய ஆரம்பிச்சிடலாம். அதல இருந்தும் நெறய பணம் வரும். அந்த கணக்க சரிகட்ட ஒரு நியூஸ்பேப்பர் ஆரம்பிச்சிடலாம். அப்புறம் ஒவ்வொரு ஊரா போயி நம்ம கொள்கைகளை பரப்ப வேண்டியது தான். நாம எப்படி

கொள்கைய பரப்பறோம்னு டிவியில, பத்திரிக்கையில தெனம் தெனம் காட்டணும். அப்புறம் எல்லாத்த எதிர்த்தும் போராட்டம் நடத்தணும். ஜெயிலுக்கு போவணும். இதலாம் செஞ்சா தன்னால பெரிய ஆளா ஆயிடலாம். நம்மள மீறி எந்த சக்தியும் எதுவும் செய்துட முடியாது.''

காகம் தனது திட்டங்களை மிகவும் துல்லியமாக எடுத்து வைக்க மற்றவைகள் பிரமை பிடித்தவைகள் போல, ஏதும் செய்ய முடியாமல் அமர்ந்து கொண்டிருந்தன. நரிக்கு கொஞ்சம் மலைப்பாகவும் இருந்தது. எப்படி இதையெல்லாம் எதிர்கொண்டு நாம் முன்னேறப் போகிறோம் என்று தோன்றியது. காகம் தன்னோடு இருந்தால் எதையும் சாதித்து விடமுடியும் என்றும், நினைத்து தன்னை தேற்றிக் கொண்டது. இன்னும் காகத்திடம் அனேக விஷயங்கள் இருப்பதை உணர்ந்த நரி காகத்திடம் கேட்டது.

“போராட்டம்னு சொல்றியே.... அத பத்தி சொல்லேன்''

போராட்டம் என்றால் என்ன என்று கூட விளக்க வேண்டியிருக்கும் தனது நிலையை எண்ணி காகத்திற்கு வருத்தமாக இருந்தது. இருந்தாலும் என்ன செய்துவிட முடியும் என்றும் யோசித்தது. ஆகவே தனது விதியை நொந்தபடியே கூற ஆரம்பித்தது. “இப்ப சினிமா படங்களுக்கு தமிழ் பேரு வச்சா வரி விலக்குன்னு சொல்றாங்க. அத எதுத்தும் நாம போராட்டம் நடத்தணும்''

நரிக்கு ஏதும் விளங்கவில்லை. ஆனாலும் தெரிந்து கொள்ள வேண்டுமென்ற ஆர்வம் இருந்தது. அதனால் காகத்திடம் கேட்டது. “அது நல்ல விஷயம் தானே, அத எதுத்து எதுக்கு போராட்டம் நடத்தணும்?''

“தமிழ் பேரு வச்சாக்கா வரி விலக்குன்னு தான சொல்லறாங்க. அப்ப ஏன் தமிழ் பேரு வச்சி வெளிவர செலபடங்களுக்கு வரிவிலக்கு கொடுக்க மாட்றாங்க?''

“அப்படி எந்த படத்துக்கு விலக்கு கொடுக்கலன்னு சொல்ற''

“அவளோட இரவுகள், மன்மத கனவுகள், அந்தரங்க அற்புதங்கள்-னு நிறைய படத்த அரசாங்கம் கண்டுக்கறதேயில்லை. அத தட்டிக் கேட்டு தான் நாம போராடணும்''

காகம் படங்களின் பெயர்களைக் கூறக்கூற நரி முகத்தை ஒரு மாதிரி சுருக்கிக் கொண்டு காகத்திடம் கேட்டது. நீ சொல்ற படங்கள்லாம்

ரொம்ப மோசமான படங்களாச்சே. அதுக்குப் போயி எப்படி வரி விலக்கு தர்றது?"

"அப்ப வரி விலக்கு கொடுக்கிற படங்கள்லாம் நல்ல கருத்துள்ள படங்கள்னு சொல்றீங்களா?" காகம் எதிர்த்து கேட்டது.

நரிக்கு ஒன்றும் புரியவில்லை. காகம் என்ன சொல்ல வருகிறது என்பதையும் உணரமுடியவில்லை. அதனால் அது காகத்திடம் கேட்டது.

"கடைசியா நீ என்னதான் சொல்ல வர்ற?"

"நான் ஒண்ணும் சொல்ல வரல. எவ்ளோ மட்டமா படம் எடுக்க முடியுமோ அவ்ளோ மட்டமா எடுத்துட்டு தமிழ்ல பேரு வச்சிட்டா அது நம்ம மொழிக்கு பெருமையைச் சேர்த்திடுமா, இல்ல நம்ம கலாச்சாரத்ததான் தூக்கி நிறுத்திடுமான்னு எனக்கு புரியல."

காகத்தின் பதில் நரிக்கு புரிதலை ஏற்படுத்தவில்லை. இருந்தாலும் காகத்தின் வாதத்தில் ஏதோ ஓர் உண்மையும் வலுவும் இருப்பதாக உணர்ந்தது. ஆகவே காகத்திடம் சொன்னது.

"சரி இந்த போராட்டத்த நாம நடத்துவோம்" என்று கூறி நரி அவற்றை பார்த்தது. அவை நரியின் பேச்சை ஆமோதிப்பது போல தலையசைத்தன. சிறிது நேரம் அவை அனைத்தும் மௌனமாக இருந்தன. பின் தொடர்ச்சியான உரையாடல் அவை அனைத்தையும் சோர்வடையச் செய்ததை உணர்ந்த நரி அவற்றிடம் கூறியது.

"ரொம்ப அசதியா இருக்கிறதால நம்ம பேச்ச இத்தோட முடிச்சிக்கலாம் நாளைக்கி மீண்டும் தொடங்கலாம்."

நரி பேசி முடித்தவுடன் அனைத்தும் நரிக்கு வணக்கம் கூறிவிட்டு வெளியே கிளம்பின. அவை கிளம்பி சென்ற பிறகு நரி உள்ளே சென்றது. அப்போது தனது வாசலில் விபரீதமான குலை நடுங்கச் செய்யும் விதமான சப்தத்தைக் கேட்டது. நரி தனது கவனத்தை கூர்மையாக்கிக் கொண்டு என்ன சத்தம் என்று மெல்ல எட்டிப் பார்த்தது. அவ்வளவுதான் வெளியில் பதுங்கியிருந்த சிங்கம் சற்றும் எதிர்பாராத வகையில் நரியின் மீது வேகத்தோடு பாயவும் நன்றாக தூங்கிக் கொண்டிருந்த நரி அலறி அடித்துக் கொண்டு எழுந்திருக்கவும் சரியாக இருந்தது. தான் கண்டு கொண்டிருந்த சுவாரசியமிக்க அக்கனவைக்கூட காணவிடாமல் அச்சிங்கம் தன் தூக்கத்தைக் கெடுத்துவிட்டதே என்று சிங்கத்தின் மீது சினம்

கொண்டது நரி. எப்படியும் அச்சிங்கத்தை அழித்தே தீர்வது என்றும் தனது மனத்தில் கருவிக் கொண்டு கண்களைக் கசக்கிக் கொண்டது.

உடனடியாக ஓநாயை வரச்சொல்லி நரி ஆள் அனுப்பியது. வெளவால், குரங்கு மற்றும் காகத்துடன் ஓநாய் நரியின் இருப்பிடத்திற்கு வந்து சேர்ந்தது. நரியின் கண்களில் பதற்றத்தை காண முடிந்தது. அதைக் கண்ட ஓநாய்க்கும் பதற்றம் தொற்றிக் கொண்டது. பயத்துடனேயே நரியிடம் பேச்சுக் கொடுத்தது.

“தலைவரே நம்ம கூட்டாளிகளை கூட்டாந்திருக்கேன். என்ன செய்யணும்னு கட்டளை இடுங்க.”

ஓநாயின் பேச்சு நரிக்கு தெம்பைத் தந்தது. அது ஓநாயுடன் வந்தவைகளைப் பார்த்தபடியே “இந்த சிங்கத்தோட தொல்லைய தாங்க முடியல. கனவுல கூட நிம்மதியாவுட மாட்டுது. அத ஒழிச்சுக் கட்டியே ஆவணும். அதுவும் சீக்கிரமாவே அது கதய முடிச்சுடணும், அதற்கு ஏதாவது வழி இருந்தா சொல்லுங்க” என்று படபடப்பாக பேசியது.

அதன் உடல் நடுங்கிக் கொண்டிருந்ததை வெளியில் காட்டிக் கொள்ளாமல் இருக்க அது அதிக முயற்சி எடுக்க வேண்டியிருந்தது. நரி தங்களிடம் இவ்வாறு கேட்டுக் கொண்டதும் அவை அனைத்தும் ஆழ்ந்து சிந்திக்க ஆரம்பித்தன. நல்ல யோசனையாக கூற வேண்டுமே என்ற பயம் அவற்றிடம் தெரிந்தன. “என்ன ஐடியா ஏதாச்சும் சிக்கிச்சா?” சிறிது நேரம் கடந்த நிலையில் நரி மீண்டும் கேட்டது.

அவை அனைத்தும் மிகவும் அமைதியாக இருந்தன. அவற்றின் முகங்களில் பயத்தின் ரேகைகள் ஓடிக் கொண்டிருந்தன. தங்களை நரி ஏதாவது செய்துவிடுமோ என்றும் அவை அஞ்சின. ஓநாய் மெல்ல எழுந்து மனதை திடப்படுத்திக் கொண்டு நரியிடம் பேசியது.

“தலைவரே உடன்தடனா ஐடியா கேட்டா எப்படி, இவங்க எல்லாருமே புதுசு. இரண்டு மூணு நாளு கொடுத்துப் பாப்பம். அப்பதான அவங்களால சரியா யோசிக்க முடியும்.”

ஓநாயின் பதில் நரியை கொஞ்சம் சாந்தப்படுத்தவே செய்தது. இருந்தாலும் அதற்கு சிங்கத்தை ஏதாவது செய்தாக வேண்டும் என்ற எண்ணம் மட்டும் அடிமனதில் நெருடிக் கொண்டே இருந்தது. ஆகவே அது ஓநாயிடம் கேட்டது.

"இப்ப எதுவும் செய்ய முடியாதா?"

மீண்டும் அவை அனைத்தும் ஆழந்து யோசிக்க ஆரம்பித்தன. தங்களுக்குள் கலந்து பேசிக் கொண்டன. தங்களது எண்ணங்களை ஓநாயிடம் தெரிவித்தன. அவை கூறியவற்றை ஓநாய், நரியிடம் கூறியது.

"நிம்மதியா தூங்கக் கூட விடாத சிங்கத்தின் செயலை கண்டிச்சி உருவபொம்மை எரிப்பு போராட்டமும் ஒரு கண்டன கூட்டமும் நடத்தலாம்."

ஓநாயின் இந்தத் திட்டம் நரிக்கு உவப்பாக இருந்தது. சிங்கத்தின் எதேச்சாதிகாரத்திற்கு இதன்மூலம் ஓர் பாடத்தை புகட்டி விடலாம் என்று எண்ணியது. குறைந்தபட்சம் அதன் கவனத்தை ஈர்ப்பதாகவும், தன்னுடைய வலிமையை புரிய வைப்பதாகவும் அக்கூட்டம் இருக்கும் என அது யோசித்து மகிழ்ந்தது. மிகவும் சந்தோஷத்துடன் அது ஓநாயிடம் கேட்டது.

"போராட்டத்த எங்கு, எப்ப நடத்தறது, உருவ பொம்மைய யார் செய்றது?"

"நாளன்னிக்கு நடத்தலாம். அதுக்குள்ள உருவ பொம்மய செஞ்சிடணும். விழுப்புரம் பக்கத்துல அகரம் சித்தாமூர்ல இருக்காரு ஒருத்தர் அச்சு அசலா அப்படியே செஞ்சிடுவார்" என ஓநாய் வெகு சாதரணமாக கூறியது.

ஓநாய் கூறியதும் நரி அவசர அவசரமாக கூறியது.

"அப்படின்னா அவர உடனே அழச்சிட்டு வர ஏற்பாடு செய்."

நரியின் ஆணைக்கிணங்க, அகரம் சித்தாமூரிலிருந்து உருவ பொம்மை செய்பவர் வரவழைக்கப்பட்டார். அனைத்து வேலைகளையும் ஒத்தி வைத்துவிட்டு, சிங்கத்தின் உருவ பொம்மையை தயார் செய்வதில் அனைத்தும் தீவிரமாக ஈடுபட்டன. அவர் செய்யச் செய்ய நரி சிலவற்றை சுட்டிக்காட்டி சரி செய்தபடியே இருந்தது. பிடரியின் அளவு, பற்களின் கூர்மை, வாலின் நீளம், உடல்வாகு அனைத்தையும் கன கச்சிதமாகவும் நுட்பமாகவும் செய்யச் சொல்லி மேற்பார்வை செய்தது.

நிஜ சிங்கத்தைப் போல அவ்வளவு தத்ரூபமாக அது உருவாக ஆரம்பித்தது. அவை மூன்றும் ஓடியாடி வேலை செய்தன. ஓநாய் அவருடன் கூடவே இருந்து அவருக்கு தேவையான வேலைகளைப்

பார்த்துக் கொண்டது. நள்ளிரவில் அவ்வுருவத்துக்கு வண்ணம் ஏற்றும் பணி ஆரம்பமானது.அவரின் தூரிகை அப்பொம்மைக்கு ஒருவித உயிர்ப்பை அளித்தது. பலவித வண்ணங்களை குழைத்து அவர் மெருகேற்றிக் கொண்டிருந்தார். இறுதியாக கண்களில் வண்ணம் தீட்டிக் கொண்டிருந்த போது நரி ஓநாயிடம் கேட்டது.

“அசல் சிங்கம் மாதிரியே இருக்கில்ல”

அதை ஆமோதிப்பது போல ஓநாய் தலையாட்டியது. இதை செய்தவர் தான் அழைத்து வந்தவர் என்பதில் ஓநாய் பெருமைப்பட்டுக் கொண்டது. அன்று மதியம் அனைத்து வேலைகளும் பூர்த்தியடைந்தன. ஒரு நிஜ சிங்கம் எவ்வாறு நின்று கொண்டிருக்குமோ அதைப் போல நின்று கொண்டிருந்தது. நரி அதைச் செய்தவரை தடபுடலாக கௌரவித்து வழி அனுப்பி வைத்தது. பின் அவை சாப்பாட்டை முடித்துக் கொண்டு மறுநாள் போராட்டத்திற்கு ஆயத்தமாகின.

அவை நான்கும் சிங்கத்தின் உருவபொம்மையை மிகவும் கஷ்டப்பட்டு வனத்தின் மையப்பகுதிக்கு கொண்டு சென்றன. கண்டன முழக்கங்கள் எழுதப்பட்ட தட்டிகளை ஆங்காங்கே நட்டு போராட்டக் களத்தை உருவாக்கின. ஒலி பெருக்கிகள், போராட்டத்திற்கு வரவேண்டியவர்கள் மற்றும் முக்கிய வேலைகளை ஒழுங்கு செய்யும் பணியை ஓநாய் கவனித்துக் கொண்டிருந்தது. நாளை பேச வேண்டிய முக்கிய குறிப்புகளை நரி தயார் செய்து கொண்டிருந்தது. மறுநாள் விடியலை அவை அனைத்தும் ஆர்வத்துடன் எதிர்பார்த்துக் கொண்டிருந்தன. எதற்கும் உறக்கம் வரவேயில்லை.

மறுநாள் அதிகாலையிலேயே எழுந்து குளித்துவிட்டு அவை போராட்ட களத்திற்கு சென்றன. கண்டன கோஷங்களைத் தாங்கிய தட்டிகளும் பேனர்களும் போராட்டத்தின் தீவிரத்தை அதிகப்படுத்திக் காட்டின. அச்சூழலை கண்ட நரி மிகவும் சந்தோஷம் கொண்டு உணர்ச்சி பீறிட “போராட்டத்தை ஆரம்பிச்சிடலாமா” என்று கேட்டது. நரியின் கேள்வியைக் கூர்ந்து கேட்டுக் கொண்டிருந்த அவை அனைத்தும் ஆரம்பிச்சிடலாம் என கோரசாக கூறின. அவை நான்கும் சிங்கத்திற்கு எதிரான கோஷங்களை எழுப்பின.

“ஒழிக... ஒழிக” என்றது ஓநாய்.

“சிங்கத்தின் அராஜகம் ஒழிக” மற்ற அனைத்தும் கூறின.

தொடர்ந்து பல்வேறு கோஷங்கள் எழுப்பப்பட்டன. போராட்டத்தின் தீவிரம் அதிகரிக்க தொடங்கியது. சிங்கத்தைத் தவிர மற்ற விலங்குகள் அப்போராட்டத்தைக் காண ஆங்காங்கே திரண்டன. எந்த பிரச்சினை வந்தாலும் எதிர் கொள்ளும் துணிவுடனேயே நரி கோஷங்களை எழுப்பிக் கொண்டிருந்தது. அப்போது ஓநாய் சிங்கத்தின் அராஜகத்தைக் கண்டிக்கும் விதமாக, அதன் உருவ பொம்மையை எரித்து போராட்டத்தை இப்போது நமது தலைவர் அவர்கள் தொடங்கி வைப்பார்கள் என்று கூறியதும் சூழலை ஒரு பரபரப்பு தொற்றிக் கொண்டது.

உடனே நரியின் கையில் ஒரு தீவட்டி கொடுக்கப்பட்டது. ஒரு பெரிய வீரனைப் போல தீவட்டியை ஏந்திச் சென்று, அவ்வுருவ பொம்மைக்கு தீ வைக்க நெருங்கிய நரிக்கு சிங்கத்தின் கண்களைப் பார்க்க பயமாக இருந்தது. உண்மையில் இது நிஜ சிங்கம் தானோ என்று அது அஞ்சியது. ஆனாலும் தைரியத்தை வர வைத்துக் கொண்டு அதற்கு தீ வைக்க, தீயின் சூடு தாங்காமல் அவ்வுருவ பொம்மை வனமே அதிரும்படி கர்ஜித்தது. தனது கால்களை தரையில் உதைத்தபடி நரியை நோக்கி சீறிப்பாய்ந்தது. அங்கு திரண்டிருந்த ஓநாய் உள்ளிட்ட அனைத்திற்கும் ஒன்றும் புரியவில்லை.

அவை அவ்வுருவபொம்மையையே உற்றுப் பார்த்தன. அதன் கண்கள் தீப்பிழம்பென துடித்துக் கொண்டிருந்தன. நடப்பது கனவா நிஜமா என்று கூட யோசிக்க அவற்றிற்கு அவகாசம் இல்லாமல் இருந்தது. பொம்மை உயிர் பெற்றதைக் கண்ட வௌவால், குரங்கு மற்றும் காகம் அனைத்தும் துண்டைக் காணோம் துணியைக் காணோம் என அலறியடித்துக் கொண்டு ஓடி மறைந்தன. தீப்பிழம்பென ஒளிர்ந்த சிங்கத்தின் கண்கள் நரியைக் கலவரமூட்ட கையிலேந்திக் கொண்டிருந்த தீவட்டியுடன் காட்டிற்குள் தலைதெறிக்க ஓட ஆரம்பித்தது. அப்போதும் கூட அதற்குள் ஒரு கேள்வி எழுந்தது. “எப்படி பொம்ம சிங்கம், நிஜ சிங்கமா மாறிச்சி.”

பயந்தடித்துக் கொண்டு ஓடிய நரி வீசி எறிந்த தீவட்டியின் சுவாலை வனத்தில் மெல்ல பரவ ஆரம்பித்தபோது சிங்க உரு கொண்ட பொம்மை யாருமற்ற அனாதையாக வனத்தின் மையத்தில் நின்று கொண்டிருந்தது.

❋ ❋ ❋

கடக்க முடியாத இரவு

நிராகரிப்பின் தனிமையை உணர்ந்த கணத்தில் அருவியில் குளித்துக் கொண்டிருந்த அவன், தண்ணீர் வேகத்தோடு கீழ்நோக்கி சரிந்து விழும் பாறையின் விளிம்பில் கால்களை வைத்தான். பாதங்கள் வழுக்கிச் செல்வதை மட்டுமே உணர முடிந்தது. கடைசியாக தலை உயர்த்தி வானத்தை பார்த்தான். பெருத்த சத்தத்தோடு விழுந்து கொண்டிருந்த தண்ணீர் அவனை உள்ளிழுத்துச் சுழற்றி வீசியது. "ஒரு தம்பி தண்ணில அடிச்சிகினு போவுது" என கத்திக்கொண்டே தனித்துக் குளித்துக் கொண்டிருந்த ஒரு பெரியவர் அவனுடைய நண்பர்களை நோக்கி ஓடிவந்தார். அவரின் வார்த்தைகள் யாரையும் எட்டியிருக்கவில்லை. அருவியின் சப்தம் அனைத்தையும் உட்கிரகித்தபடி இருந்தது. அவனுடைய நண்பர்கள் குளிப்பதில் ஆர்வமுடன் ஈடுபட்டுக் கொண்டிருந்தனர். பெரியவர் ஓடிவருவதைக் கண்ட வனக் காவலர் மேலிருந்து கீழிறங்கியபடியே கேட்டார்.

"என்ன ஆச்சி?"

படியில் இறங்கிக் கொண்டிருக்கும் வனக்காவலரை நிமிர்ந்து பார்த்த பெரியவர், சற்று நிதானித்து அவரிடம் கூறினார். "ஒரு தம்பி தண்ணில அடிச்சிக்கினு போவுது."

கூறும்போது அவரது கண்கள் பதற்றத்தால் நிரம்பி இருந்தன. அவனுடைய நண்பர்கள் இன்னும் குளித்து முடித்திருக்கவில்லை. அருவியில் தலை நனைப்பதும் வெளியில் வருவதுமாக இருந்தனர். வனக்காவலர் அவர்களுக்கு அருகில் சென்று கேட்டார். "உங்ககூட வந்தவங்கள்லாம் பத்திரமா இருக்காங்களா?"

குளிக்கும் மகிழ்ச்சியில் இருந்த அவர்கள் அதைப் பெரியதாக எடுத்துக் கொள்ளவில்லை. அருவியில் தலையைக் காட்டியபடி சத்தமெழுப்பிக் கொண்டிருந்தனர். வனக்காவலருக்கு அவர்களின் அலட்சியம் கோபத்தை ஏற்படுத்தியது. அவர்களில் ஒருவனை அதட்டலுடன் அழைத்து விவரமாக கூறினார். அப்போதுதான் அவர் கூப்பிட்டதன் தீவிரத்தை உணர்ந்தான். தன் நண்பர்களை அவசரமாக அழைத்தவன், அனைவரையும் வாய்விட்டு எண்ணினான். கணக்கில் ஒன்று குறைந்ததும் அனைவரையும் பயம் கவ்விக்கொண்டது. ஆக்ரோஷத்துடன் கீழ்நோக்கி வீழ்ந்து கொண்டிருந்த தண்ணீரை அவர்கள் பீதியுடன் பார்த்தனர். அவர்களில் ஒரு சிலர் செய்வதறியாமல் அருவியை பார்த்த படியே நின்றுகொண்டிருந்தனர். அவர்களின் உடல் நடுங்கிக் கொண்டிருந்தது. விஷயம் பரவி கூட்டம் சேரத் தொடங்கிய போது, கூட்டத்தை விலக்கியபடியே வந்த ஒரு போலீஸ் அதிகாரி கண்டிப்புடன் கேட்டார் "தண்ணில அடிச்சிகினு போனத யாரு பார்த்தா?"

அந்தப் பெரியவரைக் கொண்டுவந்து அவர்முன் நிறுத்தினார் வனக்காவலர். அப்பெரியவர் பதற்றத்தால் தளர்ந்திருந்தார். அவரது கண்களில் பயம் ஒரு புழுவைப்போல நெளிந்து கொண்டிருந்தது. அந்த அதிகாரி அவரைப் பார்த்து "பெரியவரே நீங்கதான் பாத்தீங்களா" என்று கேட்டார்.

அவர் "ஆம்" என்று தலை ஆட்டினார்.

அவர்களிருவரும் பேசிக் கொள்வதை அறிந்துகொள்ள கூட்டம் முண்டியடித்தது.

"எந்த எடத்துல அடிச்சிகினு போனப்ப நீங்க பாத்தீங்க?"

அவர் அருவி கீழ்நோக்கி இறங்க ஆரம்பித்திருந்த பாறை விளிம்பைக் காட்டினார்.

அங்கு பாசி அடர்ந்திருந்தது. பாதுகாப்பிற்கு தடுப்பு கம்பிகள் நிறுத்தப்பட்டிருந்தன.

"என்ன ட்ரஸ் போட்டுகினு இருந்தார்னு கவனிச்சிங்களா?"

"நீலக்கலர் கால் சட்டை" என்று தலையாட்டியபடியே கூறினார்.

அவர் நிறத்தைக் கூறியதும் அவர்களுக்கு உறுதிப்பட்டு விட்டது. நீருக்குள்ளாக இழுத்துச் செல்லப்பட்டது தங்கள் நண்பன்தான் என்று. "டேய் ரவிதான்டா நம்மள விட்டுப் போயிட்டான்" என்று ஒருவன் அழத் தொடங்கினான். அது நிச்சயம் ரவியாக இருந்துவிடக் கூடாதென்றும் அவர்கள் நினைத்துக்கொண்டனர். சமாதானப்படுத்தி, அழைத்துக் கொண்டு போய் காவல் நிலையத்தில் அவர்கள் அமர வைக்கப்பட்டனர். பூர்வாங்க வேலைகள் நடைபெற்றுக் கொண்டிருந்தன. சடலத்தைத் தேடும் பணி தீவிரப்படுத்தப்பட்டது.

அருவி நதியாகி வேகத்தோடு ஓடிக்கொண்டிருந்தது. சடலம் எங்காவது கரையொதுங்கி இருக்கிறதா என முடிந்த மட்டும் தேடி அலைந்தபோது மாலையாகி விட்டிருந்தது. பயம் நிரந்தரமாக அவர்களைக் கவ்விக்கொண்டது. அழுகை எந்நேரமும் வெடித்துக் கிளம்பக்கூடிய நிலையில் அவர்கள் இருந்தனர். மரண ஓலமென கேட்டது அருவியின் சத்தம். நீண்டு வளர்ந்திருந்த மரங்கள் பயத்தையும் நடுக்கத்தையும் ஏற்படுத்தின. பரந்து விரிந்திருந்த அவ்விடம் அவர்களுக்கு மயானத்தைப் போன்றிருந்தது.

அருவியில் குளித்துக் கொண்டிருக்கும்போது அவன் அடித்துச் செல்லப்பட்டதாக தொலைபேசியில் அவளுக்குத் தகவல் தெரிவிக்கப்பட்டபோது, தான் இரு துண்டுகளாக வெட்டுண்டதைப் போன்று உணர்ந்தாள். உடல் தளர்ந்து நடுக்கம் பரவியது. கால்களுக்கு கீழே ஏதோ நழுவுவதாக உணர்ந்தவள் தொடர்ந்து பேச முடியாமல் தொலைபேசியைத் துண்டித்தாள். கூடம் முழுக்க அனல் காற்று வியாபித்திருந்தது. துயர் தாங்கிய அவளின் தனிமையை அதிகப்படுத்திக் கொண்டிருந்தது கடிகாரச் சத்தம். இதயம் நின்றுவிடுவதைப் போன்று உணர்ந்தவள் எழுந்து சென்று தண்ணீர் அருந்தினாள். தண்ணீரை கூட்டி விழுங்க முடியவில்லை. தொண்டை அடைத்தது. நேரம் ஆக ஆக அவளுக்குப் பதற்றம் அதிகரிக்கத் தொடங்கியது. தன்னை அவளால் கட்டுப்படுத்திக் கொள்ள முடியவில்லை. அழுகையைத் தேக்கி வைப்பதால் அவளுக்கு நெஞ்சு வெடித்து விடும்போல இருந்தது. கடிகாரத்தை பார்த்தாள். மணி மூன்றாக இன்னும் கொஞ்ச நேரமே இருந்தது. வெயில் குறைந்திருக்கவில்லை. மின்விசிறி சுழன்றும் வியர்வையின் கசகசப்பை உணர்ந்தாள். எவ்வளவு முயன்றும் அவனது சிரித்த முகத்தை அவளால் உருக்கூட்ட முடியவில்லை. உடனே அவனைப் பார்க்க வேண்டுமெனத் தோன்றியது. அதற்கான எந்த சாத்தியமுமற்றவளாக பீறிட்டழுதாள். தன்னுடன்

கடைசியாக அவன் பேசிய தொலைபேசி உரையாடல்களை கவனத்திற்குக் கொண்டுவர முயற்சித்துக் கொண்டிருந்தாள். எந்த வார்த்தையிலிருந்தும் உரையாடலைத் தொடங்கும் அவனது திறனை எண்ணி வியந்தவள் சூழலின் வெறுமை கவ்வ திடீரென அழத் தொடங்கினாள். அழுதழுது கண்கள் சிவந்திருந்தன. ஊருக்கு புறப்படும்போது தலையைத் தாழ்த்தித் தன்னைப் பார்த்தது இதற்காகத்தானோ? தொடர்ந்து கவனத்தில் கொண்டிருந்த அவனது விடைபெறுதல் குறித்தான பேச்சை இந்த முறை ஏன் உணர முடியாமல் போனது என்று தனக்குள்ளாகவே கேட்டுக்கொண்டாள். எதை ஈடுசெய்தும் சமப்படுத்த முடியாததாக இருக்கப்போகும் ஒரு இடைவெளியை நினைத்துப் பார்த்தவள் தன்னைக் கட்டுப்படுத்திக் கொள்ள முடியாமல் உடைந்து அழுதாள்.

சாவுச் செய்தியை கொண்டுவரும் மரணத்தின் தூதுவனைப் போல வந்து நின்ற அமரர் ஊர்தியைச் சுற்றி ஒரே கூட்டம். தெரு முழுக்க சாவின் திட்டுகள் ஏற்கனவே பரவியிருந்தன. துக்கத்தின் கசப்பை நிரப்பிக்கொண்டிருந்த எல்லோரின் கண்களும் கண்ணீர் சிந்திக் கொண்டிருந்தன. வண்டியிலிருந்து பிணத்தை இறக்க முடியவில்லை. அவ்வளவு கூட்டம். மூன்று நாட்களானதால் துர்நாற்றம் வீசியது. மிகுந்த சிரமத்தோடு இறக்க வேண்டியிருந்தது. உள்ளே செல்வதில் சிரமம் ஏற்பட்டதால் தெருவிலேயே வைக்கச் சொல்லி வாயிலும் வயிற்றிலும் அடித்துக் கொண்டு சிலர் பிணத்தின் மீது விழுந்து அழுதனர். உடனடியாக தெருவில் துணிப்பந்தல் போடப்பட்டது. வர வேண்டியவர்கள் முன்னமே வந்துவிட்டிருந்தனர். மரணத்தின் செய்தியை எல்லோரது நாவும் வெவ்வேறு வடிவங்களில் சுவைத்துக் கொண்டிருந்தன. தன் கணவரின் முகத்தைக் காண முடியாதவளாக அவன் மனைவி மயங்கிச் சரிந்தாள். அவளை ஓரமாக தூக்கிச் சென்று குடிக்க தண்ணீர் கொடுத்துக் கொண்டிருந்தனர். துக்கத்தின் எந்த சுவடுமேயற்று அவனது நான்கு வயது மகன் அங்குமிங்கும் ஓடிக் கொண்டிருந்ததை கண்ட கூட்டம் வாய்விட்டு அழுது துடித்தது.

கடைசியாக அவனது முகத்தைக் காண தன் கணவனுடன் வந்தவள் புன்னகை உறைந்து போயிருந்த அம்முகத்தைப் பார்த்ததும் துடிதுடித்து அழுதாள். அவளின் அழுகைக்கான அர்த்தம் யாரும் உணர்ந்துகொள்ள முடியாதபடிக்கு இருந்தது. பல்வேறுபட்ட நினைவுகளின் மங்கிய சித்திரங்கள் அவளது ஞாபகப்பரப்பில் குறுக்கும் நெடுக்குமாக ஊர்ந்து கொண்டிருந்தன. அந்தக் கண்களை உற்றுப் பார்த்தாள். அவை இன்னும் எதையோ

தேடிக் கொண்டிருப்பதைப் போல இருந்தன. போகும்போது தன்னிடம் விடைபெற்ற அதே கண்கள். துக்கம் கலந்த சிரிப்பின் மிச்சம் அவ்விழிகளில் தேங்கிக் கிடந்தன. உடல் ஊதிக் காணப்பட்டது. சாந்தம் படர்ந்திருந்த வெளிரிய முகத்தை அருகில் சென்று பார்த்ததும் அடிவயிற்றிலிருந்து அவளுக்கு அழுகை பீறிட்டெழுந்தது. கணவனின் தேற்றுதலை உணராத அவள் அம்முகத்தையே பார்த்துக் கொண்டிருந்தாள். தலைமாட்டில் ஏற்றி வைத்திருந்த வத்தியின் வாசம் அவளுள் துயரத்தின் அடர்த்தியை அதிகரித்தபடியே இருந்தது. எல்லோரும் வருவதும் போவதுமாக இருந்தனர். கடைசியாக அவனுக்கு சாப்பாடு போட்ட அந்நாளின் மதியப்பொழுது மிகத் துல்லியத்துடன் அவள் ஞாபகத்திற்கு வந்தது. என்ன செய்தும் அந்நினைவிலிருந்து அவளால் மீள முடியவில்லை. கடைசியாக தன்முன் அமர்ந்து சாப்பிட்ட அவனது சித்திரத்தை மீண்டும் மீண்டும் அவள் யோசிக்க வேண்டியிருந்தது. தட்டிலிருந்த கடைசி உருண்டையை பிரியத்தோடு அவன் தனக்களித்ததையும், வேண்டாமென்று தான் மறுத்ததையும் நினைத்துப் பார்த்தாள். தனக்கான கடைசி உருண்டையோடு கை நீட்டியபோது இருந்த அவனது வாஞ்சையான முகத்தை எண்ணிப் பார்த்தவள் கேவிக் கேவி அழுதாள்.

பிணத்தை குளிப்பாட்ட சிலர் தண்ணீர் கொண்டு வந்தனர். பாடை மிகுந்த அலங்காரத்துடன் தயாராகி விட்டிருந்தது. பாடையைச் சுற்றிப் பார்த்துக் கொண்டிருந்த அவனது மகனைப் பார்த்து தெருவில் திரண்டிருந்தவர்கள் துக்கத்துடன் அழுதனர். தோட்டத்தில் குளிப்பாட்டி பிணத்தைத் தூக்கிக் கொண்டுவந்து பாடையில் ஏற்றும் போது மரணத்தின் ஓலம் பொங்கி வெடித்தது. எல்லாவற்றிலிருந்தும் விடைபெறுகிறேன் என்று தன்னிடம் ஒருமுறை அவன் கூறியதை நினைத்தபடி அழுது கொண்டிருந்தவள், எல்லாவற்றிலிருந்தும் விடை பெறுதல் என்று அவன் இதைத் தான் சொன்னானோ என்றும் யோசித்தாள். எல்லோரும் வாயிலும் வயிற்றிலும் அடித்துக்கொண்டு அழுதனர். அவன் மனைவி தெருவில் விழுந்து புரண்டாள். பாடையை மேலே தூக்கியபோது இவளால் அழுகையை கட்டுப்படுத்த முடியவில்லை. எல்லாவற்றுக்காகவும் அழுதாள் கணவன் தேற்றுவதைக்கூட அவளால் பொருட்படுத்த முடியவில்லை. அழுகை அவளுள் கொப்பளித்தபடியே இருந்தது. நாவறண்டு அவளுக்கு விக்கல் ஏற்பட்டபோது தெருவிலிருந்து கிழக்கு நோக்கி திரும்பிவிட்டிருந்தது பாடை. பூக்கள் இறைந்து கிடந்த தெரு

அவளுக்கு பயத்தை ஏற்படுத்த, மரண வீட்டிலிருந்து கசியும் துக்கத்தின் வாசனை அவளை நடுக்கமுறச் செய்தது. தெருவில் சிலர் தலை முழுகிக் கொண்டிருந்தபோது யாரிடமும் சொல்லிக் கொள்ளாமல் தன் கணவனுடன் அழுதபடி அவள் வீடு திரும்ப வேண்டியிருந்தது.

மறுநாள் மதியம் கணவன் அலுவலகத்திற்குச் சென்றிருந்த போது தன் பெயருக்கு வந்த கடிதத்தை வாங்கிப் பார்த்தாள். அனுப்புநர் முகவரி எழுதப்படாமல் இருந்தது. கடிதத்தைப் பிரித்து கையெழுத்தைப் பார்த்தவள், முகம் வெளிறிப் போனாள். அவன்தான் எழுதியிருந்தான். நிற்க முடியாமல் நாற்காலியில் மெல்ல அமர்ந்தாள். அவனது எழுத்துக்களையே சிறிது நேரம் பார்த்துக் கொண்டிருந்தவள் மேஜை மீதிருந்த தண்ணீரைக் குடித்து ஆசுவாசப்படுத்திக் கொண்டவளாக கடிதத்தைப் படிக்க ஆரம்பித்தாள். அழுகையை அவளால் கட்டுப்படுத்த முடியவில்லை. அந்தக் கடிதம் தன் நீண்ட நாவால் அவளை உள்ளிழுத்துக் கொண்டது.

என் பிரிய செல்லம்,

நான்தான். நீ இதை வாசித்துக் கொண்டிருக்கும்போது அன்பும் குரூரமும் நிறைந்த இவ்வுலகிலிருந்து முற்றிலுமாக நான் விடைபெற்று விட்டிருப்பேன். எளிய காய்நகர்த்தல் போல முற்றுப்பெற்றுவிட்டிருக்கும் என் வாழ்வு. நிச்சயத்திற்கும் நிச்சயமின்மைக்கும் இடையே உருட்டப்படும் ஒரு பகடையைப்போல என் இருப்பு மாறிவிட்டதன் விந்தையைத்தான் என்னால் புரிந்துகொள்ள முடியவில்லை. நாம் யாரிடமிருந்து தொடர்ந்து தப்பிக்க முயற்சிக்கிறோம் என்பதையும் கவனத்தில் கொள்ள வேண்டுமென தோன்றுகிறது.

தொடர்ச்சியாக கவனத்துடன் செயல்படுபவர்களை நினைத்தால் எனக்குப் பொறாமையாக இருக்கிறது. கவனத்தோடு காய்நகர்த்த முடியாததனால்தான் ஆட்டத்தைப் பாதியிலேயே முடித்துக் கொள்ள வேண்டி வந்தது. சூதுவாது நிரம்பியவனாகவும் நிர்பந்திக்கிறவனாகவும் ஒருவன் தொடர்ந்து அர்த்தப்படுத்தப்பட்டால் அவன் இருப்பிற்கான எந்த அவசியமும் இல்லை என்றே கருதுகிறேன்.

'ஒரு தனிமனிதனின் தற்கொலை சில சமயங்களில் கம்பீரமும் வலிமையும் தூய்மையும் அழகும் நிரம்பியதாக இருக்கக்கூடும். தன்

நெஞ்சில் அவன் கொண்டிருந்த ஒரு உறுதியான நம்பிக்கையைத் தனக்காகவும் மற்றவர்களுக்காகவும் நிரூபிக்கக்கூடிய ஒரே சாதனமாக தற்கொலை தான் மிஞ்சி இருக்கக்கூடும்,' என ஆதவன் 'ஒரு தற்கொலை' எனும் கதையில் எழுதியிருக்கிறார். எனக்கும் அவரின் கருத்தில் உடன்பாடுதான். நான் உன்மேல் கொண்டுள்ள பிரியத்தின் அடர்த்தியை வேறெப்படி இதைவிட வலிமையாக உணர்த்திவிட முடியும்? ஆக தற்கொலை செய்துகொள்வது கோழையின் செயலாக மட்டுமே இருக்கவேண்டிய அவசியமில்லை.

யோசித்துப் பார் செல்லமே. கோடையின் பாலையைக் கடப்பதுபோல இருந்தது அந்த இரவை கடந்தது. நம்மைத் தவிர யாருமே இல்லை. எல்லாவிதங்களிலும் ஒளியைக் கட்டுப்படுத்தியிருந்தாய். இருவரின் மூச்சுக்காற்றும் ஒன்றையொன்று மோதிச் சிதறின. இருவரும் சிறிது நேரம் பேசிக் கொண்டிருந்தோம். என் வார்த்தைகளில் பிரியத்தின் குழைவு கூடியிருந்தபோது உன் சுவாசம் சிறிதும் பெரிதுமாக வெளிப்பட்டதை உணர முடிந்தது. நீ மௌனத்தைச் சுவைத்துக் கொண்டிருந்தாய். ஒரு நத்தையைப் போல மெல்ல ஊர்ந்து கொண்டிருந்தது இரவு. பகலின் வெப்பத்தைத் தேக்கிவைத்து உமிழ்ந்துகொண்டிருந்தன சுவர்கள். என் அருகாமை உன்னில் சிறு சலனத்தைக்கூட ஏற்படுத்தாததைக் கண்டு உள்ளூர வருந்தவே செய்தேன். உயிர்ப்பில்லாத வெறும் பொருளாகத்தான் நான் அர்த்தப்படுத்தப்படுகிறேன் என யோசிக்க வேண்டியிருந்தது. என் முத்தங்கள் தனிமையின் வெம்மையைத் தாங்க முடியாமல் நாளாதிசையிலும் சிதறியிருந்தன. சூழலின் இறுக்கத்திலிருந்து விடுபட எண்ணிய எனது செயல்களை மிரட்டிப் பணியவைக்கிற எளிய நாடகமாகத்தான் நீ புரிந்துகொண்டாய். ஒரு கட்டத்தில் இருவரின் மூச்சுக் காற்றும் நெருக்கத்தில் எதிரெதிராக மோதிக் கொண்டன. உன் பிரியத்தின் கதவுகளைத் திறக்க நான் என்னவெல்லாமோ செய்ய வேண்டியிருந்தது. வெறுமனே வேடிக்கைப் பார்ப்பவளாக நீ இருந்தாய். என் செயல்பாடுகள் உணரப்படாமல் துக்கத்தோடு சரிந்துகொண்டிருந்தன. ஒரு கட்டத்தில் உன்னை தந்துவிடுவதாகக் கூறினாய். எடுத்துக் கொள்ள எத்தனிக்கையில் நீ என்ன நினைத்துக் கொண்டாயோ, 'எழுந்துபோ' என்று உறுதியாகச் சொன்னாய். என் உணர்வின் கரங்கள் நத்தையைப் போல உள்ளிழுத்துக் கொண்டன. துக்கத்தின் வலி தாங்க முடியாமல் எதுவும் பேசாது எழுந்து வந்துவிட்டேன். முதன்முதலாக என்னை மிருகமாக நீ அப்போதுதான் உணர்ந்திருப்பாய் என எண்ணுகிறேன். மிகுந்த கட்டுப்பாட்டோடு ஒரு எல்லை வரையே என்னை அனுமதிக்க முடிந்ததன் காரணத்தைதான் என்னால் புரிந்துகொள்ள முடியவில்லை. என்னிடம் இயல்பாக இருக்கவேண்டுமென்று தொடர்ந்து கேட்டுக்கொண்டதற்காக,

வெகு ஜாக்கிரதையுடன் இயல்பாக இருந்ததாகக் கூறினாய். இயல்பும் ஜாக்கிரதையும் எதிரெதிர் துருவங்களை அர்த்தப்படுத்துகிற வார்த்தைகள்தானே? ஒருவரால் ஜாக்கிரதையாகவும் இயல்போடும் ஒரே சமயத்தில் இருக்க முடியுமா? அப்படி முடியுமெனில் உண்மையில் அது இயல்புதானா? தள்ளிப்போடுதல், ஜாக்கிரதையோடு இருத்தல், கவனத்தோடு இருத்தல் எல்லாம் யாருக்கெதிராக நிகழ்த்தப்படுகின்றன என யோசித்து பார். நீ நினைக்கக்கூடும், நான் கொஞ்சம் கொஞ்சமாக சாதித்து வருவதாக. அளந்து அளந்து அளிக்கப்பட வேண்டியவனாகவே உன்னில் இன்னும் இருக்கிறனோ? நாசக்காரனாகவும் மிரட்டிப் பணியவைக்கிறவனாகவும் தான் இதுவரை நான் பார்க்கப்பட்டிருக்கிறேனோ? அப்படித்தான் என் சித்திரம் உன் மனதில் பதிவாகியுள்ளதா?

பகிர்ந்து கொள்ள முடியாத அளவிற்கு காமம் ஏன் ஓர் புனிதமான செயலாகப் பார்க்கப்படுகிறது? நமது ஆதிக்க மனோபாவத்தின் வெளிப்பாடு என்று கொள்ளலாமா? உணர்வுகளில் புனிதம் புனித மின்மைகளுக்கெல்லாம் இடமிருக்கின்றதா? நம்மை வெளிப்படுத்திக்கொள்ள உதவும் ஒரு கருவியாக ஏன் நம்மால் காமத்தை புரிந்து கொள்ள முடியவில்லை? காமம் என்பது அந்தரங்கமான உரையாடலை மேற்கொள்ள உதவும் உடல் மொழிதானே. எப்போது இதையெல்லாம் கடந்து நாம் வரப்போகிறோம்?

நம்மிருவருக்கும் அவரவர்களுக்கான குடும்பம், குழந்தைகள் இதை மீறி நமக்கான தனிப்பட்ட தேடல் ஏதும் இருக்க வேண்டிய அவசியமே கிடையாதா? என்னுடைய தேடலாக நீ இருக்கிறாய் அவ்வளவே. சிறியதொரு புறக்கணிப்பு, தட்டிக் கழித்தல், நுட்பத்தோடு ஒதுக்குதல் எல்லாம் சேர்ந்து என்னை எங்கு தள்ளியிருக்கின்றன என்பதை உணர்ந்தாயா செல்லமே? உணர்வில் தோற்றுப்போவதன் வலி உலகம் முழுக்க சாதாரணமாக எடுத்துக் கொள்ள முடியாததாகவே இருக்கிறது. கடைசிவரை நீ நீயாகவும் நான் நானாகவும்தான் இருந்திருக்கிறோமா? வாய்ப்பிருந்தால் அடுத்த பிறவியிலாவது நாமாக முயற்சிப்போம். (அடுத்த பிறவியில் எனக்கு உடன்பாடு இல்லையென்றாலும்) மரணம் என்பது ஓர் இடப்பெயர்ச்சியன்றி வேறெதுவுமில்லை. தற்செயலாக ஏற்படும் ஒரு வெற்றிடம்தான். உலக நியதிப்படி அது காலப்போக்கில் நிரப்பப்பட்டு விடும். அல்லது எதையாவது ஈடு செய்து நிரப்பிக் கொள்ள வேண்டியிருக்கும். ஒருவேளை அப்போது உணர வேண்டியிருக்கலாம் அர்த்தப்படுத்தப்படாத ஒரு பிரியத்தின் வலியை. இதுவரை காட்டிய எல்லை கடந்த உன் அன்புக்கு நான் எவ்விதத்தில் நன்றி தெரிவிக்க வேண்டியுள்ளது என்பதை உணர்ந்து பார் செல்லமே. உனக்கான ஒரு கவிதையோடு இக்கடிதத்தை முடித்துக் கொள்கிறேன்.

இறுதியில் நீ பூங்கொத்துடன் வருகிறாய்
வெகுநாட்களாக
நிரப்பப்படாமலிருக்கிறது
பிரியத்தால் வேயப்பட்ட
என் எதிர் இருக்கை
பருகப்படாமல் வீணாகிறது
உன் வருகையை எதிர்பார்த்து
பகிர்ந்து வைக்கப்படும்
ஒரு கோப்பை தேனீர்
ஒரு கோப்பை மது
(நஞ்சு எப்போதும் பகிர்ந்தளிக்க முடியாததாகவே இருக்கிறது)

நீண்ட என் அழைப்புகள்
ஒரு காத்திருப்பை முன்னிருத்தி
விசும்பலாகி
மெல்லக் கரைகின்றன.

கிழக்கிலிருந்து புறப்பட்டு
மேற்கில் சென்று ஒடுங்குகின்றன
பகல்கள்
ஒரு வயோதிகனைப் போல.

அனேக இரவுகளில்
பெரும் புயலென
உருக்கொள்கிறது
தனித்து விடப்பட்டதன்
துக்கம்.

பிரளயத்திற்கு
பிறகான ஓர் அந்தியில்
நீ வந்து அமர்கிறாய்
பசிய பூங்கொத்துடன்
இனி எப்போதுமே
நிரப்பமுடியாதபடிக்கு
காலியாகிவிட்ட
என் இருக்கையை உணராது
(ப்ரியத்துக்கு…)

எந்நிலையிலும் உன்னை பிரிய மனமில்லாத
உன் ரவி.

கடிதத்தையும் கவிதையையும் படித்து முடித்தபோது அவளது கண்கள் அழுது வீங்கியிருந்தன. முத்து முத்தான எழுத்துகள். பாய்ச்சலான நடை. கண்ணீர் பட்டு எழுத்துகள் அழிந்திருந்தன. தனக்கு அவன் கடிதம் எழுதிய கணங்களை யோசித்துப் பார்த்தாள். அவளது விரல்கள் கடிதத்தை வருடியபடி இருந்தன. அழுகையை என்ன செய்தும் அவளால் கட்டுப்படுத்த முடியவில்லை. மதிய வெயிலின் உக்கிரம் கூடி இருந்தது. ஆள் நடமாட்டமின்றி வெறிச்சோடியிருந்தது தெரு. இதற்குமுன் இது போன்றதொரு நிசப்தத்தை அவள் உணர்ந்ததேயில்லை. பயமூட்டுவதாக இருந்தது தனிமை. கடிதத்தை மடித்து மேஜை மீது வைத்துவிட்டு மெத்தையில் சரிந்தாள். தெளிவாக எதையும் யோசிக்க முடியாதபடி மனம் அலைபாய்ந்து கொண்டிருந்தது. எங்கிட்ட எப்பதான் இயல்பா இருப்ப' என்று அடிக்கடி அவன் கேட்கும் கேள்வி அவள் காதில் ஒலித்தபடியே இருந்தது. இயல்பு குறித்த அவனது பேச்சுகள் அவளது மனதில் தோன்றி மறைந்து கொண்டிருந்தன. கோபம் படிந்துகிடந்த அவனது முகம் அவள் மனதில் ஸ்தூலமாக உருக்கொண்டிருந்தது. வேக வேகமாக உள்நுழைந்து வெளியேறும் காற்றைப்போல அவன் தன்னுடனான காலத்தைக் கடந்துவிட்டிருந்ததை எண்ணி கண்ணீர் சிந்தியபடியே கடைசியாக அவன் முத்தம் பதித்த இடத்தை தடவிப் பார்த்தாள். உடல் சூட்டை மட்டும்தான் உணர முடிந்தது. நாராசமாய் ஒலித்தது மின்விசிறியின் சத்தம். இது போன்றதொரு மதியப் பொழுதில்தான், 'உன்ன முழுசா எடுத்துகிடட்டுமா?' என்று கேட்டான். இப்போதும் தன்னை ஊடறுத்து கொண்டிருக்கும் அக்கேள்வி அறை முழுக்க எதிரொலித்தபடி இருப்பதாக உணர்ந்தவள் படுக்கையிலிருந்து எழுந்து தனது உடைகளைக் களைந்தபடி விசும்பலோடு கூறினாள். 'எடுத்துக்கடா செல்லம்'. கேட்பாரற்ற அவளது வார்த்தைகள் சுவரில் மோதிச் சிதறின. அறையில் நிலைகொண்டிருந்த வெறுமை அவளது துயரத்தை அதிகரித்தபடியிருந்தது. கண்களில் இருந்து நீர் தாரை தாரையாக வழிந்துகொண்டிருந்தது. அவனது பெயரை உச்சரித்தபடி இருந்த அவளது உதடுகள் உலர்ந்திருந்தன. அவன் பருகத் துடிக்க தன் நிர்வாணம் தன்னை அச்சமூட்டும் விதமாக மாறிவிட்டிருந்ததை உணர்ந்தவள் உடல் தளர்ந்து அழுகையோடு மெத்தையில் சரிந்தாள். தன்னைத் தேற்றிக் கொள்ள எந்த வழியும் அற்றவளாக படுத்துக் கிடந்தாள். கடைசிவரை அவனால் இயல்பாக அணுக முடியாதபடியிருந்த அவளின் நிர்வாணத்தை காற்றின் கைகள் வருடிக் கொண்டிருந்தன.

❋ ❋ ❋

ஒருநாளும் நாம் திரும்பப் போவதில்லை

மதியம் 2.30 மணி

ஆழ்ந்த உறக்கத்தில் இருந்த போது தொலைபேசி அழைப்பு. எழுந்து தொலைபேசியை காதில் பொருத்தி, "யார் பேசறது?" என்றேன்.

"வணக்கம், கூகை பதிப்பகத்திலிருந்து பேசுறோம். நீங்க நடுக்கோம்பை நாராயணசாமி சார் தானே?" எனக் கேட்டு அவர்கள் என் பதிலுக்காகக் காத்திருந்தனர்.

கூகை பதிப்பகம் என்றதும் என்னுள் சந்தோஷம் பீரிட்டது. தமிழின் ஆகப்பெரிய பதிப்பகத்திடமிருந்து வந்த தொலைபேசி அழைப்பு. பெரிய கிறக்கத்தை ஏற்படுத்தியது. கலையாத கனவுகளோடு அவர்களிடம் பேசினேன்.

"ஆமா, நாராயணசாமிதான். உங்களுக்கு என்ன வேணும்?"

மீண்டும் அந்த இனிய பெண் குரல் பேசியது.

"கொஞ்ச நேரம் காத்திருங்க சார். எங்க எடிட்டர் உங்களுடன் பேசுவார்."

நான் தொலைபேசியை காதிலேயே வைத்திருந்தேன். இனிய நாதசுர இசைக்கு பின் கரகரவென்ற ஆண்குரல் பேசியது.

"வணக்கம் சார்."

நானும் பதில் வணக்கம் தெரிவித்தேன். எனக்கு இருப்பு கொள்ளவில்லை. என் அறை சுழல்வதாகத் தோன்றியபோது மீண்டும் அவர் பேசினார்.

“சார் இந்த வருடம் புக் ஃபேருக்கு பத்து எழுத்தாளர்களோட நூறு புக் போடறதா திட்டம். உங்களோட ஒர்க்ஸ் எல்லாத்தையும் போடறதா ஐடியா இருக்கு. நீங்க என்ன நினைக்கறீங்க?”

அவர் சொல்லச் சொல்ல என் கீழிருந்த தரை மெல்ல நகரத் தொடங்கியது. ரோமங்கள் சிலிர்த்துக் கொண்டன. மூச்சில் உஷ்ணம் கூடியிருந்தது. என்ன பேசுவதென்றே தெரியவில்லை வார்த்தைகளை விழுங்கிய படியே பேசத் தொடங்கினேன்.

“ரொம்ப சந்தோஷம் சார். என்கது இது பெரிய அங்கீகாரம் சார். ஆனா பத்து புக் போடற அளவுக்கு எங்கிட்ட மெட்டீரியல் இல்லைங்களே சார்.”

அவர் இடைமறித்து பேசினார்.

“அதப்பத்திலாம் நீங்க கவலைப் படாதீங்க. நீங்க எழுதின எல்லாத்தையும் உடனடியா எங்களுக்கு அனுப்பி வைங்க மத்தத நாங்க பாத்துக்கிறோம்.”

அவரது பேச்சு எனக்கு தெம்பைக் கொடுத்தாலும், சில ஐயங்களையும் ஏற்படுத்தியது. சிறிது நேரம் யோசித்தபடியிருந்தேன். மீண்டும் அவரே பேசினார்.

“என்ன யோசிக்கறீங்க? தயக்கமில்லாம படைப்புகளை உடனடியா அனுப்புங்க. மத்தத அப்புறம் பாத்துக்கலாம்.”

மிகுந்த உரிமையோடு பேசினார். எனக்கு நம்பிக்கை ஏற்படத் தொடங்கியது. புதிய தெம்புடன் அவரிடம் பேசினேன். “சரிங்க சார். அனுப்பிச்சிடுறேன். அப்புறம் ஒண்ணு உங்க கிட்ட கேட்கலாமா சார்?”

“ம், தாராளமா கேளுங்க” என இயல்பாகப் பேசினார்.

“என் படைப்புகளை படிச்சிருக்கீங்களா சார்.”

“ஓ படிச்சிருக்கேனே, சல்லிகைல வந்த முயல்கதை ரொம்ப நல்லா இருந்திச்சே.”

“சார் அது முயல்கதை இல்லை. காட்டப் பத்தின கதை.”

“ஓ அப்படியா? காட்ல எதாவது முயல் பத்தி எழுதி இருந்தீங்களா?”

"இல்லைங்க சார். சிங்கமும் நரியும் பத்தின கதை."

"அப்படியா, சந்தோஷம். ஆனா உங்க கதை பத்தி நெறய பேர் எங்கிட்ட சொன்னாங்க. யங் ரைட்டர்ஸ்ல உங்க கிட்ட ஒரு ஃபுளோ இருக்கு. அப்புறம் உங்க கதைய படிக்கறப்ப எனக்கு ஹெமிங்வே தான் ஞாபகத்துக்கு வரார் தெரியுங்களா?"

அவர் பேச பேச எனக்கு மெல்ல சிறகுகள் முளைக்க ஆரம்பித்தன. அதுநாள் வரை எனக்கு உவப்பானதாக இருந்த மின்விசிறியின் இயக்கம் கர்ண கொடூரமாக இருந்தது. ஜனாதிபதி மாளிகையின் படிகளில் ஏறி விருது வாங்குவது போலவும், முதல்வரை சந்தித்து வாழ்த்து பெறுவது போன்றும் பலவித எண்ணங்கள் மின்னி மின்னி மறைந்தன. சிறிது ஆசுவாசத்திற்கு பின் மீண்டும் அவரிடம் பேசினேன்.

"ரொம்ப சந்தோஷங்க சார்..."

"பரவாயில்லை. உடனே நீங்க அனுப்பிடுங்க. எனக்கு ஓவர்சீஸ் கால் ஒண்ணு வருது. வச்சிடட்டுங்களா சார்" என்று அவர் துண்டு துண்டாகப் பேசி தொலைபேசியை வைத்தார்.

என்னால் அதில் இருந்து சுலபத்தில் விடுபடமுடியவில்லை. ஏதோ ஆகாயத்தில் மிதப்பது போன்று உணர்ந்தேன். உடல் முழுக்க சந்தோஷத்தின் உஷ்ணம் பரவியிருந்தது. மெல்ல எழுந்தேன். ஆனால் எனக்கு அது துள்ளல் போன்று தோன்றியது. என் அலமாரியைத் திறந்து சில கோப்புகளை எடுத்து அவற்றில் இருந்த என் எழுத்துக்களைத் தடவிப் பார்த்தேன் எழுத்துகள் பொன்னாக மின்னின. சந்தோஷத்தை என்னால் கட்டுப்படுத்த முடியவில்லை.

சிறிது நேரத்திற்கு பின் என் சேகரிப்புகள் அனைத்தையும் ஒரு பெரிய கட்டாகக் கட்டி, வண்டியில் வைத்துக்கொண்டு கூரியர் அலுவலகம் நோக்கி விரையும் என்னை என் மனைவி விசித்திரமாகப் பார்த்துக் கொண்டிருந்தாள்.

ஒருவாரம் கடந்திருக்கும் நிலையில் என் பெயருக்கு ஒரு பார்சல் கடிதம் வந்து சேர்ந்தது. பெரிய எதிர்பார்ப்போடு இருந்த நான் உடனடியாக அதைத் திறந்து பார்த்தேன். உள்ளே தனித்தனியாக எட்டு கட்டுகளும் ஒரு கடிதமும் இருந்தது. தனித்தனியாக இருந்தவற்றை எடுத்துப் பார்த்தேன். அவை பிழைதிருத்த அனுப்பப்பட்டிருந்தன. அவற்றில் என் பெயரைப் பார்த்தபோது

எனக்குள் சந்தோஷம் குமிழிட்டது. நீண்ட நேரம் அவற்றையே புரட்டிப் புரட்டி பார்த்தேன். தான் அனுப்பியவற்றை தரம் பிரித்து இவ்வளவு நேர்த்தியாக நூலாக்கியிருக்கும் எடிட்டரை நினைத்து ஆச்சரியமாக இருந்தது.

பின் அந்தக் கடிதத்தைப் பிரித்துப் படிக்க ஆரம்பித்தேன். எடிட்டரின் கையெழுத்து கிறுக்கலாக இருந்ததால் வாசிக்க கடினமாக இருந்தது.

20-11-2008

அன்பினிய நாராயணசாமி சாருக்கு,

வணக்கம், உங்கள் நூல்களை கொண்டு வருவதில் மிக்க மகிழ்ச்சி அடைகிறோம். உங்கள் படைப்புகளை இனி தொடர்ந்து நாங்களே வெளியிடத் தீர்மானித்துள்ளோம். உங்கள் ஒத்துழைப்பு தேவை. மேலும் நீங்கள் அனுப்பிய உங்கள் எழுத்தாக்கங்களை கீழ்கண்டவாறு பிரித்து தட்டச்சு செய்து உங்கள் பார்வைக்கு அனுப்பியுள்ளோம். பிழைதிருத்தி அனுப்பவும்.

1. நாவல்
2. சிறுகதை
3. நீங்கள் வாசித்த புத்தகங்கள்
4. உங்களின் இசை ரசனை
5. திரைப்படங்கள்
6. மொழிபெயர்ப்பு கதைகள்
7. கல்வி முறை பற்றிய கட்டுரைகள்
8. பாலியல் கதைகள்.

மேலும் இது தவிர இன்னும் இரண்டு தலைப்புகளான, பயணக் கட்டுரைகள் ஒன்றும் பிற மொழி எழுத்தாளர் பற்றிய கட்டுரை ஒன்றும் தயாராகிவிட்டால் நமது திட்டம் முற்றிலும் வெற்றி. ஆகவே அனுப்பாமல் இருக்கும் மற்ற பிரதிகளையும் அனுப்பி உதவுங்கள்.

கடிதம் கண்டதும் முடிந்தால் தொலைபேசியில் அழையுங்கள்.

என்றும் அன்புடன்
கானாடுகாத்தான்
(கூகைக்காக)

பத்து புத்தகங்கள் வெளியாகப்போகும் மகிழ்ச்சி. துள்ளிக் குதித்தபடி மனைவியிடம் கடிதத்தைக் கொடுத்தேன். என் நடையில் அப்போது கம்பீரம் கூடியிருந்தது. பின் என் செல்பேசி வாயிலாக அவரைத் தொடர்பு கொண்டு பேசினேன்.

“வணக்கம் சார். ரொம்ப சந்தோஷம் இவ்ளோ சீக்கிரம் அனுப்பிச்சிட்டீங்களே.”

“எதையும் கச்சிதமா முடிச்சிடனும் சார். அப்பதான் தீவிரமா இயங்க முடியும். புரூப் பாத்து சீக்கிரம் அனுப்பிச்சிடுங்க.”

“சரிங்க சார். அப்புறம் அந்த ரெண்டு தலைப்புல புக் போடறதுக்கு எங்கிட்ட மெட்டீரியல் கிடையாதே” நான் அவரிடம் சொல்லிக் கொண்டிருக்கும்போதே என்னை அலட்சியம் செய்வதுபோல அவர் வெகு சாதாரணமாகக் கேட்டார்.

“என்ன அந்த பயணக் கட்டுரையும், அயல் எழுத்தாளர் பற்றியும் தானே?”

“ஆமா, சார்.”

“நீங்க எங்கயும் வெளியில டூர் போனது கிடையாதா?”

“சின்ன வயசுல என் பாட்டி கூட ராமேசுவரம், கன்னியாகுமரின்னு போய் இருக்கேன். அதுக்கப்புறம் எங்கயும் போனது கிடையாது சார்.”

“ஒண்ணும் கவலைப்படாதீங்க. உங்க பிரண்ட்ஸ்கூட எங்கலாம் போவீங்க?”

“தெனத்துக்கும் காலையில வீரங்கிபுரம் ஏரிக்கு காலார நடந்து வெளிய போவம் சார்.”

“இதுதான்யா நமக்கு முக்கியம். ஒரு எழுத்தாளன் எங்க போனாலும் அது பயணம் தான்யா. அத பத்தி எழுது. அதுதான் நிக்கும்.”

அவர் சொல்ல சொல்ல எனக்கு நண்பர்களுடன் நடந்து செல்வதும், ஏரிப்பாறையில் அமர்ந்து ஊர்க்கதை பேசுவதுமான காட்சிகள் மனத்திரையில் விரிவு கொண்டன. மேலும் அவரின் பேச்சு ஒரு புது வித தெம்பையும் அளித்தது. பின் நான் அவரிடம் கேட்டேன்.

“சார். அப்புறம் அயல்மொழி எழுத்தாளர் பற்றி ஒரு கட்டுரைத் தொகுப்பு...” என நான் இழுத்தேன். புரிந்து கொண்டவராய் அவர் தொடர்ந்தார்.

“அதப்பத்தியும் கவலைப் படாதீங்க. ஈட்டி பத்திரிக்கையில உங்க பழைய கடிதம் ஒன்று வந்தது நினைவு இருக்கா?”

“ஆமாம் சார். எப்பவோ எழுதனது. அரை வேக்காட்டுத் தனமா இருக்கும் சார். அயல்மொழி எழுதத்தாளர்கள் பற்றி என் சந்தேகத்தை கேள்வியா கேட்டிருப்பேன்.”

“அதே தான்யா. அந்த கடிதம் தான்.”

“சார் அது வெறும் வார்த்தை குப்பை சார்.”

“போயா...போ, அது ரொம்ப முக்கியமான ரைட் அப். அத இன்னும் டெவலப் செஞ்சி ஒரு புக்கா போட்டுடலாம்.”

நான் புரியாமல் அவரிடம் கேட்டேன்.

“எப்படி சார் டெவலப் பன்றது?”

“அதபத்தி நீ ஏன்யா கவலைப்படுற? நெட்ல இருந்து ஒரு இருபது பக்கம் டவுன் லோட் செஞ்சி அனுப்புறோம். படிச்சிட்டு உன் கருத்தை எழுதி அனுப்புயா அது போதும்.”

“சரிங்க சார்.”

“அப்புறம் கல்வி பற்றி ஒரு புக் போடறம்ல, அதுக்கு கொஞ்சம் பக்கம் கொறையுது. நாவல்ல இருந்து எடுக்கலாம்னு பாத்தா அப்புறம் அதுக்கு பக்கம் கொறஞ்சிடும்.”

“நாவல் தான் ரொம்ப பெருசாச்சே சார்.”

“அதுல கொஞ்சம் எடுத்து தான் சிறுகதைகளாக்கி சிறுகதை தொகுப்பை முடிச்சோம். இனி அதுல கைவைக்க முடியாது. வீட்ல நீங்க வேறெதுவும் எழுதி வச்சிருக்கீங்களா?”

“சார் நெறைய கவிதைங்க வெச்சிருக்கேன். வேணும்னா அனுப்புறேன். கவிதை தொகுப்பு ஒண்ணு போட்டுடலாமே.”

"இல்லைங்க சார். கவிதைக்கு இப்ப சேல்ஸ் இல்லை. அதுவுமில்லாம லைப்ரரி ஆர்டரும் கெடைக்கமாட்டுது" என சொல்லி முடித்தார். இருபுறமும் சிறிது நேரம் மௌனம் அடைத்துக்கிடந்தது பின் அவரே பேசினார்.

"வீட்ல கவிதை தவிர வேற எதாவது எழுதி வச்சிருக்கிங்களா?"

"இப்ப வீட்டில இருக்கிறது என் பாடக்குறிப்பேடும் என் பொண்ணுடைய ஹோம் ஒர்க் நோட்டுகளும் தான் சார்."

நான் சிரித்துக் கொண்டே கூறினேன். ஆனால் அவர் படு சீரியசாக என்னிடம் சொன்னார்.

"உடனே அவற்றை அனுப்பிடுங்க. அதயும் சேத்து கல்வி சம்பந்தமான அந்த தொகுப்ப முடிச்சா அதுக்கு ஒரு கூடுதல் வெயிட் கிடைச்சிடும்."

அவரின் பேச்சை எப்படி எடுத்துக் கொள்வதென்று எனக்குப் புரியாமல் மறுபடி கேட்டேன்.

"சார் உண்மையிலேயா?"

"ஆமாம் யா, உடனடியா அனுப்பு. நாள் நெருங்கிடுச்சி" எனக் கூறிவிட்டு தொலைபேசியைத் துண்டித்தார். அடுத்த நொடியில் இருந்து நான் வேக வேகமாக இயங்கினேன். என் பாடக் குறிப்பேடுகளையும், என் மகளின் எல்கேஜி, யுகேஜி நோட்டு புத்தகங்களையும் அன்றே கூரியரில் அனுப்பி வைத்தேன். இரவு பகல் பாராது எழுதி எழுதி என் பயண அனுபவங்களை அடுத்த இரண்டு நாட்களுக்குள் அனுப்பி வைத்தேன்.

இரண்டு வாரங்கள் முடிந்து விட்டிருந்த அன்று பருவ மழை கூடிப் பெய்யத் தொடங்கியிருந்தது. எங்கும் வெளியில் செல்ல முடியவில்லை. வீட்டிலேயே அடைப்பட்டிருக்க வேண்டி வந்தது. மதியம் தொலைக்காட்சி பார்த்துக் கொண்டிருந்த போது கூகை பதிப்பகத்திலிருந்து என்னை அழைத்தனர். இனிய ஒரு பெண்குரல் ஒலித்தது.

"சார் அழைப்பிதழும் உங்க புத்தகங்களின் ரேப்பர் டிசைனும் பின் அட்டை குறிப்புகளும் அனுப்பி வச்சமே கிடைச்சிடுதா?"

"இன்னும் இல்லைங்களே."

“அப்ப நாளக்கி இல்ல நாளன்னிக்கி கெடச்சுடும். அப்புறம் மார்க்வெஸ் பத்தி அனுப்பின கட்டுரைய படிச்சிட்டு ஒரு ரைட்அப் கேட்டிருந்தோம். இன்னும் நீங்க அனுப்பல. சீக்கிரம் அனுப்பிச்சிட்டா பைண்டிங்குக்கு அனுப்பிடலாம்.”

“நீங்க அனுப்பின கட்டுரைய படிக்கவே முடியலைங்க. சுலபத்துல அர்த்தம்புரிய மாட்டேங்குது. முயற்சி பண்றேன்.”

“ட்ரை பண்ணுங்க சார். அப்புறம் உங்களுக்கு தெரிஞ்ச வேற யங் ரைட்டர்ஸ் நம்பர் இருந்தா சார் அனுப்ப சொன்னாங்க.”

திடீரென்று வேறு எழுத்தாளர்களின் தொலைபேசி எண்களை ஏன் கேட்கிறார்கள் என மனம் வேகமாக யோசிக்கத் தொடங்கியது. நம்மீது நம்பிக்கையில்லாமல் போய்விட்டதோ என்றும் நினைத்தப்படியே அவளிடம் கூறினேன்.

“நான் அனுப்புறேங்க....”

“ரொம்ப நன்றி சார்.”

அந்த இனிய குரல் தொலைபேசி இணைப்பை துண்டித்தது. முதன் முதலாக நெருக்கடியாக உணர்ந்தேன். அவர்கள் அனுப்பிய கட்டுரையைப் படிப்பதற்கு கஷ்டமாக இருந்தது. தொடர்ந்து ஒரு பத்தியைப் படிப்பதற்கே சிரமப்பட வேண்டியிருந்தது. முடியாது என்றும் கூற முடியாத நிலை. எவ்வளவு பெரிய பதிப்பகம். நம்முடைய இத்தனை நூல்களை ஒரே நேரத்தில் கொண்டு வருகிறது. கொஞ்சம் இணக்கமாகத்தான் நடந்து கொள்ள வேண்டும் என மனதில் எண்ணவோட்டங்கள் சுழன்றபடியிருந்தன.

இரண்டு நாட்களுக்குப் பிறகு நூல் வெளியீட்டு விழாவுக்கான அழைப்பிதழும், புத்தகங்களின் அட்டைப் படங்களும் பின் அட்டைக் குறிப்புகளும் இரண்டு பக்கங்கள் பத்திரிக்கை விளம்பரம் மாதிரியும் வந்து சேர்ந்தபோது மீண்டும் என்னைப் பதற்றம் கவ்விக்கொண்டது. அன்று எடிட்டர் தொலைபேசி வாயிலாக நலம் விசாரித்து பின் கட்டுரை பற்றிக் கேட்டார். விரைவில் அனுப்பி வைக்கச் சொல்லி தொடர்பைத் துண்டித்தார்.

எனக்கு சங்கடமாக இருந்தது. அவர்களுக்கு ஈடு கொடுக்க முடியாத என் நிலைகண்டு நானே நொந்து கொண்டேன். அவர்களின் அழைப்பிதழையும், நூல் பற்றிய குறிப்புகளையும் படிக்கவே கஷ்டமாக இருந்தது. ஒவ்வொரு நூல்பற்றியும் மிகவும் உயர்ந்த

அபிப்ராயத்தை எழுதியிருந்தார் எடிட்டர். எனக்கே என் எழுத்து மீதான மரியாதை கூடியது. அழைப்பிதழில் என் பெயரை கொட்டை எழுத்தில் பார்த்த என் மனைவி அன்றிலிருந்து அந்தரத்தில் கால்பாவி நடக்கத் தொடங்கினாள்.

இரவு உறங்கப்போகும்போது என் மனைவி என் புத்தகங்கள் பற்றிய சிறுகுறிப்புகளை வாசித்துவிட்டு என்னிடம் கேட்டாள்.

"எப்படிங்க உங்க புத்தகத்த பத்தி இவ்ளோ உயர்வா எழுதியிருக்காரு?"

அவள் கிண்டலுக்கு கேட்கிறாளா எனத்தோன்றியது. அவளது முகத்தை உற்றுப் பார்த்தேன். ஏதும் வித்தியாசம் தென்படாத நிலையில் அவளிடம் நான் சொன்னேன்.

"அவரு பெரிய படிப்பாளிடி. ஒரே ராத்திரியில போரும் அமைதியும் படிச்சி முடிச்சார்னா பாத்துக்கோயேன்."

இப்போது என் மனைவியின் கண்களில் ஆச்சரியம் மின்னியது. ஆனாலும் வியப்பை வெளிக்காட்டிக்கொள்ளாமல் என்னிடம் கேட்டாள்.

"எவ்ளோ பெரிய படிப்பாளியா இருந்தாக்கூட, எப்படி இன்னும் முடிக்காத ரெண்டு புத்தகத்த பத்தி குறிப்பு எழுத முடியும்?"

அப்போதுதான் எனக்கும் உரைத்தது. நாம் இன்னும் இரு புத்தகங்களுக்கு தேவையான கையெழுத்துப் பிரதியையே அனுப்பவில்லை. அதற்குள் எப்படி குறிப்புகள் எழுத முடியும் எனும் கேள்வி எனக்குள்ளாகவே பூதாகரமாக உருப்பெறத் தொடங்கியது. இருந்தாலும் எதையும் வெளிக்காட்டிக்கொள்ளாமல் மனைவியிடம் கூறினேன்.

"போடி போக்கத்தவளே. அவரு புத்தகத்த ஒரு தடவ பார்த்தா போதும். அத பத்தி டக்குனு சொல்லிடுவார் டி."

ஆனாலும் என் மனைவி என் பதிலில் சமாதானம் கொள்ளாமலேயே உறங்கச் சென்றாள். எனக்குத்தான் இரவு, அடர்ந்த வனமாக தோன்றியது.

மறுநாள் பதிப்பகத்திலிருந்து தொலைபேசி அழைப்பு. கட்டுரை கேட்டுத்தான். என்னால் பேசமுடியாமல் தவித்தேன். அவர்கள்

கொஞ்சம் கோபத்தோடு இருப்பதாக உணர முடிந்தது. தர்ம சங்கடத்தில் மாட்டிக்கொண்டு உழல்வதாகப்பட்டது. புத்தகம் போட ஏன் ஒத்துக்கொண்டோம் என்றும் தோன்றியது. நாளுக்கு ஒன்றென இருந்த அவர்களின் அழைப்பு ஒரு மணிக்கு ஒரு முறை என்றானபோது எனக்கு கைபேசியைக் கண்டாலே பயம் ஏற்படத் தொடங்கியிருந்தது. என் மனைவியை அவர்களுக்கு பதில்கூறச் சொன்னேன். இதனால் எனக்கும் அவளுக்கும் அடிக்கடி தகராறு ஏற்பட்டது. தொடர்ந்து அவர்களிடம் மௌனம் சாதித்தாலும் கூட அவர்கள் என்னை அழைப்பதை நிறுத்தவில்லை. நேராக வந்து விடுவார்களோ என்றும் பயந்து நடுங்கினேன். இந்த நேரம்தான் என்றில்லாமல் எல்லா நேரங்களிலும் தொலைபேசி ஒலிக்கவே என் மனைவியும் மகளும் வேறு அறையில் தூங்கப் பழகிக்கொண்டனர். தொலைபேசி அழைப்புகள் என்னை நீடித்த பயத்திலேயே வைத்திருந்தன.

ஒரு நாள் மாலை வேளை நானும் எனது நண்பனும் கூட்ரோட்டில் தேனீர் அருந்திக் கொண்டிருந்தபோது என் செல்பேசி ஒலித்தது. எடுத்துப் பார்த்தேன், கூகை பதிப்பகம் என்றிருந்தது. அழைப்பை என் நண்பனின் செல்பேசிக்கு மாற்றி, அமைதியாக கவனித்துக் கொண்டிருந்தேன். அவன் தொலைபேசி ஒலிக்க, எடுத்து அவர்களுடன் பேசினான்.

“யார் நீங்க?”

“சார் நாங்க கூகை பதிப்பகத்திலிருந்து பேசுறோம் நடுக்கோம்பை நாராயணசாமி சார் தாங்களே.”

“இல்லைங்க சார். நான் அவரோட பிரண்ட்.”

“பரவாயில்லைங்க சார். நீங்களும் எழுத்தாளரா?”

அவனுக்கு ஏதும் புரியவில்லை. எந்த பதிலையும் கூறும் நிலையிலும் அவன் இல்லை. மெல்ல அவன் ஓர் எழுத்தாளராக அந்த நிமிடத்திலிருந்து உருக்கொள்வதாகத் தோன்றியது.

சில நாட்களுக்கு பின் காலை நடையின்போது தானும் கதைகள் எழுதுவதாகவும் மொழிப்பெயர்ப்பு செய்வதாகவும் கூறி என்னைப் பார்த்துக் கண் சிமிட்டினான்.

பறவைகள் அங்குமிங்குமாக திரியத் தொடங்கின. சூரியன் மெல்ல மேலேறிக் கொண்டிருந்தது.

இணைப்பு : 1

நூல் வெளியீடு 2009

கூகை பதிப்பகம்,
18, தட்டாவட்டி சாலை,
பேர் பெரியாங்குப்பம்-605 701
email: koogai@gmail.com
www.koogai.com

நடுக்கோம்பை நாராயணசாமியின் பத்து நூல்கள்

1. வாசித்து முடித்த வரிகள்

ஆசிரியர் தன் பால்யத்திலிருந்து இதுவரை வாசித்து முடித்த உலகின் அதி முக்கியமான நூறு புத்தகங்களைப் பற்றிய விரிவான பதிவு. உலக இலக்கியப் போக்குகளை நுட்பமான முறையில் எழுதிச் செல்லும் ஆசிரியர் இடையிடையே அவ்வப்பொழுது செயல்பட்ட இலக்கிய அரசியலையும் கறாராக விமர்சிக்கிறார். எழுத்தாளர்கள் மற்றும் வாசகர்களின் நூலகத்தில் அவசியம் இடம் பெற வேண்டிய நூல் இது.

480 பக்கங்கள்
விலை ரூ 240

2. நெடிய இரவின் பிடியில் உறங்கும் கோடம்பாக்கம்

உலகின் அதி உன்னத திரைப்படங்களைப் பற்றி பேசும் மிக முக்கிய புத்தகம். உலகத்திரைப்படங்களின் துணைகொண்டு ஆசிரியர் மிகவும் நடுநிலையாக இந்திய, தமிழ் திரைப்படங்களை அலசியிருக்கும் கட்டுரை நூலின் பெரும் பலம். நூலின் இறுதியில் இணைக்கப்பட்டுள்ள நைஜிரிய இயக்குனர் ‘லால் சலாம் ஜிம்போ’வின் நேர்காணல் புத்தகத்திற்கு மேலும் வலுசேர்க்கிறது.

280 பக்கங்கள்
விலை ரூ 120

3. அல்ஜீப்ராவையும் அமீபாவையும் நாம் ஏன் கற்க வேண்டும்? (கல்வியியல் சிந்தனைகள்)

இன்றைய கல்வி முறையை கூர்மையாக விமர்சனம் செய்யும் நூல் இது. மனநோயாளிகளின் கூடாரமாகிவிட்ட நமது கல்விச்சாலைகளை தனது மாணவப் பருவ கண்கொண்டு அணுகும் ஆசிரியர், அவரின் பாடக்குறிப்பேடுகளின் உதவியுடன் இன்றைய திட்டங்களை ஆய்வு செய்வதால் ஓர் ஆய்வறிக்கையை வாசிப்பது போன்ற தோற்றம் ஏற்படுவதே நூலின் பலத்திற்கு ஒரு சான்று.

200 பக்கங்கள்
விலை ரூ 110

4. துளையிலிருந்தெழும் பேரிசை

சமீபத்தில் தமிழில் வெளிவந்திருக்கும் மிகவும் முக்கியமான இசை நூல் இது. கென்ய, அரேபிய, நைஜீரிய இசைக்கலைஞர்களின் வாழ்க்கையையும் அவர்கள் எதிர்கொள்ளும் பிரச்சனைகளையும் பேசுவதுடன் பல்வேறு இசை வடிவங்களையும், அக்கலைஞர்களையும் பற்றி விரிவாக அலசுகிறது இந்நூல். தமிழ் மெல்லிசை வடிவங்களின் போதாமைகள் குறித்தும் ஓர் விரிவான கட்டுரை உண்டு. மொராக்கோ இசைக்கலைஞர் ஜும்போ செம்பேன் அவர்களின் நேர்காணலும், இசைக்குறிப்புகளும் அடங்கிய மிக முக்கியத் தொகுப்பு இது.

340 பக்கங்கள்
விலை ரூ 180

5. காத்தாயி சொன்ன காரிருள் கதைகள் (பாலியல் கதைகள் ஒரு நூறு)

இன்றைய நவீன வாழ்வில் பெருஞ்சிக்கலாக உருக்கொண்டிருக்கும் காமம், கடந்த நூற்றாண்டுகளில் எப்படி அணுகப்பட்டது என்றும், அப்போது புழக்கத்திலிருந்து இப்போது இல்லாமல் போன மிக நுட்பமான நூறு பாலியல் கதைகளும் அடங்கிய தொகுப்பு இது. காமத்துக்கும் உளவியலுக்குமான நுட்பமான ஒரு கட்டுரை முனைவர் பால் பாண்டியன் அவர்களால் எழுதப்பட்டிருப்பது குறிப்படத்தக்கது. அனைவரும் வாசிக்க வேண்டிய ஓர் அரிய தொகுப்பு இது.

600 பக்கங்கள்
விலை ரூ. 350

6. அந்த பாறை வளர்ந்துகொண்டே இருக்கிறது (மொழிபெயர்ப்பு சிறுகதைகள்)

மதம் இனம் தேசியம் எனும் கற்பிதங்களுக்குள் அகப்பட்டுக்கொண்டு, அதிலேயே உழலும் நமது எழுத்துகளுக்கு மத்தியில் இது போன்ற கதைகளின் வரவே நம் இலக்கியப் பரப்பை மேலும் விரிவுபடுத்தும். தற்கால உலக இலக்கியத்தின் போக்கை இக்கதைகள் வழி அறிய முடிகிறது. மேலும் கதை சொல்லுதலில் ஏற்பட்டிருக்கும் மாற்றத்தையும் துல்லியமாக பதிவு செய்கிற இந்நூலை ஆசிரியர் வெகு நேர்த்தியாக மொழி பெயர்த்திருக்கிறார்.

184 பக்கங்கள்
விலை ரூ. 110

7. கூந்தலில் நீர்மை கொண்ட ஜக்கம்மாவின் கதை

ஜக்கம்மா எனும் பாத்திரத்தின் மூலம் ஆசிரியர் மூன்று நூற்றாண்டுகளில் பயணிக்கிறார். காலந்தோறும் பெண்களின் அவலங்களைப் பேசும் நூல், இடையிடையே பெண்கள் செய்த தந்திரங்கள், படுகொலைகள், ஆட்சிக் கவிழ்ப்புகள் ஆகியவற்றையும் விவரிக்கிறது. எனவே நாவலுக்கு ஓர் சமகால அரசியல் படிமம் கிடைத்து விடுகிறது. பெண்களை மையமாகக் கொண்டு தமிழில் இது போன்ற ஒரு விரிவான நாவல் இதுவரை எழுதப்படவேயில்லை என்பதை உரத்துக் கூறலாம். தொன்மத்தை ஆசிரியர் நேர்த்தியாகக் கையாண்டிருப்பது நாவலின் மற்றுமொரு பலம். பெண்களின் அரசியலை விரிவான தளத்தில் பதிவு செய்திருக்கும் இந்நாவல் அனைவரும் அவசியம் படிக்க வேண்டிய ஒன்று.

720 பக்கங்கள்
விலை ரூ. 430

8. ஒரு நாளும் நாம் திரும்பப் போவதில்லை (சமீபத்திய சிறுகதைகள்)

2000க்கு பின் எழுதிய பதினாறு சிறுகதைகள் கொண்ட தொகுப்பு. நுண்ணிய விவரிப்புகள், கதை கூறலில் நவீனத் தன்மை,

வசனங்களின் கச்சிதம் அனைத்தும் கூடிய நேர்த்தியான கதைகள் அடங்கியிருக்கின்றன. தொகுப்பின் ஆகச் சிறந்த கதைகளான "பொம்மியக்காவின் உதிரம்" "ஒரு நாளும் நாம் திரும்பப் போவதில்லை", "ஜடாயுவின் துண்டான இறக்கை" மூன்று கதைகளையும் அவசியம் படித்தேயாக வேண்டும். இது உண்மை. இதில் எழுத்தாளரின் புனைவெழுத்தின் வேகம் பெரும் வீச்சோடு வெளிப்பட்டிருப்பது குறிப்பிடத்தக்கது.

192 பக்கங்கள்
விலை ரூ. 110

9. நடுக்கோம்பையும் நாகலிங்க மரமும் (பயணக் கட்டுரைகள்)

அடிப்படையில் தன்னை ஒரு பயணி என அறிமுகப்படுத்திக் கொள்ளும் எழுத்தாளரின் இதுவரை வெளியான பயணக் கட்டுரைகளின் முழுத்தொகுப்பு. நம் தேசத்தைக் குறுக்கும் நெடுக்குமாக அலைந்து அனுபவித்து சேகரித்த அரிய நினைவுகளைப் பகிர்ந்து கொள்ளும் களமாக விரிவு கொள்கிறது நூல். ஆசிரியர் எடுத்த கலை நுட்பத்துடன் கூடிய புகைப்படங்கள் நூலுக்கு மேலும் வலு சேர்க்கிறது. பயணம் நமக்கு நிறையக் கற்றுத் தருவதைக் கட்டுரைகளின் வழியாக நமக்கு உணர்த்துகிறார் ஆசிரியர். நிச்சயம் நம்மை பயணிக்கத் தூண்டும் ஒரு நூல்.

220 பக்கங்கள்
விலை ரூ. 130

10. கண்டாச்சிபுரத்தில் பறக்கும் தும்பிகளைப் பற்றி கார்சியா காப்ரியேல் மார்க்வெஸ் எழுதாதது ஏன்? (புனைவெழுத்தின் மீதான அரசியல் கட்டுரைகள்)

நோய்க்கூறான சமூகத்தில் வாழ நேர்ந்துவிட்ட அவலத்தில் துடிக்கும் எழுத்தாளனின் வெளிப்பாடுகளில் அரசியல் இருப்பதில் ஒன்றும் தவறில்லை. ஆனால் புனைவெழுத்தில் கட்டமைக்கப்படும் நுண் அரசியலையும், ஜாதி அடையாளங்களையும் ஓர் எழுத்தாளன் கண்டிப்பாக அடையாளப்படுத்தி அலட்சியப்படுத்தவும் செய்ய வேண்டும் என்ற நோக்கத்தில் எழுதப்பட்ட பனிரெண்டு எழுத்தாளர்களின்

கூர்மையான கட்டுரைகள் கொண்ட தொகுப்பு. மொழிபெயர்ப்புகள் மூலம் நிகழ்த்தப்படும் அரசியலும், அதன் பிற்சேர்க்கையாக இணைக்கப்படும் எழுத்தாளர்களின் பட்டியல் கொண்டுள்ள அரசியலையும் வெளிச்சம் போட்டுக் காட்டுகின்றன கட்டுரைகள், அவசியம் அனைவரும் வாசித்து அறிய வேண்டிய நூல்.

130 பக்கங்கள்
விலை ரூ. 80

இணைப்பு : 2

நூல் வெளியிடு 2009

நூல் வெளியீட்டு அரங்கு - மூன்று
நடுக்கோம்பை நாராயணசாமியின் பத்து நூல்கள்
நாள் : 15.1.2009 திங்கள், மாலை 5.00 மணி
இடம் : தேவநேய பாவாணர் நூலக அரங்கு, சென்னை.

தலைமை : திரு.பெர்முடாஸ் பெரைரோ, கலாசார அமைச்சர், மொரிஷியஸ்,
முன்னிலை : திருமதி.அமிர்தானந்த கட்டாரியா, இ.ஆ.ப. ஒரிசா,
வரவேற்புரை : கவிஞர் திரு. கானாடுகாத்தான்

பங்கேற்பு :

எழுத்தாளர் திரு. அண்டோனியா முழக்கோ, கீன்யா

எழுத்தாளர் திரு. பாஸ்பைண்டர் வெரோனிகா, கூபா

இசைஅறிஞர் திரு. சால் ஜமைக்கா டெரி, மொராக்கோ

நடிகர் திரு. இயான் கீமேட் பிளமிங், இங்கிலாந்து

நடிகர் திரு. ஹென்றி போர்டு மூர், அயர்லாந்து

திரு. பிரேமானந்தா கணேசலிங்கம், இலங்கை

திருமதி. இட்லியான அட்வுஸ், துணைவேந்தர், அமெரிக்கா

செல்வி. ஓமனக்குட்டி அப்பசன், கேரளா

நீதியரசர் திரு. விட்டாலோ பென்ஜமின், உலக பன்னாட்டு நிறுவனம், ஜெனிவா.

வேந்தர் திரு. அருளானந்தம், ஏசிடி பல்கலைக்கழகம், மைசூர்.

இயக்குனர் திரு. விட்டோரி நைரி போல், போலந்து.

வெளிவரும் நூல்கள்

வாசித்து முடித்த வரிகள் . நெடிய இரவின் பிடியில் உறங்கும் கோடம்பாக்கம் . அல்ஜீப்ராவையும் அமீபாவையும் நாம் ஏன் கற்க வேண்டும்? . துளையிலிருந்தெழும் பேரிசை . காத்தாயி சொன்ன காரிருள் கதைகள் . அந்தப் பாறை வளர்ந்து கொண்டே இருக்கிறது . கூந்தலில் நீர்மை கொண்ட ஜக்கம்மாவின் கதை . ஒரு நாளும் நாம் திரும்பப் போவதில்லை . நடுக்கோம்பையும் நாகலிங்க மரமும் . கண்டாச்சிபுரத்தில் பறக்கும் தும்பிகளைப் பற்றி கார்சியா காப்ரியேல் மார்க்வெஸ் எழுதாதது ஏன்?

நன்றியுரை:

எழுத்தாளர் திரு. நடுக்கோம்பை நாராயணசாமி

உங்கள் வருகையை அன்புடன் எதிர்நோக்கும்:

கூகை பதிப்பகம்,
18, தட்டாவட்டி சாலை,
பேர் பெரியாங்குப்பம்-605 701.
email: koogai@gmail.com
www.koogai.com

❋ ❋ ❋

பச்சபுள்ளா குளம்

எட்மண்ட் டான்டஸ்சின் இருபத்தைந்தாம் நினைவு நாளையொட்டி, '*The Cross Section*' எனும் இலக்கியப் பத்திரிகை, ஒரு சிறப்புக் கட்டுரையையும், ஒரு சிறுகதையையும் வெளியிட்டு அவரை கௌரவித்திருந்தது. சிறந்த மொழியியல் அறிஞரும் சிறுகதை எழுத்தாளருமான டாக்டர் வில்லியம் மோர்ஸ் அவர்களால், எட்மண்ட் டான்டஸ்சின் ஆய்வுகளை உள்வாங்கி, எழுதப்பட்ட இக்கதை சிதைந்து வரும் நமது கிராமியக் கலாச்சாரத்தையும் வாய்மொழிக் கதைகளின் வீச்சையும் நுட்பமாக பதிவு செய்கிறது. கன்னிமார் குறித்த ஆய்வுகளைத் தொடர மேற்கொண்ட அவரது முயற்சிகளையும், இதுவரை விளங்கிக் கொள்ளவே முடியாத அவரது புதிர் நிரம்பிய மறைவையும் தனக்கே உரித்தான தொனியில் வில்லியம் மோர்ஸ் எழுதிச் செல்கிறார். கதையின் போக்கோடும் முடிவோடும் ஒத்துப்போக முடியாத பட்சத்தில் கூட, இக்கதையில் படிந்திருக்கிற கிராமம் சார்ந்த நம்பிக்கையின் நுண்அரசியலும் அவசியம் என்றே தோன்றுகிறது.

மேலும் எட்மண்ட் டான்டஸின் மறைவானது, கன்னிமார் குறித்த ஆய்வோடு அவருக்கிருந்த ஈடுபாட்டினால் ஏற்பட்ட மனப்பிறழ்வு சம்பந்தப்பட்டது மட்டும் தானா என்பதை இன்றளவும் விளங்கிக் கொள்ள முடியவில்லை. கன்னிமார்கள் குறித்த ஆய்வின் கடைசித் தொகுதி முற்று பெறவே இல்லை என்பதும், அதைத் தொடர யாரும் விருப்பம் காட்டவே இல்லை என்பதும் ஆய்வுலகில் அவ்வப்போது ஏற்படும் பெரிய சோகங்களில் ஒன்றாகும். டான்டஸின் இறுதிக் காலங்கள் கூட மற்றவர்கள் மத்தியில் இவ்வாய்வு குறித்த பயத்தை ஏற்படுத்தியிருக்கக் கூடும் என்றும் எண்ண இடமிருக்கின்றது. கன்னிமார்கள் குறித்து பதினாறு தொகுதிகள் கிட்டத்தட்ட இருபத்தி மூணாயிரம் பக்கங்கள் என்று வளர்ந்து கொண்டே இருந்தவரின் செயல்பாடு கடைசியில்

சுயநினைவின்றி, “தான் தான் கன்னிமார்களின் கதைகளை எழுதவந்தவன்” என்று புலம்பியபடி பச்சபுள்ளா குளக்கரையிலும் கோணமலைக் காடுகளிலும் சுற்றிச் சுற்றி வந்ததை இக்கட்டுரை காத்திரமாக முன்வைக்கிறது. இதை வாசிக்கும் போது நமக்கும் மனம் கனத்து கண்களில் நீர் கோர்த்துக்கொள்கிறது. பிரசுர வசதி கருதி கதையின் சுருக்கப்பட்ட வடிவம் மற்றும் டான்டஸ் பற்றிய சிறு குறிப்பும் பதிப்பாளரின் அனுமதியோடு மொழி பெயர்க்கப்பட்டுள்ளது.

ஈசான மூலையில் மேகம் கரும்பாறையென திரண்டிருந்தது. மழைவருவது போல தோன்றிய போது, பண்டாரம் துண்டை உதறிக்கொண்டே எழுந்தார். சுற்றிலும் இருள் சூழ்ந்து கிடந்தது. கிணற்று மேட்டில் தவளைச் சத்தம் தொடர்ந்து கேட்டபடி இருந்தது. மடியில் சுருட்டி வைத்திருந்த பீடிக்கத்தையிலிருந்து ஒன்றை உருவி பற்றவைத்துக்கொண்டு மோட்டார் கொட்டகையிலிருந்து கீழிறங்கினார். அவர் கால்வைத்த இடத்திலிருந்து ஒரு தவளை தாவிக்குதித்து ஓடியது. கண்களை அழுத்தி துடைத்தபடி விளைச்சலை ஊடுருவிப் பார்த்துக்கொண்டே வந்தவர் கீழாண்ட வாய்க்கால் ஓரம் தொடர்ச்சியாக தீப்பந்தங்கள் போன்று எதுவோ அசைந்து செல்வதைக் கண்டார். கண்களை நன்கு துடைத்துக் கொண்டு உற்றுப்பார்த்தார். கையில் தீவட்டிகளோடு கன்னிமார்கள் சாரியாக சென்று கொண்டிருந்தன. ஒரு நெருப்பு கோடு நகர்வதைப் போன்று ஒளியும் மாறி மாறித் தோன்றின. கீழண்ட வாய்க்காலைக் கடந்து சிறு மேட்டை அடைந்தபோது அது கன்னிமார்களின் சாரிதான் என்பதை உறுதிப்படுத்திக் கொண்ட அவரை பயம் கவ்விக்கொண்டது. வேக வேகமாக நடந்து மோட்டார் கொட்டகையின் மீது ஏறி தூங்கிக் கொண்டிருந்த தனது மகனை அதட்டி எழுப்பினார்.

“டேய் வினாயகம் எழுந்திர்டா” அவன் சட்டை செய்யாமல் புரண்டு படுத்தான். அவர் வேகமாகத் தட்டி எழுப்பினார். அவன் அலண்டு அடித்துக் கொண்டு எழுந்தான். சோம்பல் முறித்தபடியே அவரைப் பார்த்துக் கேட்டான்.

“நடு ராத்திரில ஏன் தான் எழுப்பறீங்களோ”

“டேய் அங்க பார்றா. கன்னிமார்லாம் சாரி போவுது” என கீழண்ட வாய்க்காலை நோக்கிக் கையை நீட்டி காண்பித்தார். தொலைவு வரை அடர்ந்திருந்த இருளில் மின்மினிப்பூச்சிகள் நீந்திக் கொண்டிருப்பதைப் போலத் தோன்றின. கண்களை கசக்கியபடி,

அவர் கைநீட்டிய திசையைப் பார்த்தான். தீப்பந்தங்களுடன் ஆட்கள் நடந்து செல்வது போலத் தோன்றியது. மேட்டின் மீது வளர்ந்திருந்த தென்னைகளின் ஊடாக அவை நடந்து கொண்டிருந்தன. அவனுள் பயத்தின் பிடிமெல்ல இறுகிக்கொண்டிருந்த போது அவர் பீடியை ஆழ்ந்து புகைத்துக் கொண்டிருந்தார்.

ஒலி நாடாவில் பதிவாகியிருந்த குரல் துல்லியமாக ஒலித்தது. ஒலி வடிவத்தை எழுத்தாக மாற்றும் போது அயர்வாக உணர்ந்த எட்மண்ட் டான்டஸ் ஒலி நாடாவின் இயக்கத்தை நிறுத்தினார். களைப்பை போக்க அவருக்கு சிறு தூக்கம் தேவைப்பட்டது. மீதியை அப்புறம் எழுதிக்கொள்ளலாம் என்று முடிவு செய்தவருக்கு அதுவரை எழுதியவற்றை படித்துப் பார்க்க வேண்டும் எனத் தோன்றியது. படித்துப் பார்த்தார். கட்டுரையாகவே எழுதி விட்டிருக்கலாம். கதையாக மாற்றும்போதுதான் நிறைய சிக்கல்களை சந்திக்க வேண்டியிருக்கிறது என அவர் யோசித்துக் கொண்டிருக்கும்போது வெளியில் காற்று வீசிக் கொண்டு இருந்தது. மேஜை மீது பரப்பப்பட்டிருந்த துணி காற்றில் படபடத்தது.கொஞ்ச நேரத்தில் காற்று வேகமெடுத்து பெருத்த சப்தத்தோடு வீசியது. தோட்டத்தில் மரங்கள் ஒடிந்து வீழ்ந்து விடுவதைப்போல ஆடின. அவர் எழுந்து வெளியில் வந்து பார்த்தார். வானம் இருட்டிக் கொண்டு வந்தது. தூரத்தில் மழை பெய்து கொண்டிருப்பதற்கான அறிகுறிகள் தென்பட்டன. சிறிது நேரத்தில் மின்சாரம் நின்றுபோன போது மீண்டும் அவர் உள்ளுக்குள் சென்று நாற்காலியில் அமர்ந்து கொண்டார். இருள் எங்கும் வியாபித்திருந்தது. இருளின் தோழமையை உணர்ந்து கொண்டவர்களுக்கு வெளிச்சத்தின் வருகை சங்கடத்தையே அளிக்கும் என நினைத்தபடி மேசை மீது படபடத்துக் கொண்டிருக்கும் ஏடுகளின் சப்தத்தை கேட்டுக் கொண்டிருந்தார்.

தென்னாற்காடு முழுக்க அலைந்து திரிந்து சேகரித்த கன்னிமார்களின் கதைகள் அடங்கிய ஏடுகள் புதர் போல் மண்டிக்கிடந்தன. எத்தனையோ பேர் பார்க்க முடிந்த கன்னிமார்களை தன்னால் ஏன் பார்க்க முடியவில்லை எனும் கேள்வி அவரை அரித்தது. ஒரு வேளை கன்னிமார்கள் கற்பிதங்கள் தானோ என்றும் யோசிக்க வேண்டியிருந்தது அவருக்கு. தமது ஆய்வின் முடிவு எப்படி இருக்கப் போகிறது. எந்த திசை நோக்கிச் செல்கிறது என அவரால் யூகித்து அறியமுடியவில்லை. இருட்டையே வெறித்துப் பார்த்துக் கொண்டிருந்தார். தெருவில்

நாய்கள் குரைத்துக் கொண்டிருந்த போது அவரை உறக்கம் மெல்ல தழுவ ஆரம்பித்தது.

கன்னிமார் குறித்த அச்சம் மெல்ல விலக ஆரம்பித்திருந்த ஒரு நாள் அதிகாலை சாமிக்கண்ணு வாத்தியாரை கன்னிமார் அறைந்து விட்டதாக ஊர்முழுக்க ஒரே பேச்சு அன்றிலிருந்து மீண்டும் கன்னிமார்கள் குறித்த பயம் விநாயகத்தைத் தொற்றிக் கொண்டது. “வாத்தியார எப்படி பாட்டி கன்னிமாரு அறஞ்சிச்சி?” அன்றிரவு தெருவில் படுத்துக் கொண்டிருந்த போது பாட்டியிடம் கேட்டான்.

“டேய் பேசாம படு” அருகில் படுத்துக் கொண்டிருந்த அவன் அக்கா, அவனை பார்த்து அதட்டலுடன் சொன்னாள்.

அவன் விடுவதாக இல்லை. தெரிந்து கொள்ளும் ஆர்வத்தில் தன் பாட்டியிடம் தொடர்ந்து கேட்டுக்கொண்டே இருந்தான். அவனுடைய அக்கா எதிர்ப்பு தெரிவித்தபடியிருந்தாள். இருவரும் மோதிக்கொள்ளத் தயாராகயிருந்தபோது பாட்டி அவர்களைச் சமாதானம் செய்தபடி தொடங்கினாள். பாட்டிச் சொல்லச் சொல்ல வார்த்தைகள் பீதி நிறைந்த சித்திரமென விரிந்தன.

அன்று சீக்கிரமாகவே மொட்டை மாடிக்குச் சென்று கட்டிலில் படுத்துக்கொண்டார் சாமிக்கண்ணு வாத்தியார். காற்று சில்லென்று வீசியது. தோட்டத்து தென்னைமரங்கள் சலசலத்தபடியிருந்தன. அண்ணாந்து வானத்தையேப் பார்த்துக்கொண்டிருந்தவர் மெல்ல உறக்கத்தின் பிடியில் சிக்குண்டார். சோடியம் விளக்கின் மஞ்சள் ஒளியால் நிரம்பியிருந்த தெரு முக்கில் சில நாய்கள் ஊளையிட்டுக் கொண்டிருந்தன.

தன்னை யாரோ தொட்டு எழுப்புவதை உணர்ந்த அவர் எழுந்த போது ஊர் அடங்கி விட்டிருந்தது. எங்கும் நிசப்தம் அருகில் நின்று கொண்டிருந்த உருவத்தைப் பார்த்தவர் அதிர்ந்து போனார். அருகில் இருந்தவள் தன் மனைவி அல்லாத வேறு பெண்ணாக இருந்தாள். அதீத அழகோடு சற்று நேரத்திற்கு முன்பு குளித்து விட்டு வந்தவளைப் போல இருந்தாள். மஞ்சள் படர்ந்திருந்த முகத்தை பார்த்துக் கொண்டே இருக்க வேண்டுமென தோன்றியது அவருக்கு. சுண்டினால் ரத்தம் வந்துவிடக்கூடிய உடம்பு, இவ்வளவு வாளிப்பான உடல்வாகு கொண்ட பெண்ணை அவர் இதுவரை கண்டதே கிடையாது.அவளையே உற்றுப்பார்த்துக் கொண்டிருந்தார். தன் இதழ் ஓரங்களில் புன்னகையை தேக்கியபடி அவரை நெருங்கினாள். அவரின் தலையைக் கோதியபடி நெற்றியில்

அழுத்தமாக ஓர் முத்தமிட்டாள். சடுதியில் அனைத்தும் மாறத் தொடங்கின. அவள் விரல்கள் அவரது உடலெங்கும் ஊர்ந்தன. அவருள் காமத்தின் வேட்கை வேர்விடத் தொடங்கியிருந்தது. அவளை வாரி அணைத்தபோது, "இங்க வேணாம் வேற எங்கயாவது போவம்" என்று அவள் கூறினாள். அவளது பேச்சு தேர்ந்த சாஸ்திரிய சங்கீதமென இருந்தது அவருக்கு.

அவளின் வார்த்தைக்கு மறுப்பு தெரிவிக்க முடியாதவராக இருந்தார் அவர். சத்தமே எழாமல் சிரித்தபடி மெல்ல எழுந்தாள். "வேற எங்க போறது. யாராச்சும் பாத்துட்டாங்கனா அவ்ளோதான்." தனது ஆடைகளை சரி செய்து கொண்டபடியே அவளைப் பார்த்துக் கேட்டார்.

இதை கேட்டதும் அவள் மென்மையாக சிரித்தாள். முத்துகள் சிதறியதைப் போன்றிருந்தது. "எங் கூட வாங்க மற்றதெல்லாம் நா பாத்துக்கறேன்." தனது உடலின் செழுமையை அவர் கவனிக்கயேதுவாக வெளிச்சத்தில் நின்றவாறு அவள் கூறினாள்.

அந்த வார்த்தைகள் அவளைப் போலவே மிகக் கச்சிதமாகவும், அவ்வளவு அழகாகவும் இருந்தன. இனிமேல் தான் இப்படித்தான் பேச வேண்டுமென நினைத்துக் கொண்டார். சுவாசிக்கும்போது அவளது உடம்பில் ஏற்படும் மேடு பள்ளங்களை உற்றுக் கவனித்தார். அவரது கையைப் பற்றிக் கொண்டு மெல்ல நடந்தாள். மாடிப்படி தெருபக்கமாக இருந்தது. எந்த அதிர்வுமேற்படாமல் அவள் நடந்து சென்றாள். அவளது உடலிருந்து கிறக்கத்தை ஏற்படுத்தக் கூடிய வாசனை வெளியேறிக் கொண்டிருந்தது. அதில் மயங்கிக் கிடந்தார் அவர். சோடியம் விளக்கு வெளிச்சத்தில், ஒரு தங்க விக்ரகம் நடந்து வருவதைப் போல இருந்தது அவளைப் பார்ப்பதற்கு. அவர்களை பார்த்து நாய்கள் குரைக்கத் தொடங்கின. எதிர்வீட்டிலிருந்த பூவரச மரத்திலிருந்து கோட்டான் பெருங்குரலெடுத்துக் கத்தியபோது அவர்கள் தெருவைக் கடந்து கிழக்கு நோக்கி திரும்பி விட்டிருந்தார்கள்.

வாகனங்கள் ஏதுமின்றி வெறிச்சோடி காணப்பட்டது சாலை. பேருந்து நிறுத்தத்தில் யாரும் நின்றிருக்கவில்லை. தன்னை எங்கு அழைத்துச் செல்கிறாள் என்பதை அவரால் யூகிக்க முடியவில்லை. கொஞ்ச தூரம் நடந்தபின் வடக்கு நோக்கிப் பிரிந்த ஒரு மண்பாதையில் திரும்பியபோது, "எங்க போறோம்? பாழடைந்த மான்ராசா கோயிலத் தவிர வேற எதுவும் இங்க இல்லையே" என்று அவளிடம் கேட்டார்.

பேசாமல் வருமாறு சைகை செய்து காண்பித்தாள். அடர்ந்த இருளும், படர்ந்திருந்த நிசப்தமும் அவருக்கு பயத்தை ஏற்படுத்தின. அவள் வேக வேகமாக நடக்க ஆரம்பித்தாள். அவரும் நடக்க வேண்டியிருந்தது. மான்ராசா கோயிலை அடைந்த போது இருவருக்கும் வியர்த்துக் கொட்டியது. கோயிலுக்குள்ளிலிருந்து நாய் ஒன்று எழுந்தோடி இருளுக்குள் சென்றது. கோயில் மிகவும் சிதிலமடைந்திருப்பதை உணரமுடிந்தது. அவளது வியர்வை நாற்றத்தை முகர்ந்துகொண்டே இருக்க வேண்டுமென நினைத்தவர், மிகுந்த ஆவேசத்தோடு இறுக்கி அணைத்தார். எந்த எதிர்ப்பையும் காட்டாது மிக லாவகமாக அமர்ந்து கொண்டாள். அவர் சூழலை மறந்திருந்த நொடியில் அவள் பேசினாள். அவளது பேச்சை உணர்ந்து கொள்ள முடியாதவராக அவர் மயங்கிக் கிடந்தார்.

“ஒரே கசகசப்பா இருக்குது. குளிச்சா தேவலாம்” மீண்டும் கூறினாள்.

அவருக்கும் அப்படித்தான் தோன்றியது. இருவரும் ஒன்றாக குளித்துக்கொண்டிருப்பதை கற்பனை செய்து பார்த்தவர் “இந்த நேரத்துல எங்க போயி குளிக்கிறது?” என அவளிடம் கேட்டார்.

“கிட்டக்கக் கெணறு ஒண்ணுமில்லையா?” அவள் ஒன்றும் தெரியாதவளைப் போன்று கேட்டாள்.

“இருக்குது. ஆனா ஆட்கள் காவலுக்கு படுத்திட்டுருப்பாங்க சரிப்பட்டு வராதே.”

அவள் சிரித்தாள். சிறு மின்னற் துண்டைப் போன்றிருந்தது சிரிப்பு. வேம்பின் காற்று சில்லென இருந்தது. அவளது சிரிப்பிலிருந்து அவர் இன்னும் விடுபட்டிருக்கவில்லை.

“இவ்ளோ பெரிய ஊர்ல குளிக்கறதுக்கு ஒரு எடம் கூடவா கிடையாது?”புன்னகைத்தபடி அவளே கேட்டாள்.

அவருக்கு அசிங்கமாக இருந்தது. எந்த நிலையிலும் தன்னூரை குறைத்து மதிப்பிடுவதை விரும்பாதவர் அவர். யோசனையில் ஆழ்ந்தார். அவரை உசுப்பேற்றிக் கொண்டு இருந்தாள் அவள். தனது நாவால் அவரது கழுத்துப்பகுதியில் வருடிக்கொண்டிருந்தாள். பின் மெல்ல காதுமடல்களை கடித்தாள். சுகிப்பிலிருந்து மீள முடியாமலிருந்த போது, “ஒரு எடம் இருக்கு. ஆனா கொஞ்சம் தூரம். யாரும் இருக்க மாட்டாங்க” என்று அவளிடம் கூறினார்.

“எந்த இடம்” ஆர்வ மிகுதியில் அவரை இறுகத்தழுவியபடி கேட்டாள்.

“பச்சபுள்ளா குளம்”, உணர்வுகள் கொப்பளித்துப் பீறிட அவர் கூறினார்.

“கொளமா?” என ஆச்சரியத்தோடு கேட்டாள். அவர் கண்களில் காமம் கொப்பளிக்க தலையாட்டினார். அவர் தளர்ச்சியடைந்து விடாதவாறு பார்த்துக் கொண்டாள். இருவரும் வேக வேகமாக நடந்தனர். அவளை சுலபத்தில் அவரால் பின்தொடர முடியவில்லை. சாலை ஓரங்களில் நின்றிருந்த புளிய மரங்கள் பயத்தை ஏற்படுத்துவதாகத் தோன்றியது. நன்கு மழிக்கப்பட்ட பனைகள் பீதியூட்டுவதாக இருந்தன. ஒரு மிருகத்தைப் போல அவள் நடந்தாள். நீண்ட கருங்கூந்தலைப் போல வளைந்து நெளிந்து கிடந்தது தார்ச்சாலை. சில்வண்டுகள் ஒலியெழுப்பிக் கொண்டிருந்தன. காட்டுப்பூக்களின் வாசம் தூரத்தை கடந்தும் மணம் வீசிக் கொண்டிருந்தது. அவரும் வேகத்தைக் கூட்டி நடக்க வேண்டியிருந்தது. இருவருக்குமான தூரம் அதிகரிக்கத் தொடங்கியபோது அவர் ஓடவும் செய்தார். அவளிடமிருந்து கசிந்து கொண்டிருந்த ஒருவித வாசனை தொடர்ந்து அவரை முன்னிழுத்தபடியே இருந்தது. அவளுக்கு எப்படி பச்சபுள்ளா குளம் செல்வதற்கான வழி தெரியும் என்று அவரால் யோசிக்க முடியவில்லை. அந்த அளவிற்கு கட்டுண்டு கிடந்தார். அவரது சிந்தனை முழுக்க அவளே நிரம்பியிருந்தாள்.

நிலவொளியில் சாலை ஓரத்தில் வட்டவடிவிலான ஒரு கண்ணாடியைப் போன்று இருந்தது குளம். நான்கு பக்கமும் படிக்கட்டுகள். ஒரு சில இடங்களில் சிதிலமடைந்து இருந்தன. குளத்திற்கு வடக்கில் புளிய மரம். அதன் கீழே கழிப்பு கழித்ததன் அடையாளமாய் முறம், சிவப்பு, மற்றும் சில்லறைகள் சிதறியிருந்தன. மேற்கில் எருக்கு, புதர் கிழக்கும் தெற்கும் எந்த அடைசலுமின்றி இருந்தது. நிலவின் நகர்வு குளத்து நீரில் பிரதிபலித்தது. கிழக்கு பக்கமாக அவள் குளத்தினுள் இறங்கினாள். மேலேயே நின்று கொண்டிருந்தார் அவர். நீருக்குள் இறங்கியவள் தன் ஆடைகளை களைந்து படியில் வைத்தாள். ஓர் ஆணின் முன் அம்மணம் கொள்வதை சிரமம் கருதாதவளாக இருந்தாள். அவருக்குத்தான் பதற்றம் கூடத் தொடங்கியிருந்தது. மிக நெருக்கத்தில் நிர்வாணம் உணரப்படும்போது முதலில் பயத்தையே ஏற்படுத்துகிறது. அதிலிருந்து மீள கொஞ்ச நேரம்

பிடித்தது அவருக்கு. தேர்ந்த சிற்பியின் செதுக்கல்களிலிருந்து உயிர் பெற்றவளைப் போல இருந்தாள்.

நிலவின் ஒளிபட்டு ஜொலிக்கின்ற அவளது உடலையே பார்த்துக் கொண்டிருந்தார். அவரை குளத்திற்குள் இறங்குமாறு சொன்னாள். தயக்கமாக இருந்தாலும் இறங்கியாக வேண்டிய கட்டாயம். தன்னை அம்மணமாக்கிக் கொள்வது அவருக்கு கூச்சமாக இருந்தது. அவள் உதவினாள். பின் இருவரும் நீந்தினார்கள். அவருக்கு சோர்வாக இருந்த போது படியில் சிறிது நேரம் அமர்ந்து கொண்டு அவளையே பார்த்துக் கொண்டிருந்தார். அவள் வேக வேகமாக நீந்தினாள். மேற்குப் புறமாக சென்று படியேறியவள், ஒரு பலகைக்கல்லில் மஞ்சளை இழைத்து உடல்முழுக்க பூசிக் கொண்டு குளத்திற்குள் இறங்கினாள். அதைக்கண்ட அவருக்கு பயம் ஏற்பட்டது. இரவில் யார் மஞ்சள் பூசி குளிப்பார்கள் என்று தன்னைத்தானே கேட்டுக்கொண்டார். அவர் முகம் இறுகத்தொடங்கியது. நீந்தியவாறே அவருக்கு அருகில் வந்தவள், அவரைப்பிடித்து நீருக்குள் இழுத்தாள்.

அவளை மீறி அவரால் ஒன்றும் செய்ய முடியவில்லை. தங்கத்தைப்போல பிரகாசிக்கும் அவளது உடம்பு இப்போது அவருக்கு பயத்தை ஏற்படுத்தியது. வெறியோடு இறுக்கி அணைத்தாள். எலும்புகள் நொறுங்கிவிடுவதைப் போன்றிருந்தது. அவருக்கு மூச்சை அடைத்தது. நீருக்குள்ளாக அவளின் தீவிரம் கூடத் தொடங்கியபோது எப்படியாவது மேலேறி சென்றுவிட வேண்டுமென நினைத்தார். முடியவில்லை. அவர் தன்னை மெல்ல இழந்து கொண்டிருந்தார். நினைவுகள் மங்கத்தொடங்கியபோது அவர் மீதான அவளின்பிடி இறுகத் தொடங்கியது. நிலமெலாம் அதிரும்படி அவள் சிரித்தாள். சிரிப்பொலி நாலா திசையிலும் பட்டு எதிரொலித்தபடியிருந்தது. அவள் ஆவேசத்தோடு இயங்கினாள். "காப்பாத்துங்க, காப்பாத்துங்க" என்று அவர் உரக்கக் கத்தினார். ஆனால் குரல் அவருக்குள்ளேயே ஒடுங்கிப்போனது. வெறுமையாக்கி அவரை தூக்கி வீசினாள். பின் மெல்ல கரையேறி ஆடைகளை உடுத்திக்கொண்டு தெற்கு பக்கமாக நடக்க தொடங்கினாள். இருள் அடர்ந்திருந்தது. குளம் அமைதியாக இருந்தது. பேச்சு மூச்சற்று புளிய மரத்தின் கீழே வீழ்ந்து கிடந்தார் அவர். விடிந்ததும் விடியாததுமாக ஊர் முழுக்க செய்தி காட்டுத்தீ போல பரவியது. அவர் வீட்டுக்கு கொண்டு செல்லப்பட்டார். ஊர் முழுக்க பலகதைகள் உலவிக்கொண்டிருந்த அந்த வாரத்தின் கடைசி நாளில் இறுதிவரை நினைவு திரும்பாமலேயே இறந்தும் போனார்.

என்றோ பாட்டி கூறிய கதை அவனுள் பயத்தை ஏற்படுத்தியது. கீழாண்ட வாய்க்காலையே பார்த்துக் கொண்டிருந்தான். அவன் அப்பா வேறொரு பீடியை எடுத்து புகைக்கத் தொடங்கினார். அவன் இருளை வெறித்து பார்த்தபடி அமர்ந்திருந்த போது அவர் கீழிறங்கி சிறுநீர் கழித்துவிட்டு வந்து படுத்துக்கொண்டார். உடனே தூங்கியும் விட்டார். ஆனால் அவனுக்கு தூக்கம் வரவில்லை. புரண்டு படுத்தான். சுற்றும் முற்றும் பார்த்தான் பூச்சிகள் ரீங்கரித்துக் கொண்டிருந்தன. அருகில் தூங்கிக் கொண்டிருந்தவரை திரும்பிப் பார்த்தான். அவர் ஆழ்ந்து தூங்கிக் கொண்டிருந்தார். அண்ணாந்து வானத்தைப் பார்த்தான். வானத்தில் நிலவு மெல்ல ஊர்ந்து கொண்டிருந்தது.

கதவு தட்டும் சத்தம் தூரத்தில் கேட்பதுபோல தோன்றிய போது எட்மண்ட்டான்டஸ் விழித்துக்கொண்டார். கண்களை கசக்கிக்கொண்டு ஒலிநாடா பெட்டியை பார்த்தார். அது ஏற்கனவே நிறுத்தப்பட்டிருந்தது. அவருக்குள் குழப்பமாக இருந்தது. சாமிக்கண்ணு வாத்தியார் கதை வெறும் கனவுதானோ என்றும் யோசித்தார். எழுதிக்கொண்டிருக்கும் தாள்களை புரட்டிப்பார்த்தார் தான் சேகரித்த அநேக கதைகளில் அதுவும் ஒன்றென எண்ணிக்கொண்டு படபடத்துக் கொண்டிருக்கும் தாள்களையே பார்த்துக் கொண்டிருந்தார். நேரில் பார்த்ததைப்போல காட்சிகள் அவர் மனதில் குமிழிட அவருக்கு மேலும் குழப்பம் அதிகரித்தது. எப்போது சாப்பிட்டோம் என்று கூட அவருக்கு தெரியவில்லை.

மேசைமீது உணவுப் பாத்திரங்கள் அப்படியே இருந்தன. மீண்டும் ஆழ்ந்து யோசித்தார். நினைவின் கீற்று அவரது மனதில் மின்னி மறைந்தபோது அவரை ஞாபகத்தின் கொடிகள் பற்றத் தொடங்கின. தெளிவான காட்சிகளாக பிம்பங்கள் நகரத்தொடங்கின. விழுப்புரம் தாலுக்கா கெடார் கிராமத்திற்கு அருகில் உள்ள செல்லங்குப்பத்தில் ஓர் மழை இரவில் பண்டாரத்தோடு பேசியதும் அவர் கூறிய சாமிக்கண்ணு வாத்தியார் கதையை கெடார் பழனிவேல் முதலியார் ஊர்ஜிதம் செய்த காட்சியும் கோர்வையாக அவரது மனதில் தோன்றிய போது அவருக்கு ஆச்சரியமாக இருந்தது. எத்தனையோ கதைகள் இருக்க இந்த கதை மட்டும் ஏன் கனவாக வரவேண்டும் என்று யோசித்தவர் கடிகாரத்தைப் பார்த்தார். பன்னிரெண்டாக இன்னும் சிலமணித்துளிகளே இருந்தன. தெருப்பக்கம் சென்று கதவைத் திறந்தார். தெப்பலாக நனைந்த ஓர் நெடிய உருவம் நின்று கொண்டிருந்தது. மழை வேகத்தோடு பெய்து கொண்டிருந்தது.

அந்த உருவம் அழகிய பெண் என்பதை சில வினாடிகளுக்குள் அவரால் உணர்ந்து கொள்ள முடிந்தது.

அவளது உடல் நடுங்கிக் கொண்டிருந்தது. மழை ஈரத்தால் அவளது உடலின் வனப்புகளை இருட்டில் கூட அவரால் கூர்மையாக காண முடிந்தது. அவளின் உயரம், நீண்ட கருங்கூந்தல் மஞ்சள் பூசிய முகம் அனைத்தும் அவருள் பல்வேறு அதிர்வுகளை ஏற்படுத்தின. எதையும் அவர் வெளிக்காட்டிக் கொள்ளாமல் நின்று கொண்டிருந்தார். மழைக்கு ஒதுங்கிய நாய்கள் குரைக்கத் தொடங்கின. தெருவில் மழைநீர் ஆறாக பெருக்கெடுத்து ஓடிக்கொண்டிருந்தது. தூரத்தில் ஏதோ ஓர் மரம் ஒடிந்து விழும் சப்தம் கேட்டது. அவள் உடல் அதிகமாக நடுங்க ஆரம்பித்ததை அவர் பார்த்துக் கொண்டிருந்தபோது, "தொப்பர நனைஞ்சி வந்திருக்கேன். உள்ள வான்னு கூப்பிட மாட்டிங்களா?" என்று கேட்டாள்.

குரல் வெண்கல மணிச்சத்தம் போல ஒலித்தது. பற்கள் வெண்மையாக இருந்தன. உதட்டசைவையே அவர் உற்றுப் பார்த்துக் கொண்டிருந்தார்.

"உங்களதான் கேக்கறேன்." மீண்டும் அவள் பேசினாள்

இப்போது அவளது குரல் அவரை பேசவைத்தது.

"உள்ள வாங்க" மிக அமைதியாகவும் பதற்றத்துடனும் சொன்னார்.

ஈரம் சொட்டச் சொட்ட அவள் நடந்து உள்ளே வந்தாள். அவர் திரும்பித்திரும்பி பார்த்தவாறு முன்னால் சென்று, துவட்டிக் கொள்ள துண்டை எடுத்துக் கொடுத்தார். அவள் துண்டை வாங்கிக் கொண்டு சுற்றும் முற்றும் பார்த்தாள். புரிந்து கொண்டவராக கிழக்குப் பக்கமிருக்கும் அறையைக் காட்டினார். அறை நோக்கி மெல்ல நடந்தவள், திரும்பிப் பார்த்து மென்மையான சிரிப்பொன்றை உதிர்த்தாள். பெருமழையின் சீற்றத்தினால் எங்கும் நிறைந்திருந்த குளுமை அவருள் கிளர்ச்சியை உண்டு பண்ணியது. சன்னல் வழியாகத் தெருவைப் பார்த்தார். மழையின் சீற்றம் குறைந்திருக்கவில்லை. ஆனாலும் அவருக்கு வியர்த்தது. உடல் முழுக்க உஷ்ணம் பரவியது. அவர் வியர்வையை சிறு துண்டால் துடைத்துக் கொண்டிருந்த போது கதவைத் திறந்து கொண்டு அவள் வந்தாள். ஈரத்துணி அவளது உடம்போடு ஒட்டிக் கொண்டிருந்தது.

அவர் அவளையே உற்றுப்பார்த்துக் கொண்டிருந்தார். அவரின் பார்வைகள் நிலை கொள்ளாது அலைந்தன. சிந்தனைகள் கட்டற்று எழுப்பின. காமம் அவருள் தீயின் நாவென துடித்துக் கொண்டிருந்தபோது அவளை நெருங்கினார். அவள் யாராக இருக்கக்கூடுமென்ற சிந்தனையும் அவரால் புறந்தள்ள முடியாததாக இருந்தது. சூழலின் தனிமை அவர்களை விழுங்கத் தொடங்கிய போது அவர் அவளை இறுக்கி அணைத்துக்கொண்டிருந்தார். இருவரது உதடுகளும் மொழிமீறிய வார்த்தைகளை உச்சரித்துக்கொண்டன. காற்றின் வீச்சால் ஜன்னல் கதவுகள் படபட என அடித்துக்கொண்டபோது அவளது இடது காது மடலுக்கும் கீழாக அழுத்தமாக அவர் முத்தமிட்டார்.

அவளுக்குள்ளாகவும் காமத்தின் சுருள்கள் இறுகத்தொடங்கியபோது மழையின் வேகம் குறையத்தொடங்கியது. தெருவில் வெள்ளத்தின் சப்தம் மட்டும் கேட்டுக்கொண்டிருந்தது.

உணர்வுகளில் கட்டுண்டு கிடந்தாலும் அவர் கவனத்துடனேயே இருந்தார். எப்படியாவது கன்னிமார்களின் நடமாட்டத்தை, விசித்திரத்தை நேரில் கண்டுவிட வேண்டும் எனும் ஆவல் அவரது விழிகளில் தேங்கிக்கிடந்தது. மிகுந்த எச்சரிக்கை உணர்வோடு அவள் போக்கிலேயே இயங்கினார். மழை முழுவதுமாக ஓய்ந்திருந்தது. மழைக்கு பிறகான நிசப்தம் பேரமைதியாக எங்கும் கவிந்திருந்த போது அவள் சொன்னாள்.

“எனக்கு உடம்பு கசகசனு இருக்கு, குளிக்கணும் போல இருக்குது”

ஆட்டம் தொடங்கிவிட்டதென நினைத்தவருக்கு சட்டென சாமிக்கண்ணு வாத்தியாரின் கதை நினைவுக்கு வந்தது. அக்கதை வெறும் கனவுதானோ என்று திரும்பவும் யோசித்தவர் அவளிடம் சொன்னார்.

“இங்கேயே குளிக்கலாமே”

“அது சரியா வராது, கிட்டக்க கெணறு எதுவும் இல்லையா?”

அவர் அவள் பேச்சை உன்னிப்பாக கவனிக்கத் தொடங்கினார், அவளின் செய்கைகள் அவரை உசுப்பேற்றின. வீழ்ந்து விடாமலிருக்க நிறைய சிரமப்பட வேண்டியிருந்தது அவருக்கு. அவள் தன்னிடம் பதிலை எதிர்பார்த்துக் கொண்டிருக்கிறாள் என்பதை உணர்ந்தவர் சொன்னார்.

“இருக்குது ஆனா மோட்டார் கொட்டாயில ஆட்கள் படுத்துக்கிடப்பாங்க, பாத்துட்டாங்கனா அவ்ளோதான்.”

“வேற எடமே இல்லையா?”

“இருக்குது, கொஞ்சதூரம்.”

“எந்த இடம்” ஆர்வ மிகுதியில் அவள் கேட்டாள்.

“பச்சபுள்ளா குளம்” அவளது விழிகளில் தேங்கியிருந்த வஞ்சகத்தைக் கண்டவராக கூறினார்.

கூறிவிட்டு அவளைப் பார்த்தார். அவளின் விழிகளில் ஆச்சரியம் மின்னலெனத் தோன்றி மறைந்தது. அவள் அவரை இறுக்கி அணைத்து அவரது உதட்டில் அழுத்தமாக முத்தமிட்டு சொன்னாள்.

“போகலாமா”

அவர் தலையாட்டி, தெருக்கதவை திறக்கச் சென்றார்.

மழைநீர் வடிந்திருக்கவில்லை பாதங்களை நனைத்தபடி ஓடிக் கொண்டிருந்தது. மேட்டுத்தெரு வழியாக அவர்கள் பள்ளிக்கூடச் சந்தை அடைந்தனர். தெரு நெடுக சேறும் சகதியுமாக இருந்தது. அதிக ஒலி எழுப்பாமல் நடந்தனர். பள்ளிக்கூடத்தின் பின்புறமிருந்த இலுப்பையின் உயரம் பீதியை ஏற்படுத்தியது அவருக்கு. வெள்ளக்குளத் தெருவிற்குள் நுழையும் போது நாய்கள் விடாமல் குரைத்தன. எங்கும் இருள் சூழ்ந்து கிடந்தது. இருவரையும் நாய்கள் பின்தொடர்ந்தன. அவள் அவற்றைத் திரும்பிப் பார்த்தாள். அவை வால்களை ஆட்டிக் கொண்டு பின்னோக்கி ஓடின. வெள்ளக்குளம் முழுக்க நீர் நிரம்பியிருந்தது. தெருவை அடைத்தபடி வெள்ளநீர் ஓடிக்கொண்டிருந்தது.

மாந்தோப்புக் கழனிக்குள் அவர்கள் நுழையும்போது அவர் கடிகாரத்தைப் பார்த்தார். சரியாக ஒரு மணியாகி இருந்தது. தமது ஆர்வம் விபரீதத்தில் முடிந்துவிடுமோ என்றும் அவர் யோசித்தார். கண்களில் பயத்தின் திவலைகள் ஊர்ந்து கொண்டிருந்தன. அப்போது அவள் நடையைத்துரிதப் படுத்தியிருந்தாள். அவரும் வேகமாக நடக்க வேண்டியிருந்தது. நரிமுட்டு கழனியைத் தாண்டி சாலையை அவர்கள் அடைய குறைந்த நேரமே பிடித்தது. சாலையில் மேற்கு நோக்கி நடந்தனர். குளிர்ந்த காற்று வீசியது. மரங்களில் ஈரம்படர்ந்திருந்தது. காற்றில் பரவியிருந்தது

பச்சபுள்ளா குளம் | 189

முட்டிப்பூக்களின் மணம். இரவின் தனிமையை மழைபெய்து அதிகப்படுத்தியிருந்ததை உணர முடிந்தது.

பச்சபுள்ளா குளத்தின் வளைவில் ஓங்கி வளர்ந்திருந்த அரசமரத்தின் கீழிருந்து குளத்தை நன்கு பார்க்க முடிந்தது. படிக்கட்டுகளை காணமுடியாதபடி நீர் நிரம்பியிருந்தது. வேகவேகமாக நடந்து அவர்கள் கிழக்குப் பக்கமாக குளத்தை அடைந்தனர்.

ஆடைகளை களைந்து விட்டு நீருக்குள்ளாக இறங்கியவள் அவரை நீருக்குள் வருமாறு அழைத்தாள். ஆடைகளை அவிழ்த்து ஈரம் படாதவாறு மடித்துவைத்து விட்டு குளத்திற்குள் இறங்கினார். இருவரும் நீருக்குள்ளாக இறுக்கி அணைத்துக் கொண்டனர். முத்தங்கள் நெருக்கத்தை அதிகரித்தபடியிருந்தன. அவரின் கண்களை அவள் உற்றுப் பார்த்தாள். பின் மெல்ல விலகி இருவரும் நீந்த ஆரம்பித்தனர். அவளுக்கு ஈடுகொடுத்து அவரால் நீந்த முடியவில்லை. குளம் அதிர அவள் நீந்தினாள். புளியமரத்து பறவைகள் சடசடத்தபடி அங்குமிங்கும் அலைமோதின. தெற்கு பக்கமாக நீந்திச் சென்றவள், கரையேறி மஞ்சள் அரைத்து உடம்பு முழுக்க பூசிக்கொண்டு மீண்டும் நீருக்குள் சென்றாள். அவர் குளித்து கரையேறி விட்டிருந்தார். சிறிது நேரம் கழித்து அவளும் கரைக்குச் சென்று அவரை இறுகத் தழுவினாள். அவருள் கட்டுண்டிருந்த காமம் நாகமெனச் சீறியது. எலும்புகள் நொறுங்க அவளை இறுக்கினார். காமத்தின் நெடி மெல்ல இருவர் மீதும் படர ஆரம்பித்த போது அவர்களின் உடல்கள் உரையாடலைத் தொடங்கிவிட்டிருந்தன.

மிக நெருக்கத்தில் அவரது கண்களை மீண்டுமொரு முறை உற்றுப் பார்த்தாள். இருவரும் மாறிமாறி தங்களது உணர்வுகளை பரிமாறிக் கொண்டிருந்தனர். இருவரின் மூச்சுக்காற்றும் அங்கேயே மோதிச் சரிந்தன. வியர்வை கசகசப்பை ஏற்படுத்தியபோது அவர் உச்சம் நோக்கி நகர்ந்து கொண்டிருந்தார். அவள் உணர்வுகளை உள்வாங்கியபடி மெல்லிய ஒலிகளை எழுப்பிக் கொண்டிருந்தாள். தீவிரத்தோடு இயங்கியவர் ஒரு கட்டத்தில் உள்ளுக்குள் ஏதோவொன்று உடைந்து நழுவுவதை உணர்ந்தார். அவர் மூச்சுக்காற்று வெம்மைக்கூடி வெளிவந்தது. தன் வாழ்நாளிலேயே நீண்ட புணர்ச்சியை முடித்துக்கொண்ட திருப்தியோடு புரண்டு கீழே படுத்தபோது ஒரு துளி விந்து சிதறி குளத்தில் விழுந்தது. கண்களை மூடிப்படுத்துக் கிடந்தவளின் சுவாசம் தாறுமாறாக இருந்தது. சிறிது நேரம் கழித்து கண்களை மெல்லத் திறந்தாள். பின்

எழுந்து அவரது கண்களை உற்றுப் பார்த்தவள், ஓங்கிச் சிரித்தாள். குளம் அவளது சிரிப்பை எதிரொலித்தது.

அந்த சிரிப்புக்கான அர்த்தத்தை அவரால் விளங்கிக்கொள்ள முடியவில்லை. மீண்டும் அவரைப்பார்த்து ஓங்கிச் சிரித்தபடியே நீருக்குள்ளாக இறங்கி தனது இரு கைகளாலும் நீரை அள்ளி ஒரு மிடறு பருகிய நொடியில் ஒரு துளி நீர்கூட இல்லாமல் சட்டென குளம் வறண்டது. புதிர் நிறைந்த அக்கணத்தில் அவர் அவளாகவும், அவள் அவராகவும் உருமாறிவிட்டிருந்தனர். அவராக உருமாற்றம் கொண்ட அவள் ஊர் நோக்கி நடக்க ஆரம்பித்தாள். தான் கன்னிமார்களின் கதையை எழுதவந்தவன் என்று வறண்ட குளத்தின் கரையில் நின்று புலம்பிக் கொண்டிருந்தார் அவள் உரு கொண்ட அவர். அதன்பிறகு அந்தக்குளம் எப்போதும் நிரம்பவேயில்லை.

குறிப்புகள்

எட்மண்ட் டான்டஸ்

கொலம்பியாவைச் சேர்ந்த எட்மண்ட் டான்டஸ் லத்தீன் அமெரிக்க எழுத்தாளர்களில் தனித்துவமானவர். ஆண்ட்ரியோ, மெபக்கி படைப்பாளிகளுக்கு முந்தைய தலைமுறையைச் சார்ந்தவர். இவரது கதைகள் அன்றாட வாழ்வில் மறைந்திருக்கும் மர்மத்தையும், அபத்தத்தையும் மனப்பிறழ்வையும் கரிசனத்துடன் ஆராய்பவை. இவரது கட்டுரைகள் பெரும்பாலும் நாட்டார் வழக்காற்றியலோடு தொடர்புடையவையாக இருக்கின்றன. எல்லை தெய்வங்கள், பழங்குடி மக்களின் வாய்மொழிக்கதைகள், நாட்டுப்புற கதைப்பாடல்கள் போன்றவற்றை சேகரிக்கவும் ஆய்வு செய்யவும் உலகம் முழுக்கப் பயணித்த ஓர் பண்பாட்டு ஆய்வாளர். இவரது கதைகளைப்போலவே இவருடைய வாழ்வும் மிகுந்த சோகத்துக்குரியது. கடுமையான வறுமையை எதிர்கொண்டவர். சம்பாத்தியத்தை முழுக்க முழுக்க எழுத்துக்காகவும் பயணத்திற்காகவும் செலவிட்டவர். ஆரம்ப நாட்களில் ஜீவனத்தின் பொருட்டு பல்வேறு வேலைகளைப் பார்த்தவர். மௌனப்படங்களுக்கு பழங்குடிகளின் இசைக்கருவிகளை வாசித்திருக்கிறார்.

இந்தியாவில் சந்திக்க நேர்ந்த நாடோடிகளின் கதைகளை கேட்டிருக்காவிட்டால், அன்றாட வாழ்வின் மர்மங்களைப்பற்றி இவ்வளவு துல்லியமாக என்னால் கதைகளை எழுதியிருக்க முடியாது என்று கூறும் டான்டஸ்சால் வாழ்வின் புதிர்த்தன்மையை கடைசிவரை புரிந்து கொள்ளவே முடியவில்லை.

The black stones, A woman under the Blanket, A collection of folktales of North Tamilnadu ஆகியன அவரது சிறுகதைத் தொகுதிகள். சிறுகதைகளோடு ஓரிரு நாவல்களையும் எழுதியிருக்கிறார். "*The foot prints*" எனும் தலைப்பில்

கன்னிமார் குறித்த கட்டுரைகள் பதினாறு தொகுதிகளாக வெளிவந்திருக்கின்றன. *"Unfinished life"* எனும் தலைப்பில் முடிவு பெறாத ஒரு சுயசரிதையையும் எழுதியிருக்குமிவருக்கு தமிழ்நாட்டில் தற்போதைய விழுப்புரம் மாவட்டத்தில், விழுப்புரம் திருவண்ணாமலைச் சாலையில் அடுக்கம் கிராமத்திற்கருகே பச்சபுள்ளா குளக்கரையில் நின்ற நிலையில் வடக்குநோக்கி பார்த்தவாறு ஒரு கற்சிலை நிறுவப்பட்டிருக்கிறது. சரியாக பராமரிப்பு இன்றி மெல்ல சிதைந்து வரும் அச்சிலையின் கண்கள் இன்னும் எதையோ தேடிக்கொண்டே இருக்கின்றன என்பதை அச்சிலையை கூர்ந்து பார்ப்பவர்கள் நிச்சயம் உணர முடியும்.

வில்லியம் மோர்ஸ்

வில்லியம் மோர்ஸ் 1932 இல் பெருவில் பிறந்தவர். வாழ்வின் பெரும்பகுதியை மெக்ஸிகோவில் கழித்தார். கட்டுரைகள், நாடகங்கள் எனப் பலவற்றைப் பிரசுரித்துள்ள போதும் மோர்ஸ் அடிப்படையில் ஓர் மொழியியலாளராகவே அறியப்படுகிறார். மெக்ஸிகோவிலிருந்து பெருவுக்கு திரும்பிய பின்னர் டான்டசுடன் சேர்ந்து அவருடைய ஆராய்ச்சியில் பங்கெடுத்துக் கொண்டார். டான்டஸ் வெளியிட்ட *"The foot prints"* எனும் நூலின் ஏழாம் தொகுதிவரை மோர்ஸ் அவருடன் இணைந்து பணியாற்றினார். வயது முதிர்ந்த நிலையில் இன்று பெருவில் வாழ்ந்து கொண்டிருக்குமிவருக்கு இரு மனைவியரும் ஒன்பது பிள்ளைகளும் இருக்கிறார்கள்.

"Game of the language, Magic of Alphabets" என்பன மொழியியல் குறித்த அவரது நூல்கள். *"Collected stories of William morce"* என்னும் தலைப்பில் அவரது ஒட்டு மொத்தக் கதைகளையும் *"The Hard Bound"* எனும் பதிப்பகம் வெளியிட்டு கௌரவித்திருக்கிறது. டான்டஸுடன் இணைந்து பணியாற்றிய காலங்களை பசுமையுடன் நினைவு கூர்கிறார். தன்னால் எழுத்தில் சாதிக்க முடிந்தது என்று ஏதாவது இருந்தால் அது டான்டஸ் குறித்து எழுதிய இந்தக் கதை மட்டுமே என்று தீர்க்கமாகக் கூறுமிவர் தற்போது பழங்குடிகள் குறித்து ஒரு நாவலை எழுதிக்கொண்டிருக்கிறார்.

❋ ❋ ❋